ಮಾಧ್ಯಮ ಲೋಕದ

ಅಮೃತ ಬೀಜ

ಶಿವಾನಂದ ತಗಡೂರು

ಬಹುರೂಪಿ

ಆರ್ ಪಿ ರಿಜೆನ್ಸಿ, ಎಫ್–1, 2ನೇ ಮಹಡಿ,
2ನೇ ಅಡ್ಡರಸ್ತೆ, ಪಿ ಅಂಡ್ ಟಿ ಕಾಲೋನಿ,
ಆರ್ ಟಿ ನಗರ, ಬೆಂಗಳೂರು–560 032
ದೂರವಾಣಿ: 7019182729

125

MADHYAMA LOKADA AMRUTA BEEJA

A collection of write-ups on the pioneers of Kannada journalism by **Shivananda Tagadur** President of the Karnataka Union of Working Journalists (KUWJ).

shivanandtv@gmail.com | 98450 87374

Narrated by **MEHABOOB MATHAD**

ನಿರೂಪಣೆ : ಮೆಹಬೂಬ್ ಮಠದ

Published By **Bahuroopi**
R P Regency, F-1, 2nd Floor, 2nd Cross, P&T Colony,
R T Nagar, Bangalore - 560 032

editor@bahuroopi.in

Mobile | WhatsApp Bookstore: **70191 82729**

online book store: **bahuroopi.in**

ISBN: 978-81-985214-0-8
First Edition: March 2025
Pages: 136 | Price: Rs. 200
Paper Used: 70 GSM N.S.Maplitho

Cover and Inside Design: **Bahuroopi**

Printed by
Regal Print Service, Bangalore

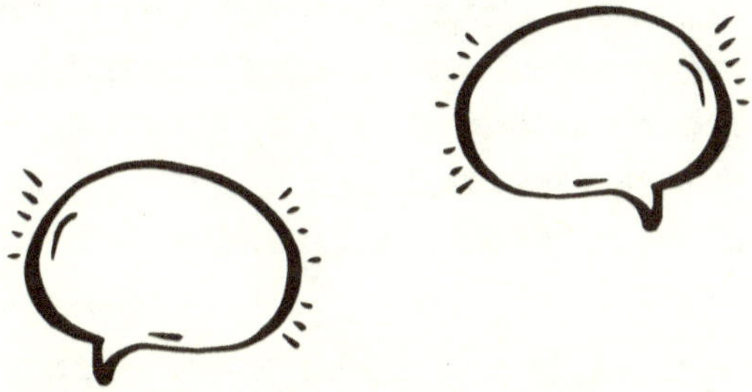

ಮಾಧ್ಯಮದ ಪೂರ್ವಸೂರಿಗಳ ಕಥೆ ಹೆಕ್ಕುತ್ತಾ...

ಭಾರತ ತನಗೆ ಸ್ವಾತಂತ್ರ್ಯ ಸಿಕ್ಕ ಅಮೃತ ಮಹೋತ್ಸವಕ್ಕೆ ಸಜ್ಜಾಗುತ್ತಿತ್ತು. 75 ಎನ್ನುವುದು ಸಣ್ಣ ಸಂಖ್ಯೆಯಲ್ಲ. ಒಂದು ಬೃಹತ್ ಜನ ಆಂದೋಲನದಿಂದ ಸಿಕ್ಕ ಸ್ವಾತಂತ್ರ್ಯ ಅದು. ಆ ನಂತರದಲ್ಲಿ 75 ವರ್ಷಗಳ ಕಾಲ ಅನೇಕ ಏಳು ಬೀಳುಗಳ ನಡುವೆ ದೇಶವನ್ನು ಸದೃಢವಾಗಿಸಲು ಇಟ್ಟ ಹೆಜ್ಜೆ ಸ್ಮರಣೀಯವೇ. ಆ ಕಾರಣಕ್ಕಾಗಿಯೇ ಇಡೀ ದೇಶ ಅಮೃತ ಮಹೋತ್ಸವವನ್ನು ತಾನು ನಡೆದು ಬಂದ ಹಾದಿಯನ್ನು ನೆನಪು ಮಾಡಿಕೊಳ್ಳಲು ಹಾಗೂ ಅದರಿಂದ ಕಲಿತ ಪಾಠದಿಂದ ಇನ್ನಷ್ಟು ಅಭಿವೃದ್ಧಿಯತ್ತ ಸಾಗಲು ನಿರ್ಧರಿಸಿತ್ತು.

ಪತ್ರಿಕೋದ್ಯಮಕ್ಕೂ ಸ್ವಾತಂತ್ರ್ಯ ಚಳವಳಿಗೂ ಇನ್ನಿಲ್ಲದ ನಂಟು. ಸ್ವಾತಂತ್ರ್ಯ ಚಳವಳಿಯ ಜ್ಯೋತಿಗೆ ಇನ್ನಷ್ಟು ಕೀಲೆಣ್ಣೆ ಒದಗಿಸಲೆಂದೇ ಪತ್ರಿಕೆಗಳು ಎಲ್ಲೆಡೆ ತಲೆ ಎತ್ತಿದವು. ಸ್ವಾತಂತ್ರ್ಯ ಹೋರಾಟಗಾರರು ಪತ್ರಿಕೆಯನ್ನು ಒಂದು ಅಸ್ತ್ರದಂತೆ ಬಳಸಿದರು. ಬ್ರಿಟಿಷ್ ಸಾಮ್ರಾಜ್ಯಶಾಹಿ ಈ ಪತ್ರಿಕೆಗಳ ಮೇಲೆ ಕೆಂಗಣ್ಣು ಬೀರಿದಾಗ ಭೂಗತವಾಗಿ ಪತ್ರಿಕೆಗಳನ್ನು ಮುದ್ರಿಸಿದರು. ಪಿ ಸಾಯಿನಾಥ್ ಅವರು ಇತ್ತೀಚೆಗೆ ಖಿಜಿ ಐಭೆಣ ಊಜಿಡಿಠಿಭಿ (ಕೊನೆಯ

ಹೀರೋಗಳು– ಕನ್ನಡಕ್ಕೆ: ಜಿ ಎನ್ ಮೋಹನ್) ಎನ್ನುವ ಪುಸ್ತಕವನ್ನು ಬರೆದಿದ್ದಾರೆ. 90 ದಾಟಿದ ಸ್ವಾತಂತ್ರ್ಯದ ಚೇತನಗಳನ್ನು ಕುರಿತು. ಅದರ ಪುಟಗಳನ್ನು ತಿರುಗಿಸಿದರೆ ಸಾಕು ಆಗ ಹೇಗೆ ಬ್ರಿಟಿಷರ ದಬ್ಬಾಳಿಕೆಯ ಮಧ್ಯೆಯೂ ರಾತ್ರೋರಾತ್ರಿ, ಎಷ್ಟೋ ವೇಳೆ ಮಾರು ವೇಷದಲ್ಲಿ ಅಚ್ಚು ಮೊಳೆಗಳನ್ನು ಸಾಗಿಸಿದ ಪ್ರಸಂಗಗಳು ಬರುತ್ತವೆ. ಮುದ್ರಣಕ್ಕೆ ಬೇಕಾದ ಸಲಕರಣೆಗಳನ್ನು ಬ್ರಿಟಿಷರು ವಶಪಡಿಸಿಕೊಂಡಾಗ ಕೈ ಬರಹದಲ್ಲಿ ಪತ್ರಿಕೆಗಳನ್ನು ಹೊರತಂಡ ಉದಾಹರಣೆಗಳು ಸಾವಿರಾರು.

ಸ್ವಾತಂತ್ರ್ಯ ಹೋರಾಟಕ್ಕೆ ದುಡಿದ ವ್ಯಕ್ತಿಗಳು, ಪಕ್ಷಗಳು, ಸಂಘಟನೆಗಳು ಪತ್ರಿಕೆಗಳನ್ನು ಆರಂಭಿಸಿದ್ದು ದೌರ್ಜನ್ಯದ ವಿರುದ್ಧ ಹೋರಾಡಲು, ಸ್ವಾತಂತ್ರ್ಯವನ್ನು ತಂದು ಕೊಡಲು. ಈ ಹೋರಾಟದ ಪ್ರತೀ ಮಾಹಿತಿಯನ್ನು ಜನರಿಗೆ ತಲುಪಿಸಲು, ಅವರನ್ನು ಇನ್ನಷ್ಟು ಹೋರಾಟಕ್ಕೆ ತಯಾರು ಮಾಡಲು ಪತ್ರಿಕೆಗಳು ಸೇತುವೆಗಳಾಗಿದ್ದವು.

ಈ ಎಲ್ಲವನ್ನೂ ನೆನಪಿಸಿಕೊಂಡ ಕರ್ನಾಟಕ ಕಾರ್ಯನಿರತ ಪತ್ರಕರ್ತರ ಸಂಘ ಈ ಅಮೃತ ಮಹೋತ್ಸವದ ಸಂದರ್ಭದಲ್ಲಿ ನಾವು ಪತ್ರಿಕೋದ್ಯಮದ ಈ ಅಶಯಗಳೊಂದಿಗೆ ಹೆಜ್ಜೆ ಹಾಕಿದ ಹಿರಿಯರನ್ನು ನೆನಪಿಸಿಕೊಳ್ಳಬಾರದೇಕೆ? ಎಂದು ಯೋಚಿಸಿದೆವು. ನಮ್ಮ ಆಲೋಚನೆ ಇದ್ದದ್ದು ಅಮೃತ ಮಹೋತ್ಸವದ ಹೊತ್ತಲ್ಲಿ 75 ವಸಂತಗಳನ್ನು ಕಂಡ ಮಹನೀಯ ಪತ್ರಕರ್ತರನ್ನು ಗೌರವಿಸಬೇಕು ಎಂದು. ಅವರ ಜೊತೆ ಅವರು ಪತ್ರಿಕೋದ್ಯಮ ಪ್ರವೇಶಿಸಿದ್ದು ಯಾಕಾಗಿ? ಅವರು ಸಾಧಿಸಿದ್ದು ಏನು? ಅವರು ಕಂಡ ಪತ್ರಿಕೋದ್ಯಮ ಹೇಗಿತ್ತು ಎನ್ನುವ ಪ್ರಶ್ನೆಗಳನ್ನು ಮುಂದು ಮಾಡಿ ಪತ್ರಿಕೋದ್ಯಮದ ಹಿರಿಮೆಯನ್ನು ಎಲ್ಲರಿಗೂ ತಿಳಿಸುವ ಆಲೋಚನೆ ಅದಾಗಿತ್ತು.

ಆಗಲೇ ನಮಗೆ ಬಂದ ಇನ್ನೊಂದು ಆಲೋಚನೆ ಅಷ್ಟು ಹಿರಿಯರನ್ನು ಅವರ ಮನೆಯಂಗಳಕ್ಕೇ ಹೋಗಿ ಸನ್ಮಾನಿಸಿದರೆ ಹೇಗೆ? ಎನ್ನುವುದು. ಪತ್ರಕರ್ತ ಕುಟುಂಬದ ಜೊತೆಗೆ ಕುಳಿತು ಅವರು ನಡೆದು ಬಂದ ಹಾದಿಯನ್ನು ಗುರುತಿಸುವುದು ಒಳ್ಳೆಯದಲ್ಲವೇ ಅನಿಸಿದ್ದೇ ತಡ ಆ ನಿಟ್ಟಿನಲ್ಲಿ ಕಾರ್ಯಪ್ರವೃತ್ತರಾದೆವು.

ಪತ್ರಕರ್ತರ ವೃತ್ತಿ ಎನ್ನುವುದು ನೋಬಲ್ ವೃತ್ತಿ ಎನ್ನುವುದನ್ನು ಸುದ್ದಿ ಮನೆ ಎಂದೋ ಧೃಢೀಕರಿಸಿದೆ. ಸುದ್ದಿಮನೆಯಲ್ಲಿ ಸದಾ ಕ್ರಿಯಾಶೀಲವಾಗಿದ್ದಾಗ ಅಲ್ಲಿ ಪತ್ರಕರ್ತರಿಗೆ ಸಿಗುವ ಗೌರವ, ಮನ್ನಣೆಯೇ ಬೇರೆ.

ಅಲ್ಲಿನ ತವಕ, ಮಿಡಿತ, ಎಲ್ಲವೂ ಭಿನ್ನ. ಅಲ್ಲಿನ ಧಾವಂತದ ಬದುಕಿನ ನಡುವೆಯೂ ಕೊನೆ ತನಕ ತಮ್ಮ ವೃತ್ತಿ ಬದ್ಧತೆಯನ್ನು ಕಾಪಿಟ್ಟುಕೊಂಡು ಬಂದ ಹಿರಿಯ ಜೀವಿಗಳು ನಮ್ಮ ನಡುವೆಯೇ ಇದ್ದಾರೆ. ಅವರೆನ್ನೆಲ್ಲ ಒಂದೆಡೆ ಸೇರಿಸಿ ಮಾತನಾಡಬೇಕು. ಅವರ ವೃತ್ತಿ ಸೇವೆಯನ್ನು ಸ್ಮರಿಸಿ ಗೌರವಿಸಬೇಕು ಎನ್ನುವುದು ಇರಾದೆ ನಮ್ಮದಾಗಿತ್ತು. ಈ ನಿಟ್ಟಿನಲ್ಲಿ ಕರ್ನಾಟಕ ಕಾರ್ಯನಿರತ ಪತ್ರಕರ್ತರ ಸಂಘ ಮುಂದಡಿ ಇಟ್ಟು ನಿರ್ಣಯ ತೆಗೆದುಕೊಂಡಿತು.

ಒಂದೇ ಸೂರಿನಡಿಯಲ್ಲಿ ಅವರನ್ನೆಲ್ಲ ಸೇರಿಸಲು ಫೋನ್ ಮಾಡಿದ ಸಂದರ್ಭದಲ್ಲಿ ಒಂದಿಲ್ಲೊಂದು ಸಮಸ್ಯೆಗಳು, ಸವಾಲುಗಳು ಎದುರಾಗುತ್ತಾ ಬಂದವು. ವೇದಿಕೆಯಲ್ಲಿ ಹೆಚ್ಚು ಹೊತ್ತು ಕೂರುವುದಕ್ಕೆ ಆಗುವುದಿಲ್ಲ. ಆರೋಗ್ಯ ಸರಿ ಇಲ್ಲ. ಮಾತ್ರೆ, ಔಷಧಿ ತೆಗೆದುಕೊಳ್ಳಬೇಕು. ಈ ವಯಸ್ಸಿನಲ್ಲಿ ನಮ್ಮನ್ನು ಕರೆದುಕೊಂಡು ಬಂದು, ವಾಪಸ್ಸು ಬಿಡುವವರು ಯಾರು? ರಿಸ್ಕ್ ತೆಗೆದುಕೊಂಡು ಅಲ್ಲಿ–ಇಲ್ಲಿ ಹೋಗಬೇಡಿ ಎಂದು ವೈದ್ಯರು ಸಲಹೆ ನೀಡಿದ್ದಾರೆ... ಹೀಗೆ ಹತ್ತಾರು ಪ್ರತಿಕ್ರಿಯೆಗಳು ಅತ್ತಲಿಂದ ಕೇಳಿಬರಲಾರಂಭಿಸಿದವು. ಅದು ನಿಜ ಕೂಡ.

ವೃತ್ತಿಯಿಂದ ನಿವೃತ್ತರಾದ ಮೇಲೂ ಹಲವು ಪತ್ರಕರ್ತರು ಸುದ್ದಿ ಮನೆಯ ಸಂಪರ್ಕವನ್ನು ಸದಾ ಕಾಲ ಕಾಪಿಟ್ಟುಕೊಳ್ಳುವರಿದ್ದಾರೆ. ಇನ್ನು ಹಲವರು ಸುದ್ದಿ ಮನೆಯಿಂದ ದೂರವಾಗಿಬಿಡುತ್ತಾರೆ. ಅಂಥ ಅಪರೂಪದ ಹಿರಿಯ ಪತ್ರಕರ್ತರನ್ನು ಗುರುತಿಸಿ ಗೌರವಿಸುವುದು ಸಂಘದ ಜವಬ್ದಾರಿ ಎಂದು ಭಾವಿಸಿ ಅವರ ಮನೆಗೆ ಹೋಗಲು ತೀರ್ಮಾನಿಸಿದೆವು.

ಕನ್ನಡ ಪತ್ರಿಕೋದ್ಯಮದ ಹಿರಿಯರಾದ, ಅನೇಕ ಪತ್ರಕರ್ತರು, ಬರಹಗಾರರನ್ನು ಬೆಳಕಿಗೆ ತಂದ ಕಲ್ಲೆ ಶಿವೋತ್ತಮ ರಾವ್ ಅವರ ಮನೆಯಂಗಳಕ್ಕೆ ನಾವು ಮೊದಲು ಭೇಟಿ ಕೊಟ್ಟೆವು. ಅದೊಂದು ಅಪರೂಪದ, ಅಪೂರ್ವ ಅನುಭವ. ಕಲ್ಲೆಯವರ ಮಕ್ಕಳು, ಸಂಬಂಧಿಕರ ನಡುವೆ ಅವರ ಮಾತನ್ನು ಕೇಳಿದ್ದು ಒಂದು ತೂಕವಾದರೆ ಅವರ ಕುಟುಂಬವೇ ಅವರನ್ನು ಕಂಡ ಬಗೆಯನ್ನು ಬಣ್ಣಿಸಿದ್ದು ಇನ್ನೊಂದು ತೂಕವಾಗಿತ್ತು.

ಸುಮಾರು 40 ಹಿರಿಯರ ಮನೆಗೆ ಕಾರ್ಯನಿರತ ಪತ್ರಕರ್ತರ ಸಂಘದ ತಂಡ ಭೇಟಿ ಕೊಟ್ಟಾಗ ಆದ ಅನುಭವವನ್ನು ಬಣ್ಣಿಸಲು ಮಾತುಗಳಿಲ್ಲ. ಹಿರಿಯ ಪತ್ರಕರ್ತರು ಮಾತನಾಡಿ ಮುಗಿಸಿದಾಗ ಅವರ ಕಣ್ಣಿನಲ್ಲಿ ಧಾರಾಕಾರ ನೀರು. ಅಲ್ಲಿ ನೆರೆದಿದ್ದ ನಮ್ಮ ಹಾಗೂ ಅವರ ಕುಟುಂಬದವರ ಕಣ್ಣು ಸಹಾ ಒದ್ದೆಯಾಗಿತ್ತು. ಮಾಧ್ಯಮದ ಮುಖ್ಯ ವಾಹಿನಿಯಿಂದ ಹೊರ ಬಂದ ಕ್ಷಣ ಎಲ್ಲರೂ ಮರೆತುಬಿಡುತ್ತಾರೆ. ಅದರಲ್ಲೂ ವಯಸ್ಸಾದಂತೆ ಎಲ್ಲರೂ ನಮ್ಮನ್ನು ಕೈ ಬಿಟ್ಟರು ಎನ್ನುವ ಹತಾಶ ಭಾವನೆ ನಮ್ಮನ್ನು ಹಣ್ಣು ಹಣ್ಣು ಮಾಡುತ್ತದೆ. ಅಂತಹ ಸಂದರ್ಭದಲ್ಲಿ ನೀವು ನಮ್ಮ ಮನೆಗೆ ಬಂದು ಸನ್ಮಾನ ಮಾಡಿದ್ದು ನಮಗೆ ಇನ್ನಷ್ಟು ಆಯಸ್ಸು ಹೆಚ್ಚುವಂತೆ ಮಾಡಿದೆ ಎಂದು ಹೇಳಿದವರು ಅದೆಷ್ಟೋ.

ಪತ್ರಿಕಾ ವೃತ್ತಿಯಲ್ಲಿದ್ದಾಗ ಸೂರ್ಯೋದಯ ಸೂರ್ಯಾಸ್ತಗಳ ಅರಿವಿಲ್ಲದೆ ಕೆಲಸ ಮಾಡಿರುತ್ತೇವೆ. ಸಂಸಾರದ ಕಡೆ ಗಮನ ನೀಡಲು ಆಗಿರುವುದಿಲ್ಲ. ಹಾಗಾಗಿ ಕುಟುಂಬದಲ್ಲಿಯೇ ಒಂದು ತಾತ್ಸಾರ ಮನೋಭಾವ ಮೂಡಿರುತ್ತದೆ. ಕಚೇರಿಯಲ್ಲಿ ಏನು ಕೊಡುಗೆ ಕೊಟ್ಟಿದ್ದೇವೆ ಎನ್ನುವುದೇ ಮನೆಯವರಿಗೆ ಗೊತ್ತಿರುವುದಿಲ್ಲ.

ಅಂತಹದ್ದರಲ್ಲಿ ನೀವು ಮನೆಗೆ ಬಂದು ಸನ್ಮಾನ ಮಾಡಿ ನನ್ನ ಬಗ್ಗೆ ಮಾತನಾಡಿದಾಗ ನಮ್ಮ ಕುಟುಂಬದವರಿಗೂ ನಮ್ಮ ಪ್ರಾಮುಖ್ಯತೆ ಗೊತ್ತಾಯಿತು. ಅದಕ್ಕಾಗಿ ನಾವು ಜೀವಮಾನವಿಡೀ ಕೃತಜ್ಞರು ಎಂದರು ಇನ್ನಷ್ಟು ಹಿರಿಯರು.

ಇದು ಹಿರಿಯರ ಕಥೆಯಾದರೆ ನಮಗೆ ಹಲವು ಪಾಠಗಳು ಸಿಕ್ಕುತ್ತಾ ಹೋದವು. ಹಿರಿಯರ ನಡೆ ನುಡಿ, ಏಳು ಬೀಳು, ಪತ್ರಿಕೋದ್ಯಮದ ಬೆಳಕು ನಂದದಂತೆ ಇಟ್ಟುಕೊಳ್ಳಲು ಅವರು ನಡೆಸಿದ ಹೋರಾಟ ಎಲ್ಲವೂ. ಪ್ರತೀ ಮನೆಗೆ ಹೋಗುವಾಗಲೂ ನಮ್ಮ ತಂಡ ಬಡಲಾಗುತ್ತಿತ್ತು, ಸಂಖ್ಯೆ ಹೆಚ್ಚುತ್ತಿತ್ತು. ಅವರ ಮನೆ ಹೊಕ್ಕೊಡನೆ ನಮ್ಮ ತಂಡದ ಬ್ಯಾನರ್ ಹಾಕಿ ಸನ್ಮಾನ ಮಾಡಿ ಅವರ ಬದುಕಿನ ಕಥೆಯನ್ನು ದಾಖಲೀಕರಿಸಿಕೊಳ್ಳುತ್ತಿದ್ದೆವು. ಇದು ನಮ್ಮ ಯು ಟ್ಯೂಬು ಚಾನಲ್ ನಲ್ಲಿ ಲಭ್ಯವಿದೆ.

ನಮ್ಮ ಪಯಣ ಅಲ್ಲಿಂದ ಆರಂಭವಾಗಿ ನಂತರ ಇನ್ನಷ್ಟು ಕಿರಿ ವಯಸ್ಸಿನವರ ಕಥೆಗಳನ್ನೂ ಕೇಳುತ್ತಾ ಸಾಗಿದೆವು. ಆ ಎಲ್ಲರ ನೆನಪಿನ ದೋಣಿಯಲ್ಲಿ ಸಿಕ್ಕ ಒಂದಷ್ಟು ಹನಿಗಳನ್ನು ಮಾತ್ರ ಇಲ್ಲಿ ಕೊಟ್ಟಿದ್ದೇವೆ. ಇಲ್ಲಿರುವ ಪ್ರತಿಯೊಬ್ಬರ ಅನುಭವ ಅಸಾಧಾರಣವಾದದ್ದು, ದಿನಗಟ್ಟಲೇ ಕೇಳುವಂತಹದ್ದು. ಆದರೆ ನಮಗೆ ಇಲ್ಲಿ ಕೊಡಲು ಸಾಧ್ಯವಾಗಿರುವುದು ಒಂದಿಷ್ಟು ನೆನಪುಗಳನ್ನು ಮಾತ್ರ. ಈ ಕೃತಿ ಇಂತಹ ಪತ್ರಕರ್ತರಿದ್ದಾರೆ ಎನ್ನುವುದನ್ನು ನಿಮಗೆ ತೋರಿಸುತ್ತಿದೆಯೇ ಹೊರತು ಅವರ ಸಂಪೂರ್ಣ ಚಿತ್ರಣವನ್ನಲ್ಲ. ಮುಂದಿನ ದಿನಗಳಲ್ಲಿ ಪ್ರತಿಯೊಬ್ಬರ ಬಗ್ಗೆಯೂ ಪ್ರತ್ಯೇಕವಾಗಿಯೇ ಸಮಗ್ರವಾದ ಹೊತ್ತಿಗೆಯನ್ನು ಪ್ರಕಟಿಸುವ ಯೋಚನೆಯಿದೆ.

ನಾನು ಈ ಹಿಂದೆ ಬರೆದ 'ಕೋವಿಡ್ ಕಥೆಗಳು' ಕೃತಿಗೆ ಸಿಕ್ಕ ಮನ್ನಣೆಯೇ ನನಗೆ ಈ ಹಿರಿಯರ ಕಥನಗಳನ್ನೂ ಪುಸ್ತಕವಾಗಿಸಲು ಪ್ರೇರೇಪಣೆಯನ್ನು ನೀಡಿತು. ಕೋವಿಡ್ ನಂತಹ ಕರಾಳ ಕಾಲದಲ್ಲಿ ಮಾಧ್ಯಮ ಲೋಕ ತತ್ತರಿಸಿದ ಬಗೆಯನ್ನೂ, ಕರ್ನಾಟಕ ಕಾರ್ಯನಿರತ ಪತ್ರಕರ್ತರ ಸಂಘ ಆಸರೆಯಾದ ರೀತಿಯನ್ನೂ ನಾವು ಪುಸ್ತಕವಾಗಿ ಪ್ರಕಟಿಸಿದ್ದು ಮಾಧ್ಯಮ ರಂಗದ ಒಳಗಿನ ಸಂಕಟವನ್ನು ಜನರಿಗೆ ಅರಿವು ಮಾಡಿಕೊಡಲು ಸಾಧ್ಯವಾಯಿತು. ಈ ಕೃತಿಗೆ ಸಿಕ್ಕ ಮನ್ನಣೆಯೇ ನನಗೆ ಈ ಹಿರಿಯರ ಕಥನವನ್ನೂ ಪುಸ್ತಕವಾಗಿಸುವ ಪ್ರೇರಣೆ ನೀಡಿತು. ಇಲ್ಲಿರುವ ಹಿರಿಯರು ಎಲ್ಲರಿಗೂ ಪರಿಚಯವಾಗಬೇಕು ಎನ್ನುವ ಆಶಯ ನನ್ನದು.

ಈ ಕೃತಿಯನ್ನೂ ನನ್ನ ಮೊದಲಿನ ಪುಸ್ತಕದಂತೆ ಎಲ್ಲರೂ ಓದಿದಲ್ಲಿ ಅದು ನನಗೂ, ಆ ಹಿರಿಯರಿಗೂ ನೆಮ್ಮದಿ ನೀಡುತ್ತದೆ.

– ಶಿವಾನಂದ ತಗಡೂರು

ಅಧ್ಯಕ್ಷರು

ಕರ್ನಾಟಕ ಕಾರ್ಯನಿರತ ಪತ್ರಕರ್ತರ ಸಂಘ

ನಮ್ಮ ಟೀಮ್

ಕೆಯುಡಬ್ಲ್ಯುಜೆ

ಜಿ.ಸಿ.ಲೋಕೇಶ ಪ್ರಧಾನ ಕಾರ್ಯದರ್ಶಿ

ವಾಸುದೇವ ಹೊಳ್ಳ ಖಜಾಂಚಿ

ಸೋಮಶೇಖರ ಗಾಂಧಿ ಮತ್ತು **ಕೆ.ಆರ್.ದೇವರಾಜು**
ರಾಜ್ಯ ಕಾರ್ಯಕಾರಿ ಸಮಿತಿ ಸದಸ್ಯರು

ಜಿಯುಡಬ್ಲ್ಯುಜೆ

ನರೇಂದ್ರ ಪಾರಿಕಟ್ ಪ್ರಧಾನ ಕಾರ್ಯದರ್ಶಿ

ಶಿವರಾಜ್ ಖಜಾಂಚಿ

ಜಕ್ರೀಯಾ ಉಪಾಧ್ಯಕ್ಷರು

ವಿಶೇಷ ಸಹಕಾರ

ಬಿ.ವಿ.ಮಲ್ಲಿಕಾರ್ಜುನಯ್ಯ
ಅಧ್ಯಕ್ಷರು, ಭಾರತೀಯ ಕಾರ್ಯನಿರತ ಪತ್ರಕರ್ತರ ಸಂಘ

ಎಚ್.ಬಿ.ಮದನಗೌಡ
ಅಪರ ಪ್ರದಾನ ಕಾರ್ಯದರ್ಶಿ, ಭಾರತೀಯ ಕಾರ್ಯನಿರತ ಪತ್ರಕರ್ತರ ಸಂಘ

ಪೋಟೋ ಮತ್ತು ವಿಡಿಯೊ
ಶರಣ ಬಸಪ್ಪ, ಪ್ರಶಾಂತ್

ಪಯಣದಲ್ಲಿ ನಮ್ಮೊಂದಿಗೆ

ಕಂ.ಕ.ಮೂರ್ತಿ
ಶಾಂತಲಾ ಧರ್ಮರಾಜ್
ಮಾಲತಿ ಭಟ್
ಈಶ್ವರ ದೈತೋಟ
ರವಿ ಹೆಗಡೆ
ಜೋಗಿ
ಬಾಲಸುಬ್ರಹ್ಮಣ್ಯ
ಎಚ್ ಬಿ ದಿನೇಶ್
ಎಂ ಎ ಪೊನ್ನಪ್ಪ
ಬಿ.ಪಿ.ಮಲ್ಲಪ್ಪ
ಎಲ್ ಹೂಗಾರ
ದಿನೇಶ್ ಗೌಡಗೆರೆ
ಬಾಳ್ಳು ಗೋಪಾಲ್
ಭವಾನಿ ಸಿಂಗ್ ಠಾಕೂರ್
ಶಿವಕುಮಾರ ಸ್ವಾಮಿ
ವೆಂಕಟೇಶ್ ಮೂರ್ತಿ
ಕೆ ವಿ ಪರಮೇಶ್
ಕೆ ಎಸ್ ಸೋಮಶೇಖರ್
ಸುಬ್ಬಯ್ಯ ಕಟ್ಟಿ
ಅಪ್ಪಾರಾವ್ ಸೌದಿ
ಬಿ ಕೆ ಸುಮತಿ
ಗೊರೂರು ಪಂಕಜ
ಯಶೋದ ರಾಜು
ಕೆ ಶಂಭುಲಿಂಗ
ಎನ್ ರವಿಕುಮಾರ್
ಕೆ ಆರ್ ಮಂಜುನಾಥ್

ಮೈಸೂರು ಪತ್ರಕರ್ತರ ಬಳಗ
ಹಾಸನ ಪತ್ರಕರ್ತರ ಬಳಗ
ಬೆಂಗಳೂರು ಪ್ರೆಸ್ ಕ್ಲಬ್ ಬಳಗ

ಕರ್ನಾಟಕ ಕಾರ್ಯನಿರತ ಪತ್ರಕರ್ತರ ಸಂಘದ ಪದಾಧಿಕಾರಿಗಳು

ಶಿವಾನಂದ ತಗಡೂರು
ಅಧ್ಯಕ್ಷರು

ಪುಂಡಲೀಕ ಭೀ ಬಾಳೋಜಿ
ಅಜ್ಜಮಾಡ ರಮೇಶ್ ಕುಟ್ಟಪ್ಪ
ಭವಾನಿಸಿಂಗ್ ಠಾಕೂರ್
ಉಪಾಧ್ಯಕ್ಷರು

ಜಿ.ಸಿ. ಲೋಕೇಶ
ಪ್ರಧಾನ ಕಾರ್ಯದರ್ಶಿ

ಮತ್ತೀಕೆರೆ ಜಯರಾಮ
ಸೋಮಶೇಖರ ಕೆರಗೋಡು
ನಿಂಗಪ್ಪ ಚಾವಡಿ
ಕಾರ್ಯದರ್ಶಿಗಳು

ವಾಸುದೇವ ಹೊಳ್ಳ
ಖಜಾಂಚಿ

ಹಲವು ಹೆಜ್ಜೆಗಳು...

ಕಲ್ಲೆ ಶಿವೋತ್ತಮರಾವ್

ನಿತ್ರಾಣಗೊಂಡವರ ಉಸಿರಾಟದ ತಾಣ

ಬಾಲ್ಯ ಎಂದಾಕ್ಷಣ ಎಲ್ಲರ ಕಣ್ಣುಗಳಲ್ಲಿ ಜಗತ್ತಿಗೆ ಹಂಚಿ ಉಳಿಯುವಷ್ಟು ಬೆಳಕು ಮೂಡುತ್ತದೆ. ಅದರ ಹಿಂದೆಯೇ ಆಡಿದ ನೂರಾರು ಬಗೆಯ ಆಟಗಳು, ಮಾಡಿದ ಚೇಷ್ಟೆಗಳು, ಮುರಿದ ಆಟಿಕೆಗಳ ಅವಶೇಷಗಳು ಮತ್ತು ತಿಂದ ಪೆಟ್ಟುಗಳು ಮಿಂಚಿನ ವೇಗದಲ್ಲಿ ನೆನಪಾಗುತ್ತವೆ. ಆ ವಯಸ್ಸಿನಲ್ಲಿ ಆಟ ಮತ್ತು ಇಷ್ಟದ ತಿಂಡಿಯ ಚಿಂತೆಯೊಂದು ಬಿಟ್ಟರೆ ಬೇರೆ ಯಾವುದರ ಕಡೆಯೂ ಗಮನವಿರುವುದಿಲ್ಲ ಆದರೆ ಈ ಹುಡುಗನಿಗೆ ತನ್ನ 12 ನೇ ವಯಸ್ಸಿನಲ್ಲಿಯೇ ಈ ಆಟೋಟಗಳು ವಿಪರೀತ ಬೇಸರವೆನಿಸಿ ಪತ್ರಕರ್ತರಾದ ತನ್ನ ತಂದೆಯ ಪುಸ್ತಕಗಳ ಮೇಲೆಯೇ ಹೆಚ್ಚಿನ ಗಮನವಿರುತ್ತಿತ್ತು. ಸದಾ ಒಂದಿಲ್ಲೊಂದು ಪುಸ್ತಕ ಓದುತ್ತಲೇ ಇರುವುದು ಇಲ್ಲವೇ ಪತ್ರಿಕೆಗಳ ಲೇಖನಗಳನ್ನು ಗಮನವಿಟ್ಟು ಪರಿಶೀಲಿಸುವುದು ಈತನ ನೆಚ್ಚಿನ ಹವ್ಯಾಸವಾಗಿತ್ತು.

ತನ್ನ 14 ನೆಯ ವಯಸ್ಸಿಗೇನೆ ಈ ಹುಡುಗ ಮಂಗಳೂರಿನ 'ನವ ಭಾರತ' ಪತ್ರಿಕೆಗೆ ವರದಿಗಾರನಾಗಿ ತನ್ನ ಪತ್ರಕರ್ತನ ವೃತ್ತಿಯನ್ನು ಆರಂಭಿಸುತ್ತಾನೆ ಎಂದರೆ ಆತನ ಪಾಂಡಿತ್ಯದ ಅಂದಾಜನ್ನು ಊಹಿಸಿಕೊಳ್ಳಿ. ಅದರ ನಂತರ ಕಡೆಂಗೋಡ್ಲು ಶಂಕರ ಭಟ್ಟರ 'ರಾಷ್ಟ್ರಬಂಧು' ವಾರ ಪತ್ರಿಕೆಗೆ ಈ ಹುಡುಗ ಸೇರಿ ಅಲ್ಲೂ 'ಸೈ' ಎನಿಸಿಕೊಳ್ಳುತ್ತಾನೆ. ಆಮೇಲೆ 'ರಾಷ್ಟ್ರಮತ' ಪತ್ರಿಕೆಯಲ್ಲೂ ಕೆಲ ಕಾಲ ಕೆಲಸ ಮಾಡಿ ಅಲ್ಲಿಂದ ಆತನ ಪಯಣ ಬೆಂಗಳೂರೆಂಬ ಕನಸುಗಳ ನಗರಿಗೆ ವರ್ಗಾವಣೆಯಾಗುತ್ತದೆ.

ಬಿ.ಎನ್. ಗುಪ್ತ ಅವರ 'ಜನಪ್ರಗತಿ' ಪತ್ರಿಕೆಯ ಜಗುಲಿ ಈ ಹುಡುಗನ ಖಾಯಂ ಜಾಗ ಆಗುತ್ತದೆ. ಆ ಹುಡುಗನೇ ಕನ್ನಡ ಪತ್ರಿಕೋದ್ಯಮದಲ್ಲಿ ಹಲವಾರು ಮಹತ್ತರ ಪ್ರಯೋಗಗಳನ್ನು ಯಶಸ್ವಿಯಾಗಿ ಮಾಡಿದ, ಕಾಳೇಗೌಡ ನಾಗವಾರ, ಬೆಸಗರಹಳ್ಳಿ ರಾಮಣ್ಣ ಹಾಗೂ ಪಿ. ಲಂಕೇಶ್ ಅವರಂತಹ ದೈತ್ಯ ಪ್ರತಿಭೆಗಳ ಮೊದಲ ಬರಹಗಳನ್ನು ತಮ್ಮ ಪತ್ರಿಕೆಯಲ್ಲಿ ಪ್ರಕಟಿಸಿ ಅವರಿಗೆ ಕನ್ನಡ ಸಾಹಿತ್ಯ ಲೋಕದಲ್ಲಿ ಅಜರಾಮರವಾದ ಸಾಧನೆಯನ್ನು ಮಾಡಲು ಪ್ರೋತ್ಸಾಹ ನೀಡಿದ, ಬಹು ಭಾಷಾ ವಿದ್ವಾಂಸರೂ ಆದ ಕಲ್ಲೆ ಶಿವೋತ್ತಮ ರಾಯರು.

ಒಂದು ದಿನ ದೇವರಾಜ ಅರಸು ಅವರು ಇವರ ಮನೆಗೆ ತಮ್ಮ ನೆಚ್ಚಿನ ಫಿಯೆಟ್ ಕಾರ್‌ನಲ್ಲಿ ಬರುತ್ತಾರೆ. ಇಬ್ಬರೂ ಆ ಫಿಯೆಟ್ ಕಾರ್ ಏರಿ ಅದನ್ನೇ ಅಧಿಕೃತ ಕಛೇರಿ ಎಂದುಕೊಂಡು ರಾಜ್ಯದ ಆಗು ಹೋಗುಗಳ ಕುರಿತು ಚರ್ಚೆ ಮಾಡುತ್ತಾರೆ. ಆ ಸಂದರ್ಭದಲ್ಲಿ ಅರಸು ಅವರು ರೈತರು ಎದುರಿಸುತ್ತಿರುವ ಸಂಕಷ್ಟಗಳ ಕುರಿತು ಮರುಗುತ್ತಾರೆ. ಆಗ ಅವರಿನ್ನೂ ಮುಖ್ಯಮಂತ್ರಿ ಆಗಿರಲಿಲ್ಲ. ಮಾತುಕತೆಯ ನಂತರ ಕಲ್ಲೆ ಅವರು ಅವರಿಗೆ ಮುಖ್ಯವಾದ ಮೂರು ಸಲಹೆಗಳನ್ನು ನೀಡುತ್ತಾರೆ. ಒಂದು ರೈತರ ಬದುಕು ಉತ್ತಮಗೊಳಿಸಬೇಕು, ಎರಡನೆಯದು ಬೃಹನ್ ಮೈಸೂರು ಎನ್ನುವ ಹೆಸರನ್ನು 'ಕರ್ನಾಟಕ' ಎಂದು ಬದಲಾಯಿಸುವುದು ಮತ್ತೊಂದು ಉಳುವವನನ್ನೇ ಹೊಲದೊಡೆಯನಾಗಿ ಮಾಡುವುದು. ಇವರು ಹೀಗೆ ಚರ್ಚೆ ಮಾಡಿದ ನಂತರ ಇವುಗಳ ಅನುಷ್ಠಾನವನ್ನು ಅರಸು ಮಾಡುತ್ತಾರೆ ಎನ್ನುವ ಯಾವ ಅಂದಾಜು ಕಲ್ಲೆ ಅವರಿಗೆ ಇರಲಿಲ್ಲ. ಆದರೆ ನಂತರದ ವರ್ಷಗಳಲ್ಲಿ ಅರಸು ಅವರು ಮುಖ್ಯಮಂತ್ರಿ ಆದ ಮೇಲೆ ಈ ಮೂರನ್ನೂ ಜಾರಿಗೆ ತಂದರು. ಈ ಘಟನೆಯಿಂದ ಕಲ್ಲೆ ಅವರು ರಾಜಕಾರಣಿಗಳೊಂದಿಗೆ ಹೊಂದಿದ್ದ ನಿಕಟ ಸಂಪರ್ಕ ಮತ್ತು ನಾಡಿನ ಅಭಿವೃದ್ಧಿಗಾಗಿ ಇವರು ಹೊಂದಿದ್ದ ಒಳನೋಟಗಳ ಮಹತ್ವ ನಮಗೆ ತಿಳಿಯುತ್ತದೆ.

ಇವರು ಮನಸು ಮಾಡಿದ್ದರೆ ತಮಗಿದ್ದ ಇಂತಹ ಸಂಪರ್ಕಗಳನ್ನು ಬಳಸಿಕೊಂಡು ಬೇಕಾದಷ್ಟು ಆಸ್ತಿಯನ್ನು ನೈತಿಕವಾಗಿಯೇ ಮಾಡಬಹುದಿತ್ತು ಆದರೆ ಅವರು ಯಾವತ್ತೂ ಹಾಗೆ ಯೋಚಿಸದೇ ರಾಜ್ಯದ ಹಿತಕ್ಕಾಗಿಯೇ ಎಲ್ಲವನ್ನು ಬಳಸಿದರು. ಆಗ ಕಲ್ಲೆ ಅವರು ಯಾವುದಾದರೂ ಬರಹವನ್ನು ಬರೆಯುತ್ತಾರೆ ಎಂದು ಗೊತ್ತಾದರೆ ಸಾಕು ಇಡೀ ರಾಜ್ಯ ಆ ಬರಹಕ್ಕಾಗಿ ಕಾಯುತ್ತಿತ್ತು. ಇವರ ಮನೆಯಲ್ಲಿನ ಪುಸ್ತಕಗಳನ್ನು ನೋಡಿದರೆ ಯಾರಾದರೂ ದಂಗಾಗುತ್ತಾರೆ. ವಿಶ್ವವಿದ್ಯಾಲಯವೊಂದರ ಪ್ರಸಾರಾಂಗದಲ್ಲಿ ಇರುವಷ್ಟು ಪುಸ್ತಕಗಳು ಇವರ ಮನೆಯಲ್ಲಿ ಇವೆ. ಇದು ಇವರ ಅಧ್ಯಯನಶೀಲತೆಯ ವ್ಯಾಪ್ತಿಯನ್ನು ನಮಗೆ ತಿಳಿಸುತ್ತದೆ. 'ಜನಪ್ರಗತಿ' ಮೂಲಕ ಬಹು ದೊಡ್ಡ ಸಾಮಾಜಿಕ ಕ್ರಾಂತಿಯನ್ನು ಮಾಡಿದರು. ನಂತರದ ದಿನಗಳಲ್ಲಿ ಶಾಂತವೇರಿ ಗೋಪಾಲಗೌಡರು, ಕಲ್ಲೆ ಅವರು, ಪ್ರಜಾವಾಣಿ ಸೇರಲು ಕಾರಣರಾದರು. ಕೆಲಕಾಲ ಅಷ್ಟೇ. ಕಲ್ಲೆ ಅವರು ರಾಜೀನಾಮೆ ನೀಡಿ ಹೊರಬಂದರು.

“ಹಾಗೆ ಹೊರಗೆ ಬಂದ ನಂತರ ಏನು ಮಾಡಿದ್ರಿ ಸರ್? ಯಾವ ಪತ್ರಿಕೆ ಸೇರಿಕೊಂಡಿರಿ?” ಅಂತ ನಾನು ಕೂಡ ಬೇಸರದಿಂದಲೇ ಕೇಳಿದೆ ಆಗ ಅವರು ಹೇಳಿದ ಉತ್ತರ ಪತ್ರಕರ್ತರಾದವರು ಯಾವತ್ತೂ ನೆನಪಿನಲ್ಲಿಟ್ಟುಕೊಳ್ಳುವಂಥದ್ದು. “ನಾನು ಅಲ್ಲಿಂದ ಬಂದ ಮೇಲೆ ಸುಮಾರು ಏಳು ವರ್ಷಗಳ ಕಾಲ ಮನೆಯಲ್ಲಿಯೇ ಇದ್ದೆ. ಹಲವಾರು ಜನರಿಗೆ ಪುಸ್ತಕಗಳನ್ನು ಬರೆದುಕೊಟ್ಟೆ ಆದರೆ ಯಾವ ಪುಸ್ತಕಕ್ಕೂ ನನ್ನ ಹೆಸರು ಹಾಕಿಕೊಳ್ಳದೇ 'ಘೋಸ್ಟ್ ರೈಟರ್' ಕೆಲಸ ಮಾಡಿದೆ ಅದರಲ್ಲಿ ಮನೆ ನಡೆಸಿದೆ. ಮದ್ರಾಸ್‌ನಲ್ಲಿದ್ದ ಅಮೇರಿಕನ್ ಸಂಸ್ಥೆಯೊಂದಕ್ಕೆ ಅನುವಾದಕನಾಗಿಯೂ ದುಡಿಯುತ್ತಿದ್ದೆ” ಅಂತ ಹೇಳಿದರು. ಘಟಾನುಘಟಿ ರಾಜಕಾರಣಿಗಳು ಇವರ ಮಾತುಗಳನ್ನು ಕೇಳಲು ತುದಿಗಾಲಿನಲ್ಲಿ ನಿಂತಿದ್ದರೂ ಇವರು ಯಾರ ಸಹಾಯವನ್ನು ಕೇಳಲಿಲ್ಲ ಅನ್ನುವುದು ಇವರ ಸ್ವಾಭಿಮಾನಕ್ಕೆ ಹಿಡಿದ ಕನ್ನಡಿ. ತಮ್ಮ ಮನೆಗೆ ಬರುತ್ತಿದ್ದ ಉನ್ನತ ಪದವಿಯ ರಾಜಕಾರಣಿ ಹಾಗೂ ಒಬ್ಬ ಸಾಮಾನ್ಯ ಕಂಪೋಜಿಟರ್ ಇವರಿಬ್ಬರನ್ನೂ ಒಂದೇ ರೀತಿಯ ಗೌರವದಿಂದ ನಡೆಸಿಕೊಳ್ಳುತ್ತಿದ್ದರು. ಒಬ್ಬ ತರಕಾರಿ ಮಾರುವ ಮಹಿಳೆ ಮತ್ತು ವಿ.ವಿ. ಯೊಂದರ ವಿದ್ವಾಂಸ ಇಬ್ಬರ ಮಾತುಗಳನ್ನೂ ಅಷ್ಟೇ ತನ್ಮಯತೆಯಿಂದ ಕೇಳಿಸಿಕೊಳ್ಳುತ್ತಿದ್ದ ಇವರ ಗ್ರಹಿಕೆ ಅಸಾಮಾನ್ಯವಾದದ್ದು. ದಲಿತರು ಮುಖ್ಯವಾಹಿನಿಗೆ ಬರಬೇಕೆಂದು ಯಾವತ್ತೂ ಹಪಹಪಿಸುತ್ತಿದ್ದ ಇವರು, ದುಶ್ಚಟಗಳಿಗೆ ಬಲಿಯಾಗದಿರಿ ಮತ್ತು ಅಧ್ಯಯನಶೀಲರಾಗಿ ಎಂದು ಹೇಳುತ್ತಿದ್ದರು.

ಲೋಹಿಯಾ, ಪೆರಿಯಾರ್ ಮತ್ತು ಮಾರ್ಕ್ಸ್ ಚಿಂತನೆಗಳಿಂದ ಪ್ರಭಾವಿತರಾಗಿದ್ದ ಕಲ್ಲೆ ಅವರು 70 ರ ದಶಕದಲ್ಲಿಯೇ ಪೆರಿಯಾರ್ ಅವರನ್ನು ಬೆಂಗಳೂರಿಗೆ ಕರೆಯಿಸಿ

ಅವರಿಂದ ಭಾಷಣ ಮಾಡಿಸಿದ್ದರು. ಹಿಂದುಳಿದ ವರ್ಗಗಳಿಗೆ ಮೀಸಲಾತಿ ಕಲ್ಪಿಸುವ ಸಲುವಾಗಿ ರಚನೆಗೊಂಡಿದ್ದ 'ಹಾವನೂರ ಆಯೋಗ'ದ ರೂಪುರೇಷಗಳ ಹಿಂದೆ ಕಲ್ಲೆ ಅವರ ಶ್ರಮವಿತ್ತು. ಇವರ ಗರಡಿಯಲ್ಲಿ ಪಳಗಿದ ಅನೇಕರು ಇಂದು ರಾಜ್ಯದಲ್ಲಿ ದೊಡ್ಡ ಹೆಸರು ಮಾಡಿದ್ದಾರೆ ವಿಶೇಷವೇನೆಂದರೆ ಮಲ್ಲಿಕಾರ್ಜುನ ಖರ್ಗೆ ಮತ್ತು ವೀರಪ್ಪ ಮೊಯ್ಲಿ ಸೇರಿದಂತೆ ಇನ್ನಿತರ ತಳ ಸಮುದಾಯದ ರಾಜಕಾರಣಿಗಳ ಬೆಳವಣಿಗೆಯಲ್ಲಿ ಇವರ ಪಾತ್ರ ಮಹತ್ವದ್ದಾಗಿದೆ. "80ರ ದಶಕದಲ್ಲಿ ರೂಪುಗೊಂಡ ರೈತ, ಸಾಹಿತ್ಯ, ಸಾಂಸ್ಕೃತಿಕ ಮತ್ತು ವಿದ್ಯಾರ್ಥಿ ಚಳವಳಿಗಳು ಕರ್ನಾಟಕವನ್ನು ಅದರ ಅಭಿವೃದ್ಧಿಯ ಉತ್ತುಂಗಕ್ಕೆ ಕೊಂಡೊಯ್ದವು ಆದರೆ ಈ ಚಳವಳಿಗಳು ಕುಡಿಯೊಡೆಯಲು 70ರ ದಶಕದಲ್ಲಿ ಕಲ್ಲೆ ಅವರು ತಮ್ಮ 'ಜನಪ್ರಗತಿ' ಪತ್ರಿಕೆ ಮೂಲಕ ಮಾಡಿದ ಕ್ರಾಂತಿ ಹಾಗೂ ಅವರ ಜೊತೆಗಾರರು ಮಾಡಿದ ಕೆಲಸಗಳೇ ಮುಖ್ಯ ಪ್ರೇರಣೆಯಾಗಿದ್ದವು.

'ಜನಪ್ರಗತಿ' ಎಂದರೆ ಬರೀ ಪತ್ರಿಕೆಯಲ್ಲ ಅದೊಂದು ಉಸಿರಾಟದ ತಾಣವಾಗಿತ್ತು." ಎಂದು ಹಿರಿಯ ಪತ್ರಕರ್ತ ಜಿ.ಎನ್. ಮೋಹನ್ ಅವರು ಕಲ್ಲೆ ಅವರ ಕುರಿತು ಹೇಳುತ್ತಾರೆ. ನಾವು ಅವರ ಮನೆಗೇ ಹೋಗಿ ಅವರ ಅಂಗಳದಲ್ಲಿಯೇ ಸನ್ಮಾನ ಮಾಡಿ ಗೌರವಿಸಿದ್ದನ್ನು ನೋಡಿ ಭಾವುಕರಾದ ಕಲ್ಲೆ ಅವರ ಕಣ್ಣೀರ ಹನಿಗಳ ಬಿಸಿಯನ್ನು ನನ್ನ ಹೃದಯದಲ್ಲಿ ಯಾವತ್ತೂ ಆರದಂತೆ ಕಾಪಿಟ್ಟುಕೊಳ್ಳುತ್ತೇನೆ.

ಸಿ ಆರ್ ಕೃಷ್ಣರಾವ್

ನಡೆದಾಡುವ ವಿಶ್ವಕೋಶದ ಮನೆಯಲ್ಲಿ...

‘1942’ ಈ ಇಸ್ವಿ ನೆನಪಾದ ಕೂಡಲೇ ಪ್ರತಿಯೊಬ್ಬ ಭಾರತೀಯನ ಮೈಮನಗಳಲ್ಲಿ ವಿದ್ಯುತ್ ಸಂಚಾರವಾದಂತೆ ಆಗುತ್ತದೆ. ಜಾಗತಿಕ ಇತಿಹಾಸದಲ್ಲಿ ಮಹತ್ವದ ಸ್ಥಾನ ಪಡೆದುಕೊಂಡ ವರ್ಷವಿದು. ಮಹಾತ್ಮ ಗಾಂಧೀಜಿ ಅವರು ಆರಂಭಿಸಿದ ‘ಕ್ವಿಟ್ ಇಂಡಿಯಾ ಚಳುವಳಿ’ಯ ಈ ವರ್ಷವು ಅಖಂಡ ಭಾರತದಲ್ಲಿ ಕ್ರಾಂತಿಯ ಪ್ರವಾಹವನ್ನೇ ಹರಡಿತ್ತು. ಗಾಂಧೀಜಿ ಅವರ ಕರೆಗೆ ಓಗೊಟ್ಟು ಭಾರತದಾದ್ಯಂತ ಶಾಲಾ ಕಾಲೇಜುಗಳನ್ನು ತೊರೆದ ವಿದ್ಯಾರ್ಥಿಗಳು ಈ ಚಳುವಳಿಯ ಪ್ರವಾಹದಲ್ಲಿ ಧುಮುಕಿದರು ಹಾಗೆ ಧುಮುಕಿದ ಹುಡುಗರಲ್ಲಿ ಬೆಂಗಳೂರಿನ ಹುಡುಗ ಸಿ.ಆರ್. ಕೃಷ್ಣರಾವ್ ಕೂಡ ಒಬ್ಬರು.

ತಮ್ಮ ವಿದ್ಯಾರ್ಥಿ ದೆಸೆಯಲ್ಲಿಯೇ ಇಂಥ ಮಹತ್ವದ ಹೋರಾಟದಲ್ಲಿ ಕೆಚ್ಚಿನಿಂದ ಪಾಲ್ಗೊಂಡ ಇವರು ತಮ್ಮ ಜೀವಮಾನ ಪೂರ್ತಿ ಸಮಾಜದ ಅಭಿವೃದ್ಧಿಗಾಗಿ ಹೋರಾಡುತ್ತಲೇ ಇದ್ದರು. ಆ ಸಮಯದಲ್ಲಿಯೇ ಇವರು ಭಾರತದ ಪ್ರಮುಖ ಸಂಘಟನೆಯಾಗಿದ್ದ ‘All India Students Federation (AISF)’ನ ಸದಸ್ಯತ್ವ ಪಡೆದುಕೊಂಡು ಅದರ ಮೂಲಕ ತಮ್ಮ ಹೋರಾಟವನ್ನು ಮುಂದುವರಿಸಿದರು.

ಸ್ವಾತಂತ್ರ್ಯ ಹೋರಾಟದ ಅದಮ್ಯ ಚೇತನವನ್ನು ಎದೆಯೊಳಗೆ ಇಟ್ಟುಕೊಂಡಿದ್ದ ಇವರು ತಮ್ಮ ಆ ಸಣ್ಣ ವಯಸ್ಸಿನಲ್ಲಿಯೇ ಸ್ವಾತಂತ್ರ್ಯ ಹೋರಾಟಗಾರರಿಗೆ, ಭೂಗತ

ಕಮ್ಯೂನಿಸ್ಟ್ ನಾಯಕರಿಗೆ ಮೆಸೆಂಜರ್ ಆಗಿ ತಮ್ಮ ಪ್ರಾಣವನ್ನೂ ಲೆಕ್ಕಿಸದೇ ಕೆಲಸ ಮಾಡಿದರು. ಹೀಗೆ ಕಮ್ಯೂನಿಸ್ಟ್ ಹಿನ್ನೆಲೆಯಿದ್ದ ಕೃಷ್ಣರಾವ್ ಅವರು ಆಗಿನ ತಮ್ಮ ಧ್ಯೇಯೋದ್ದೇಶಗಳಿಗೆ ಅನುಗುಣವಾಗಿ ಹಾಗೂ ಜನಸಾಮಾನ್ಯರ ಬದುಕನ್ನು ಉತ್ತಮಗೊಳಿಸುವುದಕ್ಕಾಗಿ, ಅವರಿಗೂ ಕೂಡ ಕನಸುಗಳನ್ನು ಕಾಣುವ ಹಕ್ಕಿದೆಯೆಂದೂ ಆ ಹಕ್ಕು ಮತ್ತು ಬಾಧ್ಯತೆಗಳನ್ನು ಪರಿಣಾಮಕಾರಿಯಾಗಿ ಅವರಿಗೆ ತಿಳಿಸಬೇಕೆಂದು ನಿರ್ಧರಿಸಿ 'ಜನಶಕ್ತಿ' ಪತ್ರಿಕೆಯಲ್ಲಿ ಪತ್ರಕರ್ತರಾಗಿ ಸೇರಿಕೊಂಡರು. ಹೀಗೆ ಪತ್ರಕರ್ತರಾಗಿ ಸೇವೆ ಮಾಡುವ ಸಂದರ್ಭದಲ್ಲಿ ಯಾವತ್ತೂ ಕಾರ್ಮಿಕರ ಪರವಾದ ಕನಸುಗಳನ್ನು ಹೊತ್ತುಕೊಂಡು ತಿರುಗಾಡುತ್ತಿದ್ದರು. ಇದಾದ ನಂತರ ತಮ್ಮ ಗೆಳೆಯರೊಂದಿಗೆ ಸಿನೆಮಾ ಪತ್ರಿಕೆ 'ಮೇನಕಾ'ವನ್ನು ಸ್ಥಾಪಿಸಿ ಸಂಪಾದಕರಾಗಿ ಕೆಲಸ ಮಾಡತೊಡಗಿದರು. ಆ ಸಂದರ್ಭದಲ್ಲಿ ಮನೋರಂಜನೆಗಾಗಿಯೇ ಇದ್ದ ಬೆರಳೆಣಿಕೆಯ ಪತ್ರಿಕೆಗಳಲ್ಲಿ 'ಮೇನಕಾ'ವು ಕೂಡ ಒಂದು.

'ಜನಶಕ್ತಿ' ಪತ್ರಿಕೆಯ ಆರಂಭದ ದಿನಗಳಲ್ಲಿ ತಾವೇ ಅಚ್ಚುಮೊಳೆಗಳನ್ನು ಜೋಡಿಸಿಕೊಳ್ಳುವುದು, ತಾವೇ ಪೇಂಟಿಂಗ್ ಮಾಡುವುದು ಹಾಗೂ ಪತ್ರಿಕೆಗಳ ಬಂಡಲ್ಲುಗಳನ್ನು ಹೊತ್ತುಕೊಂಡು ಹೋಗಿ ಮಾರುವುದು ಹೀಗೆ ಪ್ರತಿಯೊಂದು ವಿಭಾಗದಲ್ಲೂ ಕೃಷ್ಣರಾವ್ ಅವರು ಅತ್ಯುತ್ಸಾಹದಿಂದ ಪಾಲ್ಗೊಳ್ಳುತ್ತಿದ್ದರು. ಪತ್ರಕರ್ತರಾಗಿ ತಮ್ಮ ಜವಾಬ್ದಾರಿಗಳನ್ನು ನಿಭಾಯಿಸುತ್ತಲೇ ಕಮ್ಯುನಿಸ್ಟ್ ಪಕ್ಷದ ಸಕ್ರಿಯ ಕಾರ್ಯಕರ್ತರಾಗಿಯೂ ದುಡಿಯುತ್ತಿದ್ದರು. ಜೊತೆಗೆ ಆಗಿನ ಕಾಲದಲ್ಲಿ ಪತ್ರಕರ್ತರು ಅನುಭವಿಸುತ್ತಿದ್ದ ಹಲವಾರು ಸಮಸ್ಯೆಗಳನ್ನು ಗುರುತಿಸಿದ ಇವರು ಪತ್ರಕರ್ತರ ಸಹಕಾರ ಸಂಘದ ಮೂಲಕ ಆ ಸಮಸ್ಯೆಗಳಿಗೆ ಪರಿಹಾರ ಹುಡುಕಿದರು. ಕರ್ನಾಟಕ ಏಕೀಕರಣವಾಗಿದ್ದರು ಸಹ "ಮೈಸೂರು ರಾಜ್ಯ ಪತ್ರಕರ್ತರ ಸಂಘ" ಮತ್ತು "ಬಾಂಬೆ ರಾಜ್ಯದ ಪತ್ರಕರ್ತರ ಸಂಘ" ಎನ್ನುವ ಎರಡು ಬೇರೆ ಬೇರೆ ಸಂಘಗಳು ಇದ್ದವು. ಇದರಿಂದ ಎರಡೂ ಕಡೆಯ ಪತ್ರಕರ್ತರು ಅನುಭವಿಸುತ್ತಿದ್ದ ಕಷ್ಟಗಳನ್ನು ಮನಗೊಂಡ ಇವರು ಬೆಂಗಳೂರು ಭಾಗದ ಪತ್ರಕರ್ತರು ಮತ್ತು ಉತ್ತರ ಕರ್ನಾಟಕ ಭಾಗದ ಪತ್ರಕರ್ತರ ಜೊತೆ ನಿರಂತರವಾಗಿ ಸಂಪರ್ಕ ಇಟ್ಟುಕೊಂಡು ಅವರ ಮನವೊಲಿಸಿ ಎರಡೂ ಸಂಘಗಳನ್ನು ಒಂದು ಮಾಡಿ. ಪತ್ರಕರ್ತರು ಅನುಭವಿಸತ್ತಿದ್ದ ಅನೇಕ ಸಮಸ್ಯೆಗಳಿಗೆ ಪರಿಹಾರ ನೀಡುವಂತೆ ನೋಡಿಕೊಂಡರು.

ಕನ್ನಡ ನೆಲದ ಪತ್ರಿಕೆಗಳು ಅಲ್ಲದೇ ಆಗಿನ ಮದ್ರಾಸ್ ನಗರದಿಂದ ಪ್ರಕಟವಾಗುತ್ತಿದ್ದ 'ಸೋವಿಯತ್ ಲ್ಯಾಂಡ್' ಪತ್ರಿಕೆಗೂ ಸಿ.ಆರ್.ಕೆ. ಅವರು ಬರೆಯುತ್ತಿದ್ದರು. ಆ ಪತ್ರಿಕೆಯಲ್ಲಿ ಕೆಲಸ ಮಾಡುವ ಸಂದರ್ಭದಲ್ಲಿಯೇ ಭಾರತದಾದ್ಯಂತ 'ಸೋವಿಯತ್ ಉತ್ಸವ' ಜರುಗಿತು. ಭಾರತದ ಎಲ್ಲೆಡೆ ಇದರ ಪ್ರಭಾವ ದಟ್ಟವಾಗಿತ್ತು. ಭಾರತದಿಂದ ರಾಜೀವ್ ಗಾಂಧಿ ಮತ್ತು ರಷ್ಯಾದಿಂದ ಗೋರ್ಬಚೇವ್ ಅವರು ಈ ಉತ್ಸವದ

ಹಿಂದಿನ ಪ್ರೇರಕ ಶಕ್ತಿಯಾಗಿ ನೇರವಾಗಿ ಪಾಲ್ಗೊಂಡು ಇದಕ್ಕೆ ಅಗತ್ಯವಾದ ಪ್ರೋತ್ಸಾಹ ನೀಡಿದ್ದರು. ಈ ಉತ್ಸವ ಬೆಂಗಳೂರಿನಲ್ಲಿಯೂ ಜರುಗಿತು. ಸಿ.ಆರ್. ಕೃಷ್ಣರಾವ್ ಅವರು ಇದರ ಉಸ್ತುವಾರಿಯನ್ನು ವಹಿಸಿಕೊಂಡಿದ್ದರು.

ಈ ಎಲ್ಲಾ ರಚನಾತ್ಮಕ ಕೆಲಸಗಳ ಜೊತೆಗೆ ಇವರ 'ಹೊಸತು' ಪತ್ರಿಕೆಗೆ ಇವರು ಬರೆದ ಲೇಖನಗಳು ಕನ್ನಡದ ಓದುಗರಿಗೆ ಬಹು ದೊಡ್ಡ ಮಾಹಿತಿ ಕಣಜವಾಗಿ ಕಂಡವು. ದೇಶ ವಿದೇಶದ ರಾಜಕೀಯ, ಶೈಕ್ಷಣಿಕ, ಆರ್ಥಿಕ, ಸಾಂಸ್ಕೃತಿಕ ಹಾಗೂ ಐತಿಹಾಸಿಕ ಬೆಳವಣಿಗೆಗಳ ಕುರಿತು ಕನ್ನಡಿಗರಿಗೆ ಕಣ್ಣಿಗೆ ಕಟ್ಟುವಂತೆ ಅರ್ಥ ಮಾಡಿಸಿದ ಇವರನ್ನು ಪತ್ರಕರ್ತರ ವಲಯದಲ್ಲಿ 'ನಡೆದಾಡುವ ವಿಶ್ವಕೋಶ' ಅಂತಲೇ ಕರೆಯುತ್ತಿದ್ದರು. ಜಾಗತಿಕ ಪ್ರಚಲಿತ ವರ್ತಮಾನದ ಕುರಿತು ಇವರು ಯಾವತ್ತೂ update ಆಗಿರುತ್ತಿದ್ದರು. ಉಳಿದವರೂ ಸಹ update ಆಗಿರುತ್ತಿದ್ದರು ಆದರೆ ಕೃಷ್ಣರಾವ್ ಅವರು ಆ ವಿದ್ಯಮಾನಗಳನ್ನು ನೋಡುವ ಕಣ್ಣು ಉಳಿದವರಿಗಿಂತ ಮಹತ್ವದ್ದು ಹಾಗೂ ಭಿನ್ನವಾದದ್ದು ಆಗಿತ್ತು ಎನ್ನುವುದೇ ವಿಶೇಷ. ಜಿ. ರಾಮಕೃಷ್ಣ ಅವರ ನೇತೃತ್ವದಲ್ಲಿ ನವಕರ್ನಾಟಕ ಪಬ್ಲಿಕೇಶನ್ಸ್ ಅವರು ಆಗ 'ಸ್ವಾತಂತ್ರ್ಯೋತ್ತರ ಭಾರತ ಮಾಲಿಕೆ'ಯನ್ನು ಹೊರತಂದರು ಆ ಮಾಲಿಕೆ ಅಡಿಯಲ್ಲಿ ಇವರು ಬರೆದ 'ಸ್ವಾತಂತ್ರ್ಯ ನಂತರದ ಭಾರತ' ಕೃತಿಯು ದೇಶದ ಕುರಿತ ಮಹತ್ವದ ಕೃತಿಗಳಲ್ಲಿ ಒಂದಾಗಿ ಹೆಸರು ಮಾಡಿರುವುದು ಇವರ ವಿದ್ವತ್ತಿಗೆ ಸಾಕ್ಷಿಯಾಗಿದೆ.

ಈ ಇಳಿ ವಯಸ್ಸಿನಲ್ಲಿಯೂ ತಮ್ಮ ದೇಹ ಮತ್ತು ಮನಸನ್ನು ಆರೋಗ್ಯವಾಗಿಟ್ಟುಕೊಂಡಿರುವ ಕೃಷ್ಣರಾವ್ ಅವರ ಬಹು ಶಿಸ್ತೀಯ ಅಧ್ಯಯನ ಮತ್ತು ವಿಭಿನ್ನ ನೋಟಗಳು ಇವತ್ತಿಗೂ ನಮ್ಮ ಸಹಾಯಕ್ಕೆ ಬರುತ್ತವೆ. ಯುವ ಪತ್ರಕರ್ತರು ಇವರನ್ನು ಭೇಟಿಯಾಗಿ ಒಂದು ಸಂವಾದ ಮಾಡಿದರೆ ಸಾಕು ವಿಶ್ವವಿದ್ಯಾಲಯದ ಗ್ರಂಥಾಲಯದಲ್ಲಿ ದಿನಗಟ್ಟಲೇ ಓದಿದ ಅನುಭವ ಸಿಗುತ್ತದೆ. ಇವರ ಮಾರ್ಗದರ್ಶನದ ಸದುಪಯೋಗ ಪಡಿಸಿಕೊಳ್ಳುವ ಹೊಣೆಗಾರಿಕೆ ನಮ್ಮದಾಗಿದೆ.

ಸಿ.ಆರ್. ಕೃಷ್ಣರಾವ್ ಅವರು ಇತ್ತೀಚೆಗೆ ನಮ್ಮನ್ನು ಅಗಲಿದರು.

ಪಿ ರಾಮಯ್ಯ

ಏನ್ರೀ, ಇದನ್ನ ಫಿಶ್ ಮಾರ್ಕೆಟ್ ಅನ್ಕೊಂಡಿದಿರಾ?

'ತುಂಗಭದ್ರಾ ಪ್ರಾಜೆಕ್ಟ್'ನ ಪ್ರದೇಶದಲ್ಲಿ 'ಲೋಕಲೈಜೇಶನ್ ಸಿಸ್ಟಮ್' ಅಂತ ಮಾಡಿದ್ರು ನಿಗದಿತ ಪ್ರದೇಶದಲ್ಲಿ ನಿಗದಿ ಪಡಿಸಿದ ಬೆಳೆಗಳನ್ನು ಮಾತ್ರ ಬೆಳೆಯಬೇಕೆಂಬ ನಿಯಮವದು. ಆದರೆ ಅಲ್ಲಿನ ರೈತರು ಕಬ್ಬು ಮತ್ತು ಭತ್ತ ಬೆಳೆದರೆ ಮಾತ್ರ ಹೆಚ್ಚಿನ ಆದಾಯ ಗಳಿಸಬಹುದೆಂದು ಯೋಚಿಸಿ ರಾತ್ರಿ ಸಮಯದಲ್ಲಿ ನೀರಿನ ನಿಯಂತ್ರಣಕ್ಕಾಗಿ ಇದ್ದ ವ್ಯವಸ್ಥೆಯೊಂದನ್ನು ಕಿತ್ತು ಹಾಕಿ ನಿಗದಿಪಡಿಸಿದ್ದಕ್ಕಿಂತ ಹೆಚ್ಚಿನ ನೀರನ್ನು ತಾವೇ ಹರಿಸಿಕೊಂಡರು. ಈ ಘಟನೆಯ ಕುರಿತು ವರದಿ ಮಾಡುವಂತೆ ನನ್ನನ್ನು ಅಲ್ಲಿಗೆ ಕಳಿಸಲಾಯಿತು. ನಾನು ನೇರವಾಗಿ ಜಿಲ್ಲಾಧಿಕಾರಿಯವರನ್ನು ಭೇಟಿಯಾಗದೆ ಸ್ಥಳೀಯ ರೈತರನ್ನು ಭೇಟಿಯಾಗಲು ನಿರ್ಧರಿಸಿದೆ. ಅದರಂತೆ 15 ದಿನಗಳ ಕಾಲ ಈ ಪ್ರೇಶದಲ್ಲಿ ಸುತ್ತಾಡಿ ರೈತರನ್ನು ಮತ್ತು ಸಂಬಂಧಿಸಿದ ಅಧಿಕಾರಿಗಳನ್ನು ಭೇಟಿಯಾಗಿ ಅಧ್ಯಯನ ನಡೆಸಿ ಅದರ ನಂತರ ಜಿಲ್ಲಾಧಿಕಾರಿಗಳನ್ನು ಭೇಟಿಯಾದೆ.

ಮೊದಲಿಗೆ ನನ್ನೊಂದಿಗೆ ಅತಿ ಗಂಭೀರವಾಗಿ ಒಂದು ಅಂತರವನ್ನು ಇಟ್ಟುಕೊಂಡೆ. ಮಾತನಾಡಿದ ಅವರು. ನಂತರ ನನ್ನ ಅಧ್ಯಯನದ ವಿಷಯ ಗಮನಕ್ಕೆ ಬಂದ ಕೂಡಲೆ ತಮ್ಮ ಮಾತಿನ ವರಸೆಯನ್ನು ಬದಲಾಯಿಸಿಕೊಂಡರು.

ಹೀಗೆ ಪತ್ರಕರ್ತರಾದವರು ತಾವು ಭೇಟಿಯಾಗಬೇಕಾದ ರಾಜಕಾರಣಿ ಯಾರು? ಅಧಿಕಾರಿ ಯಾರು? ಯಾವ ವಿಷಯದ ಕುರಿತು ಪ್ರಶ್ನೆ ಕೇಳಬೇಕು? ಎನ್ನುವ ಸಂಗತಿಗಳ ಕುರಿತು ಪೂರ್ವ ತಯಾರಿ ಮಾಡಿಕೊಂಡು ಹೋದಾಗ. ಸಂಬಂಧಿಸಿದವರು ಕೂಡ ನಿಖರವಾದ ಮಾಹಿತಿ ಕೊಡುವ ಅನಿವಾರ್ಯತೆಗೆ ಸಿಲುಕುತ್ತಾರೆ. ಅದರಿಂದ ಜನರಿಗೆ ಬೇಗ ನ್ಯಾಯ ಸಿಗುತ್ತದೆ. ನನ್ನ ಪತ್ರಿಕೋದ್ಯಮದ ಭರ್ತಿ 50 ವರ್ಷಗಳ ಜೀವನದಲ್ಲಿ ನಾನು ಇದನ್ನು ತಪ್ಪದೇ ಪಾಲಿಸಿದ್ದೇನೆ." ಎಂದು 'ದಿ ಹಿಂದೂ' ಪತ್ರಿಕೆಯ ವರದಿಗಾರರಾಗಿ, ಬ್ಯೂರೋ ಮುಖ್ಯಸ್ಥರಾಗಿ, ಡೆಪ್ಯೂಟಿ ಎಡಿಟರ್ ಆಗಿ, ಬೆಂಗಳೂರು ಆವೃತ್ತಿಯ ಸ್ಥಾನಿಕ ಸಂಪಾದಕರಾಗಿ ಕಾರ್ಯನಿರ್ವಹಿಸಿದ ಹಿರಿಯ ಪತ್ರಕರ್ತರಾದ ಪಿ. ರಾಮಯ್ಯ ಅವರು ತಮ್ಮ ವೃತ್ತಿ ಜೀವನದ ಮಹತ್ವದ ಘಟನೆಗಳ ಕುರಿತು ಮಾತಾಡಲು ತೊಡಗಿದರು.

ತಮ್ಮ ವೃತ್ತಿ ಜೀವನದ ಸುದೀರ್ಘ 50 ವರ್ಷಗಳಲ್ಲಿ ಅವರು 15 ಜನ ಮುಖ್ಯಮಂತ್ರಿಗಳನ್ನು ನೋಡಿದವರು. ಅವರೊಂದಿಗೆ ನಿಕಟವಾಗಿ ಸಂಪರ್ಕದಲ್ಲಿದ್ದವರು. ನಮ್ಮ ನಾಡಿನ ಶೈಕ್ಷಣಿಕ, ರಾಜಕೀಯ, ನೀರಾವರಿ, ಕೈಗಾರಿಕೆ, ಮತ್ತು ಇನ್ನಿತರ ಕ್ಷೇತ್ರಗಳಲ್ಲಿ ಆದಂತಹ ಗಣನೀಯ ಅಭಿವೃದ್ಧಿಗಳಿಗೆ ಇವರು ಸಾಕ್ಷಿಯಾಗಿದ್ದಾರೆ. ವಿಧಾನಸೌಧವನ್ನು ಅದು ನಿರ್ಮಾಣದ ಹಂತದಲ್ಲಿ ಇರುವಾಗಿಂದ ಹಿಡಿದು ಅದರಲ್ಲಿ ಅಧಿವೇಶನಗಳು ನಡೆಯುವವರೆಗಿನ ಎಲ್ಲ ವಿಧದ ಸಂದರ್ಭಗಳನ್ನು ರಾಮಯ್ಯ ಅವರು ಸೂಕ್ಷ್ಮವಾಗಿ ಗಮನಿಸಿದ್ದಾರೆ.

"ಅದು ಎಸ್.ಎಂ. ಕೃಷ್ಣ ಅವರು ವಿಧಾನ ಸಭೆಯ ಸ್ಪೀಕರ್ ಆಗಿದ್ದ ಸಂದರ್ಭ. ಆಗ ಬಂಗಾರಪ್ಪ ನವರು ಮುಖ್ಯಮಂತ್ರಿಯಾಗಿದ್ದರು. ಕಾವೇರಿ ನದಿ ನೀರಿನ ಬಳಕೆಗೆ ಸಂಬಂಧಿಸಿದಂತೆ ಮಸೂದೆಯೊಂದು ವಿಧಾನಸಭೆಯಲ್ಲಿ ಮಂಡನೆಯಾಯಿತು. ಆದರೆ 'ಮಸೂದೆ ಅಂಗೀಕಾರವಾಯಿತು' ಅಂತ ಆಕಾಶವಾಣಿ ಪ್ರಸಾರ ಮಾಡಿತು ಆಗ ಹಾಗೆ ವರದಿ ಮಾಡಿದವರು ತಮ್ಮ ಕೆಲಸವನ್ನೇ ಕಳೆದುಕೊಳ್ಳುವ ಸನ್ನಿವೇಶ ಬಂತು. ಆ ಕಠಿಣ ಸಂದರ್ಭದಲ್ಲಿ ನಾನು SM ಕೃಷ್ಣ ಅವರೊಂದಿಗೆ ಮಾತಾಡಿ ಅವರ ಮನವೊಲಿಸಿ ಅಮೇಲೆ ನಾನೇ ಅವರಿಗೆ ರೂಲಿಂಗ್ ಬರೆದುಕೊಟ್ಟು ಆ ವರದಿಗಾರರ ನೌಕರಿ ಉಳಿಯುವಂತೆ ಮಾಡಿದೆ" ಅಂತ ಹೆಮ್ಮೆಯಿಂದ ಹೇಳಿದರು. ಪತ್ರಕರ್ತರ ಬದುಕಿನ ಬಗ್ಗೆ ಅಪಾರವಾದ ಕಾಳಜಿ ಇದ್ದ ರಾಮಯ್ಯನವರು ತಮ್ಮ ಕೆಲವು ಗೆಳೆಯರೊಂದಿಗೆ ಸೇರಿ ಆಗ ಮುಖ್ಯಮಂತ್ರಿಗಳಾಗಿದ್ದ ದೇವರಾಜ ಅರಸು ಅವರನ್ನು ಭೇಟಿಯಾಗಿ ಪತ್ರಕರ್ತರ ಸಲುವಾಗಿ ನಿಧಿಯೊಂದನ್ನು ಸ್ಥಾಪಿಸುವಂತೆ ಕೇಳಿಕೊಳ್ಳುತ್ತಾರೆ. ಪತ್ರಕರ್ತನೊಬ್ಬ ಏನಾದರೂ ದುರಂತ ಸಂಭವಿಸಿ ಮೃತಪಟ್ಟರೆ ಕೇವಲ ಸಂತಾಪ ಸೂಚಿಸುವ ಬದಲು ಆತನ ಕುಟುಂಬಕ್ಕೆ ತಿಂಗಳಿಗೆ ಇಂತಿಷ್ಟು ಅಂತ ಮೊತ್ತವನ್ನು ನೀಡಿದರೆ ಆತನ ಕುಟುಂಬದವರಿಗೆ ಆಸರೆಯಾಗುತ್ತದೆ ಅಂತ ಅವರಿಗೆ ಮನವರಿಕೆ ಮಾಡುತ್ತಾರೆ.

ಪಿ. ರಾಮಯ್ಯನವರು ಮುಂದೆ ಕರ್ನಾಟಕ ವಿಧಾನ ಪರಿಷತ್ತಿನ ಸದಸ್ಯರೂ ಆಗುತ್ತಾರೆ ಆಗ ಅದೇ ಅವಧಿಯಲ್ಲಿ 'ಹಂಗಾಮಿ ಸಭಾಪತಿಯೂ ಆಗುತ್ತಾರೆ. ಆಗ ಚರ್ಚೆ ನಡೆದಿದ್ದ ಸಂದರ್ಭದಲ್ಲಿ ಈಗಿನ ಮಾಜಿ ಮುಖ್ಯಮಂತ್ರಿಗಳಾದ ಬಸವರಾಜ ಬೊಮ್ಮಾಯಿ ಅವರು ಪರಿಷತ್ ಸದಸ್ಯರಾಗಿ, ಕೆಲವು ಪದಗಳನ್ನು ಬಳಸುತ್ತಾರೆ ಆ ಪದಗಳನ್ನು ಕೇಳಿದ ಸಭಾಪತಿ ಸ್ಥಾನದಲ್ಲಿ ಇದ್ದ ರಾಮಯ್ಯನವರು "ರೀ ಬೊಮ್ಮಾಯಿಯವರೇ ನಿಮಗಿಷ್ಟ ಬಂದಂತೆ ಮಾತಾಡಲು ಇದು ಫಿಷ್ ಮಾರ್ಕೆಟ್ ಅಲ್ಲ. ಮೊದಲು ನೀವು ಬಳಸಿದ ಪದಗಳನ್ನು ವಾಪಸ್ ತೆಗೆದುಕೊಳ್ಳಿ" ಅಂತ ಅವರನ್ನು ಎಚ್ಚರಿಸಿದ್ದ ಘಟನೆ ಆಗ ಬಹಳ ಚರ್ಚೆಗೆ ಗ್ರಾಸವಾಗಿತ್ತು. ರಾಮಯ್ಯ ಅವರ ಅರವತ್ತು ವರ್ಷಗಳ ಅನುಭವ ಕಥನವಾದ 'ನಾನು ಹಿಂದೂ ರಾಮಯ್ಯ' ಪುಸ್ತಕದ ಬಿಡುಗಡೆ ಸಮಾರಂಭದಲ್ಲಿ ಅದೇ ಬಸವರಾಜ ಬೊಮ್ಮಾಯಿಯವರು ರಾಮಯ್ಯ ಅವರಿಂದ ತಾವು ಪ್ರಭಾವಿತರಾದದ್ದನ್ನು ಬಹಳ ಪ್ರೀತಿಯಿಂದ ಹೇಳಿಕೊಂಡದ್ದು ರಾಮಯ್ಯ ಅವರ ಘನತೆಯನ್ನು ತೋರಿಸುತ್ತದೆ.

ಟಿ ಜೆ ಎಸ್ ಜಾರ್ಜ್

ರಕ್ಷಣಾ ಸಚಿವರೇ ಜಾಮೀನು ಕೊಡಿಸಿದರು...

1960ರ ದಶಕದಲ್ಲಿ ಆಗಿನ ಬಿಹಾರದ ಮುಖ್ಯಮಂತ್ರಿಯಾದ್ದ ಕೃಷ್ಣ ವಲ್ಲಭ ಸಹಾಯ್ ಅವರ ವಿರುದ್ಧ ತೀಕ್ಷ್ಣವಾದ ಸಂಪಾದಕೀಯ ಬರೆದ ಕಾರಣಕ್ಕೆ ಪೊಲೀಸರಿಂದ ಬಂಧಿಸಲ್ಪಟ್ಟು ಜೈಲುವಾಸ ಅನುಭವಿಸುತ್ತಿದ್ದ TJS ಜಾರ್ಜ್ ಅವರ ನೆರವಿಗೆ ಬಂದಿದ್ದು ಸಾಮಾನ್ಯ ವ್ಯಕ್ತಿಯಲ್ಲ ಆಗಿನ ನಮ್ಮ ದೇಶದ ರಕ್ಷಣಾ ಸಚಿವರಾಗಿದ್ದ ವಿ. ಕೃಷ್ಣ ಮೆನನ್ ಅವರು.

ಒಬ್ಬ ಮುಖ್ಯಮಂತ್ರಿಯ ವಿರುದ್ಧ ಬರೆಯುವ ಮೂಲಕ ಜಾರ್ಜ್ ಅವರು ಒಬ್ಬ ಪತ್ರಕರ್ತನ ಗುರುತುಗಳಾದ ಧೈರ್ಯ, ನಿಷ್ಠುರತೆ, ಸಾಮಾಜಿಕ ಕಾಳಜಿ ಮತ್ತು ಹೋರಾಟದ ಮನೋಭಾವಗಳನ್ನು ಜಗತ್ತಿಗೆ ಪರಿಚಯಿಸಿದರು. 'ದಿ ಸರ್ಚ್‌ಲೈಟ್' ಪತ್ರಿಕೆಯ ಈ ಸಂಪಾದಕೀಯ ಲೇಖನ ಭಾರತೀಯ ಪತ್ರಿಕೋದ್ಯಮದ ಇತಿಹಾಸದಲ್ಲಿಯೇ ಮಹತ್ವದ ದಾಖಲೆಯಾಗಿ ಉಳಿದಿದೆ. ಯಾರನ್ನೋ ಮೆಚ್ಚಿಸುವ ಸಲುವಾಗಿ ಕಠೋರ ಸತ್ಯವನ್ನು ನಾವು ಯಾವ ಕಾರಣಕ್ಕೂ ಮುಚ್ಚಿಡಬಾರದೆಂದು ಇವರು ಯಾವಾಗಲೂ ಹೇಳುತ್ತಿದ್ದರು. ಮುಂಬೈನ 'The Free Press Journal' ಪತ್ರಿಕೆಯ ಮೂಲಕ ತಮ್ಮ ವೃತ್ತಿಯನ್ನು

ಆರಂಭಿಸಿದ ಇವರು ಸದಾನಂದ ಎನ್ನುವ ಮಹತ್ವಾಕಾಂಕ್ಷಿ ಹಾಗೂ ಕ್ರಾಂತಿಕಾರಿ ಚಿಂತನೆಗಳುಳ್ಳ ಸಂಪಾದಕರ ಮಾರ್ಗದರ್ಶನದಲ್ಲಿ ತಮ್ಮ ವೃತ್ತಿ ಜೀವನದ ಆರಂಭಿಕ ಪಾಠಗಳನ್ನು ಕಲಿಯುತ್ತಾರೆ.

ಯಾವುದೇ ಸಂದರ್ಭದಲ್ಲಿ ಯಾವುದೇ ಕ್ಷೇತ್ರದ ಮಾಹಿತಿಯನ್ನೂ ಕೇಳಿದರೂ ಇವರು ಥಟ್ಟನೇ ಹೇಳಬಲ್ಲವರಾಗಿದ್ದರು. ದಶಕಗಳ ಕಾಲದ ರಾಜಕೀಯ ಹಾಗೂ ಸಾಮಾಜಿಕ ಬೆಳವಣಿಗೆಗಳ ಮಾಹಿತಿಯನ್ನು ತಮ್ಮ ನಾಲಗೆಯ ತುದಿಯಲ್ಲಿ ಇಟ್ಟುಕೊಂಡವರಂತೆ ಕೇಳಿದವರಿಗೆ ನೀಡುತ್ತಿದ್ದರು. ಹೊಸ ಮ್ಯಾಗಜೀನ್ ಒಂದರ ರೂಪುರೇಷೆಗಳು ಮತ್ತು ವಿನ್ಯಾಸದ ಮಾದರಿ ತಯಾರು ಮಾಡಲೆಂದು ಕೆಲ ಪತ್ರಕರ್ತನ್ನು ಕಾರ್ಯಾಗಾರವೊಂದಕ್ಕೆ ನಿಯೋಜನೆ ಮಾಡಲಾಗಿರುತ್ತದೆ. ಅದರ ಉಸ್ತುವಾರಿಯನ್ನು ವಹಿಸಿಕೊಂಡವರೂ ಕೂಡ ಆಗಿನ ಕಾಲದ ಮಹತ್ವದ ಪತ್ರಕರ್ತರೇ ಆಗಿರುತ್ತಾರೆ. ಪತ್ರಿಕೆಯ ಚಿಂತನೆಗಳು update ಆಗಿರಲಿ ಎನ್ನುವ ಕಾರಣಕ್ಕೆ ಉತ್ಸಾಹಿ ಯುವ ಪತ್ರಕರ್ತರನ್ನೇ ಹೆಚ್ಚಿನ ಸಂಖ್ಯೆಯಲ್ಲಿ ನಿಯೋಜಿಸಲಾಗಿರುತ್ತದೆ. ಆದರೆ ಆ ತರುಣರು ಮತ್ತು ಪರಿಣತರು ತಯಾರಿಸದ ಯಾವ ರೂಪುರೇಷೆಗಳನ್ನೂ ಇವರು ಒಪ್ಪದೇ ಅತ್ಯಂತ ಕಟುವಾಗು ಖಂಡಿಸುತ್ತಾರೆ ಹಾಗೂ ತಮ್ಮ ತಾಜಾ ಮತ್ತು ಪರಿಣಾಮಕಾರಿ ಚಿಂತನೆಗಳ ಕುರಿತ ಅಭಿಪ್ರಾಯವನ್ನು ಹಂಚಿಕೊಳ್ಳುತ್ತಾರೆ ಆಗ ಆ ತಂಡದಲ್ಲಿದ್ದ ಎಲ್ಲರೂ ಇವರ ಚಿಂತನೆಗಳಿಂದ ಪ್ರಭಾವಿತರಾಗಿ ಅಗತ್ಯ ಬದಲಾವಣೆಗನ್ನು ಮಾಡಿಕೊಳ್ಳುತ್ತಾರೆ ಮತ್ತೂ ಖುಷಿಯ ಸಂಗತಿ ಏನೆಂದರೆ ಆ ಪತ್ರಿಕೆ ಮುಂದೆ ಒಳ್ಳೇ ಹೆಸರು ಪಡೆದು ಯಶಸ್ವಿಯಾಗುತ್ತದೆ. ಆ ಸಂದರ್ಭದಲ್ಲಿ ಇವರು "ಪ್ರತಿಯೊಂದು ಅಕ್ಷರಕ್ಕೂ ಅದರದೇ ಆದ ಸೌಂದರ್ಯ ಮತ್ತು ಗುಣ ಸ್ವರೂಪವಿರುತ್ತದೆ ಆದ್ದರಿಂದ ನಾವು

ಯಾವುದೇ ಅಕ್ಷರವನ್ನು ಬೇಕಾಬಿಟ್ಟಿಯಾಗಿ ಬರೆದು ಅದರ ಅಂದ ಕೆಡಿಸಬಾರದು. 'A' ಅಂತ ಬರೆದರೆ ಅದು 'A' ಥರಾನೆ ಕಾಣಬೇಕೇ ಹೊರತು ಬೇರೆ ಏನೋ ಅನಿಸಬಾರದು" ಅಂತ ಅಕ್ಷರಗಳ ವಿನ್ಯಾಸದ ಕುರಿತು ಹೇಳುತ್ತಾರೆ. ಈ ಬಗೆಗಿನ ಗ್ರಂಥಗಳನ್ನು ಇವರು ತಮ್ಮ ಗ್ರಂಥಾಲಯದಲ್ಲಿ ಇಟ್ಟುಕೊಂಡಿದ್ದಾರೆ.

ಆಗ ಪತ್ರಿಕೆಗಳ ಸಿಬ್ಬಂದಿಗಳು ರಾತ್ರಿ ಪಾಳಿಯಲ್ಲಿ ಕೆಲಸ ಮಾಡುವಾಗ ಪತ್ರಿಕಾ ಕಚೇರಿಯಲ್ಲೇ ಮಲಗುತ್ತಿದ್ದ ಕಾಲ. ಯಾರೂ ಕೂಡ ಕೆಲಸ ಮುಗಿಯಿತೆಂದು ಮಧ್ಯರಾತ್ರಿ ಅಲ್ಲಿಂದ ಮನೆಗೆ ಹೋಗುತ್ತಿರಲಿಲ್ಲ. ಒಂದು ದಿನ ಜಾರ್ಜ್ ಅವರು ರಾತ್ರಿ ಪಾಳಿಯಲ್ಲಿ ಕೆಲಸಕ್ಕೆ ಹೋದಾಗ ಜೋರು ಮಳೆಯಾಗುತ್ತದೆ ಇದರಿಂದ ಸಂಪಾದಕರು ಮತ್ತು ಕೆಲವು ಸಿಬ್ಬಂದಿ ಕಚೇರಿಗೆ ಹೋಗಲು ಸಾಧ್ಯವಾಗುವುದಿಲ್ಲ ಆಗ ಸಂಪಾದಕರಾಗಿದ್ದ ಸದಾನಂದರು "ಜಾರ್ಜ್ ಇವತ್ತು ನಾವು ಯಾರೂ ಬರೋದಕ್ಕೆ ಸಾಧ್ಯವಾಗುತ್ತಿಲ್ಲ ಆದ್ದರಿಂದ ನೀನೇ ಇವತ್ತು ಸಂಪಾದಕನ ಕೆಲಸ ಮಾಡು ಕಣಯ್ಯ" ಅಂತ ಹೇಳುತ್ತಾರೆ ಹೀಗೆ ಆಕಸ್ಮಿಕವಾಗಿ ಇವರು ಸಂಪಾದಕರಾಗಿ ಕೆಲಸ ಮಾಡುವ ಸಂದರ್ಭ ಬರುತ್ತದೆ.

'South East Asia'ದ ರಾಜಕೀಯ ಮತ್ತು ಆರ್ಥಿಕ ವಿದ್ಯಮಾನಗಳ ವರದಿ ಮಾಡುವುದಕ್ಕಾಗಿ ವಿದೇಶಕ್ಕೆ ಹೋಗುವ ಇವರು ಅಲ್ಲಿಯೇ ತಮ್ಮ ಸ್ವಂತ ಪತ್ರಿಕೆಯೊಂದನ್ನು ಮಾಡಿ ಇತಿಹಾಸ ಸೃಷ್ಟಿಸುತ್ತಾರೆ. ಸಿಂಗಾಪೂರ್ ರಾಜಮನೆತನದ ಕುರಿತ ಪುಸ್ತಕ ಬರೆದು ಆ ದೇಶಕ್ಕೆ ಕಾಲಿಡದಂಥ ಪರಿಸ್ಥಿತಿ ನಿರ್ಮಾಣ ಮಾಡಿಕೊಳ್ಳುತ್ತಾರೆ ಎಂದರೆ ಅವರ ಪುಸ್ತಕ ಜಾಗತಿಕ ಮಟ್ಟದಲ್ಲಿ ಎಷ್ಟೊಂದು ಪ್ರಭಾವ ಬೀರಿರಬಹುದು ಎಂದು ಗೊತ್ತಾಗುತ್ತದೆ. ಆತ್ಮಕತೆಯನ್ನು ಹೊರಗೆ ನಿಂತು ಹೇಗೆ ಪರಿಣಾಮಕಾರಿಯಾಗಿ ಬರೆಯಬಹುದು ಎಂಬುದನ್ನು ಕಲಿಸಿಕೊಟ್ಟ ಮೊದಲಿಗರು ಇವರು. ಅದಕ್ಕೆ ಇವರು ಬರೆದ ಅನೇಕ ಖ್ಯಾತನಾಮರ ಆತ್ಮಕತೆಗಳೇ ಸಾಕ್ಷಿಯಾಗಿವೆ. ಸಾಮಾಜಿಕ ಅನ್ಯಾಯ, ಭ್ರಷ್ಟಾಚಾರ, ಧಾರ್ಮಿಕ ಅಸಹಿಷ್ಣುತೆ ಮತ್ತು ಇತರ ಸಮಾಜಘಾತುಕ ಶಕ್ತಿಗಳ ವಿರುದ್ಧ ಜಾರ್ಜ್ ಅವರು ನಿರಂತರವಾಗಿ ಹೋರಾಟ ಮಾಡುತ್ತಲೇ ಬಂದಿದ್ದಾರೆ.

"ಯುವ ಪತ್ರಕರ್ತರಿಗೆ ನೀವು ಯಾವ ಸಂದೇಶ ಕೊಡಲು ಬಯಸುತ್ತೀರಿ ಸರ್" ಅಂತ ನಾನು ಕೇಳಿದಾಗ " ಪತ್ರಕರ್ತ ಹುದ್ದೆ ಎಂಬುದು ಒಂದು ಘನವಾದ ಹುದ್ದೆ ಆ ಹುದ್ದೆಯ ಘನತೆಗೆ ಯಾವ ಧಕ್ಕೆಯೂ ಆಗದಂತೆ ಪತ್ರಕರ್ತರು ನೋಡಿಕೊಳ್ಳಬೇಕು. ಸಾಮಾಜಿಕ ಒಳಿತಿಗಾಗಿ ದುಡಿಯಬೇಕು. ಯಾವ ಆಮಿಷಗಳಿಗೂ ಬಲಿಯಾಗದೇ ಸತ್ಯದ ಪರ ಗಟ್ಟಿಯಾಗಿ ನಿಲ್ಲಬೇಕು. ಪುಸ್ತಕಗಳ ಒಡನಾಟ ನಿರಂತರವಾಗಿ ಇಟ್ಟುಕೊಳ್ಳಬೇಕು" ಎಂದರು.

ಜಿ.ಕೆ. ಸತ್ಯ

ಮಹಾರಾಜರೇ ಇನಾಮು ಕಳಿಸಿದರು...

ಸಾವಿರ ಪದಗಳು ಹೇಳಲಾಗದ್ದನ್ನು ಒಂದು ಚಿತ್ರ ಅತ್ಯಂತ ಪರಿಣಾಮಕಾರಿಯಾಗಿ ಹೇಳುತ್ತದೆ ಎನ್ನುವ ಮಾತಿಗೆ ರೂಪಕದಂತಿರುವ ನಾಡಿನ ಹಿರಿಯ ಪತ್ರಕರ್ತರಾದ ಜಿ.ಕೆ. ಸತ್ಯ ಅವರು ತಮ್ಮ ಅಗಾಧವಾದ ಕಲಾ ಕೌಶಲದಿಂದಲೇ ಪತ್ರಿಕಾ ರಂಗದ ಗಮನವನ್ನು ಸೆಳೆದವರು. 1960ರ ದಶಕದ ಆರಂಭದ ದಿನಗಳಲ್ಲಿ ಇವರು ರಚಿಸುತ್ತಿದ್ದ ಚಿತ್ರಗಳನ್ನು ನೋಡಿ ಮೆಚ್ಚಿಕೊಂಡ ಕನ್ನಡದ ಪ್ರತಿಭಾನ್ವಿತ ಮತ್ತು ಮಹತ್ವದ ಪತ್ರಕರ್ತರಾದ ಕಲ್ಲೆ ಶಿವೋತ್ತಮರಾವ್ ಅವರು ಇವರನ್ನು ಕರೆದು ಜನಪ್ರಗತಿ ಪತ್ರಿಕೆಯಲ್ಲಿ ಕೆಲಸ ಮಾಡುವ ಅವಕಾಶವನ್ನು ನೀಡಿದರು. ಅಲ್ಲಿಂದ ವೃತ್ತಿ ಜೀವನ ಆರಂಭಿಸಿದ ಇವರು ತಮ್ಮ ಅಭಿಜಾತ ಕಲೆಯ ಕಾರಣದಿಂದಲೇ ಬಹು ದೊಡ್ಡ ಹೆಸರನ್ನು ಗಳಿಸುತ್ತಾರೆ. ನಂತರ ಪ್ರಜಾವಾಣಿ ಅವರನ್ನು ಕೈಬೀಸಿ ಕರೆಯಿತು. 'ಸುಧಾ' ವಾರ ಪತ್ರಿಕೆಯಲ್ಲಿ ಕೆಲಸ ಶುರು ಮಾಡಿದ್ದೇ ತಡ ಅದರಲ್ಲಿ ಪ್ರಕಟವಾಗುತ್ತಿದ್ದ ಕತೆ, ಧಾರಾವಾಹಿಗಳಿಗೆ ತಮ್ಮ ಕಲೆಯ ಮೂಲಕ ಹೊಸ ರೆಕ್ಕೆ ನೀಡಿದರು. ಹಲವಾರು ಬರಹಗಾರರು ಇವರ ಚಿತ್ರಗಳಿಗಾಗಿ ಕಾಯುತ್ತಿದ್ದದ್ದು ಸುಳ್ಳಲ್ಲ.

ಇವರು ರಚಿಸಿದ್ದ ಅದ್ಭುತ ಚಿತ್ರವೊಂದನ್ನು ನೋಡಿದ ಮಹಾರಾಜರಾದ ಜಯಚಾಮರಾಜೇಂದ್ರ ಒಡೆಯರ್ ಅವರು ಸಂತೋಷಗೊಂಡು ಇವರ ಪ್ರತಿಭೆಗೆ

ಮನಸೋತು ಆಗಿನ ಕಾಲದಲ್ಲಿಯೇ 200 ರೂಪಾಯಿಗಳ ನಗದು ಬಹುಮಾನ ನೀಡಿದ್ದನ್ನು ನೆನಪಿಸಿಕೊಂಡು ಸಂಭ್ರಮಿಸುತ್ತಾರೆ.

ಹೀಗೆ ಪತ್ರಿಕೆಗಳಿಗಾಗಿ ದುಡಿಯುವ ಸಮಯದಲ್ಲಿಯೇ ಕರ್ನಾಟಕ ಕಾರ್ಯನಿರತ ಪತ್ರಕರ್ತರ ಸಂಘದ ಅಂಗಳದಲ್ಲಿ ಇವರ ಹೆಜ್ಜೆಗಳು ಮೂಡತೊಡಗಿದವು. ಅವರೇ ಹೇಳುವಂತೆ 1974 ರಿಂದ 1990 ರವರೆಗೆ ಸುದೀರ್ಘ 16 ವರ್ಷಗಳವರೆಗೆ KUWJ ದೊಂದಿಗೆ ಇವರು ತಮ್ಮ ನಂಟನ್ನು ಮುಂದುವರೆಸಿದರು. ಮೊದಲು ಸದಸ್ಯರಾಗಿ ಸೇರಿದ ಇವರು ನಂತರ ಕಾರ್ಯಕಾರಿ ಸಮಿತಿಗೆ, ಪ್ರಧಾನ ಕಾರ್ಯದರ್ಶಿ ಹುದ್ದೆಗೆ ಅದರ ನಂತರ ಮೂರು ಬಾರಿ ಸಂಘದ ಅಧ್ಯಕ್ಷರಾಗಿ ಆಯ್ಕೆಯಾಗಿ ಈ ಸಂಘಕ್ಕೊಂದು ಮಹತ್ವದ ರೂಪು ಕೊಟ್ಟ ಹೆಗ್ಗಳಿಕೆಗೆ ಪಾತ್ರರಾದವರು.

"ಸರ್ ಆ ದಿನಗಳಲ್ಲಿನ ಸಂಘದ ಕಾರ್ಯಚಟುವಟಿಕೆಗಳು ಹೇಗಿದ್ದವು?" ಎಂದು ಕೇಳಿದೆ. "ನಾವು ಕೆಲಸ ಮಾಡುವ ದಿನಗಳಲ್ಲಿ ಆಡಳಿತ ವರ್ಗ ಮತ್ತು ಕಾರ್ಮಿಕರ ಮಧ್ಯೆ ಆಳವಾದ ಕಂದಕವೊಂದು ಸೃಷ್ಟಿಯಾಗಿತ್ತು ಅದನ್ನು ನಿರ್ಮೂಲನೆ ಮಾಡುವುದೇ ನಮಗೊಂದು ದೊಡ್ಡ ಸವಾಲಾಗಿತ್ತು. ಇದರ ಮೊದಲ ಭಾಗವಾಗಿ ಬೆಂಗಳೂರಿನಂತ ಮಹಾ ನಗರದ ಪತ್ರಕರ್ತರು ಮತ್ತು ಗ್ರಾಮೀಣ ಭಾಗದ ಪತ್ರಕರ್ತರ ನಡುವೆ ಇದ್ದ ಅಂತರವನ್ನು ನಾವು ಹೋಗಲಾಡಿಸಬೇಕಿತ್ತು. ಬೆಂಗಳೂರಿನಲ್ಲಿದ್ದ ಪತ್ರಕರ್ತರು ಮಾತ್ರ ನಿಜವಾದ ಪತ್ರಕರ್ತರೆಂದು ಮತ್ತು ದೂರದ ಹಳ್ಳಿಗಳಲ್ಲಿ ಕೆಲಸ ಮಾಡುತ್ತಿದ್ದ ಪತ್ರಕರ್ತರನ್ನು ಸುದ್ದಿ ಮನೆಯ ಕೂಲಿ ಆಳುಗಳೆಂದೂ ಹಲವರು ನಂಬಿದ್ದರು. ಅದರ ಫಲವಾಗಿ ಬೆಂಗಳೂರಿನ ಪತ್ರಕರ್ತರಿಗೆ ಸಿಗುತ್ತಿದ್ದ ಯಾವುದೇ ರೀತಿಯ ಸವಲತ್ತುಗಳು ಹಳ್ಳಿಗಾಡಿನ ಸುದ್ದಿದಾತರಿಗೆ ಸಿಗುತ್ತಿರಲಿಲ್ಲ. ಅದಕ್ಕಾಗಿ ನಾನು ಇತರ ಸದಸ್ಯರೊಂದಿಗೆ ಚರ್ಚಿಸಿ ಇತಿಹಾಸದಲ್ಲಿ ಮೊದಲ ಬಾರಿಗೆ "ಗ್ರಾಮೀಣ ಭಾಗದ ಪತ್ರಕರ್ತರಿಗಾಗಿ ತರಬೇತಿ ಶಿಬಿರ"ವನ್ನು ಆಯೋಜಿಸಿದೆವು.

ಈ ಶಿಬಿರಗಳಿಂದ ಹೊರ ಬಂದ ಗ್ರಾಮೀಣ ಭಾಗದ ಪತ್ರಕರ್ತರು ಉತ್ಸಾಹದಿಂದ ಹಾಗೂ ಪರಿಣಾಮಕಾರಿಯಾಗಿ ಸುದ್ದಿಗಳನ್ನು ಹೆಕ್ಕಲು ಶುರು ಮಾಡಿದರು. ನಮಗಾದ ಮತ್ತೊಂದು ಅಚ್ಚರಿ ಎಂದರೆ ಈ ಶಿಬಿರಗಳಿಗೆ ಬರುವವರ ಸಂಖ್ಯೆ ದಿನೇ ದಿನೇ ಹೆಚ್ಚಾಗತೊಡಗಿತು. ಆಗ ಕೇರಳ ರಾಜ್ಯದಲ್ಲಿ ಪತ್ರಕರ್ತರ ಅಕಾಡೆಮಿ ಇತ್ತು ಮತ್ತು ಆ ಅಕಾಡೆಮಿ ತಾನೆ ಸ್ವತಃ ಎಲ್ಲ ಪತ್ರಕರ್ತರಿಗೂ ಈ ರೀತಿಯ ತರಬೇತಿಗಳನ್ನು ನೀಡಿ ಅವರ ಕಾರ್ಯಕ್ಷಮತೆಯನ್ನು ಅಭಿವೃದ್ಧಿ ಪಡಿಸುತ್ತಿತ್ತು. ಇದನ್ನು ಗಮನಿಸಿದ್ದ ನಾನು, ಅಂದಿನ ನಮ್ಮ ನಾಡಿನ ವಾರ್ತಾ ಸಚಿವರಾಗಿದ್ದ ಎಂ.ರಘುಪತಿ ಅವರ ಬಳಿ ಹೋಗಿ ನಮ್ಮ ರಾಜ್ಯದಲ್ಲೂ ಕೂಡ ಇಂಥದ್ದೊಂದು ಅಕಾಡೆಮಿ ಸ್ಥಾಪಿಸಬೇಕೆಂದು ಬೇಡಿಕೆ ಇಟ್ಟೆ. ಈ ಬೇಡಿಕೆಯನ್ನು ಅವರು ಅತ್ಯಂತ ಪ್ರೀತಿಯಿಂದ ಈಡೇರಿಸಿದರು ಅನ್ನೋದು ಮಹತ್ವದ ಸಂಗತಿ. ಆ ನಂತರ ಪತ್ರಕರ್ತರೆಲ್ಲರೂ ಒಂದೇ ಎನ್ನುವ ಭಾವನೆ ಗಟ್ಟಿಯಾಗಿ ಬೇರೂರಿತು."

ನಿಮ್ಮ ಅವಧಿಯಲ್ಲಿ KUWJನಲ್ಲಿ ಜರುಗಿದ ಇನ್ನೂ ಮಹತ್ವದ ಸಂಗತಿಗಳೇನಾದರೂ ಇವೆಯೇ? ಅಂತ ನಾನು ಅವರನ್ನು ಕೇಳಿದೆ.

ಪಂಡಿತ್ ಜವಾಹರಲಾಲ್ ಅವರು ಇದೇ KUWJನ ಆವರಣದೊಳಗೆ ಪತ್ರಿಕಾಗೋಷ್ಠಿ ಕರೆದು ಮಾತಾಡುತ್ತಿದ್ದರು. ಆಗೆಲ್ಲಾ ಮುಖ್ಯಮಂತ್ರಿಗಳೂ ಸಹಾ ಖಾಯಂ ಆಗಿ ಇಲ್ಲಿಯೇ ಪತ್ರಿಕಾಗೋಷ್ಠಿ ನಡೆಸುತ್ತಿದ್ದರು.

ಈಗಿನ ಯುವ ಪತ್ರಕರ್ತರಿಗೆ ನೀವು ಏನು ಹೇಳುವುದಕ್ಕೆ ಇಷ್ಟಪಡ್ತೀರಿ ಅಂತ ಸತ್ಯ ಅವರನ್ನು ಕೇಳಿದಾಗ "ಸತತ ಪರಿಶ್ರಮ, ನಿರಂತರ ಅಧ್ಯಯನ, ಅಪಾರ ಬದ್ಧತೆ ಮತ್ತು ನೈತಿಕತೆಯಿಂದ ಕೆಲಸ ಮಾಡಿದರೆ ಸಾವಿರ ಜನರ ನಡುವೆ ನಾವು ಭಿನ್ನವಾಗಿ ನಿಲ್ಲಲು ಸಾಧ್ಯವಾಗುತ್ತದೆ" ಅಂತ ಹೇಳಿದರು.

ಜಿ ಎನ್ ರಂಗನಾಥರಾವ್

ಪುಸ್ತಕ ಓದಲು ಪತ್ರಿಕೆಗೆ...

"ಒಬ್ಬ ದೊಡ್ಡ ಸಾಹಿತಿಯಾಗಬೇಕು, ನಾನು ಬರೆದದ್ದನ್ನು ಜನ ಮುಗಿಬಿದ್ದು ಓದಬೇಕು, ಎಲ್ಲಿಗೇ ಹೋದ್ರು ಓದುಗರು ನನ್ನನ್ನ ಗುರುತು ಹಿಡಿದು ಮಾತಾಡಿಸಬೇಕು. ನನ್ನ ಯೌವ್ವನದ ದಿನಗಳಲ್ಲಿ ಇದೊಂದೇ ನನ್ನ ಪರಮ ಗುರಿಯಾಗಿತ್ತು" ಅಂತ ಈ ಎಂಭತ್ತರ ಹರೆಯದಲ್ಲಿಯೂ ಅವರು ಅದೇ ಉತ್ಸಾಹದಿಂದ ಹೇಳಿದರು.

ಆಗ ನಾನು "ಸರ್ ಹಾಗಾದ್ರೆ ನೀವು ಪತ್ರಕರ್ತರಾದದ್ದು ಹೇಗೆ?" ಅಂತ ಕುತೂಹಲದಿಂದ ಕೇಳಿದೆ. "ನನ್ನ ಈ ಗುರಿ ಈಡೇರಬೇಕೆಂದರೆ ನಾನು ಮೊಟ್ಟಮೊದಲು ಯಾವುದಾದರೂ ಪತ್ರಿಕಾ ಕಛೇರಿಯ ಕೆಲಸಕ್ಕೆ ಸೇರಿಕೊಳ್ಳಬೇಕು ಯಾಕೆಂದರೆ ಅಲ್ಲಿ ಪುಕ್ಕಟೆಯಾಗಿ ಓದಲು ರಾಶಿಗಟ್ಟಲೇ ಪುಸ್ತಕಗಳು ಸಿಗುತ್ತವೆ ಅದರಿಂದ ನನ್ನ ಸಾಹಿತ್ಯದ ವ್ಯವಸಾಯಕ್ಕೆ ಸಹಕಾರಿಯಾಗುತ್ತದೆ ಎಂದು ನಾನು ಬಹಳ ಗಟ್ಟಿಯಾಗಿ ನಂಬಿದ್ದೆ. ಅಂಥ ಅದ್ಭುತ ಅವಕಾಶಕ್ಕಾಗಿ ಕಾಯುತ್ತಲೇ ಇದ್ದೆ. ಆ ಸಮಯದಲ್ಲಿ ನಾನು 'ಸುಮಂಗಲಿ' ಎನ್ನುವ ಕಾದಂಬರಿ ಬರೆದಿದ್ದೆ ಅದನ್ನು ಪ್ರಕಟಿಸುವಂತೆ ಕೇಳಲೆಂದು ನನ್ನ ಮೊದಲಿನ ಬರಹಗಳನ್ನು ಪ್ರಕಟಿಸುತ್ತಿದ್ದ 'ನಗುವ ನಂದ' ಪತ್ರಿಕೆಯ ಕಛೇರಿಗೆ ಹೋಗಿದ್ದೆ. ಅದೇ ಸಮಯದಲ್ಲಿ ಅಲ್ಲಿ 'ಇಂದಿರಾತನಯ' ಅವರು ಇದ್ದರು ಅವರ ನಿಜವಾದ ಹೆಸರು ಬಿ.ಆರ್.ಶ್ಯಾಮ್. ನನ್ನ ಕಾದಂಬರಿಯನ್ನು ಮೆಚ್ಚಿಕೊಂಡ ಅವರು ನನ್ನ ಬಗ್ಗೆ ವಿಚಾರಿಸಿದರು. ನಿರುದ್ಯೋಗಿಯಾಗಿದ್ದ ನಾನು ನನ್ನ ಪತ್ರಿಕೆ

ಸೇರುವ ಆಸೆಯನ್ನು ಅವರ ಹತ್ತಿರ ಹೇಳಿಕೊಂಡೆ. ಅವರು ಹೇಳಿದಂತೆ ಮುಂದೆ 'ತಾಯಿನಾಡು' ಪತ್ರಿಕೆಗೆ ಸೇರಿಕೊಂಡೆ. ಹೀಗೆ ನನ್ನ ಪತ್ರಿಕೋದ್ಯಮದ ಪ್ರಯಾಣ ಆರಂಭವಾಯಿತು." ಎಂದರು. ಸಂಯುಕ್ತ ಕರ್ನಾಟಕ ಮತ್ತು ಪ್ರಜಾವಾಣಿಯಲ್ಲಿ ಕೆಲಸ ಮಾಡಿದ, ಸುಮಾರು 65 ಪುಸ್ತಕಗಳನ್ನು ಬರೆಯುವುದರ ಮೂಲಕ ಮಹತ್ವದ ಸಾಹಿತಿಯಾಗಬೇಕೆನ್ನುವ ಪರಮ ಗುರಿಯನ್ನೂ ಕೂಡ ಸಾಕಾರ ಮಾಡಿಕೊಂಡ ಜಿ.ಎನ್ ರಂಗನಾಥ್ ರಾವ್ ಅವರು ತಮ್ಮ ಆ ದಿನಗಳ ಕುರಿತು ಹೇಳಿಕೊಂಡರು.

ಆಗ ಆಂಧ್ರಪ್ರದೇಶದಲ್ಲಿ ಚಂಡಮಾರುತ ಬಂದು ಜನಜೀವನ ಅಸ್ತವ್ಯಸ್ತವಾಗಿತ್ತು. ಎಲ್ಲಿ ನೋಡಿದರೂ ಸೂತಕದ ಛಾಯೆ ಆವರಿಸಿತ್ತು. ಇದನ್ನು ನೋಡಿ ಮರುಗಿದ ಉಡುಪಿಯ ಪೇಜಾವರ ಶ್ರೀಗಳು ಎರಡು ಗ್ರಾಮಗಳನ್ನು ದತ್ತು ತೆಗೆದುಕೊಂಡು ಸಂತ್ರಸ್ಥರಿಗೆ ಪರಿಹಾರ ನೀಡುವ ಮಹತ್ತರ ಕಾರ್ಯವನ್ನು ಹಮ್ಮಿಕೊಂಡಿದ್ದರು. ಇದರ ವರದಿ ಮಾಡಲೆಂದು ಜಿ.ಎನ್. ಅವರು ಅಲ್ಲಿಗೆ ತೆರಳಿದ್ದರು. ತಾವು ಬಂದ ಕೆಲಸ ಮುಗಿದ ನಂತರ ಮರಳಿ ಬೆಂಗಳೂರಿಗೆ ಹೊರಡುವ ಸಂದರ್ಭದಲ್ಲಿ ಶ್ರೀಗಳು ಎಲ್ಲ ಪತ್ರಕರ್ತರಿಗೂ ಫಲ-ಮಂತ್ರಾಕ್ಷತೆ ವಿತರಿಸಿದರೂ ಇದನ್ನು ಬಹಳ ಮುಜುಗರದಿಂದಲೆ ಇವರು ಸ್ವೀಕರಿಸುತ್ತಾರೆ. ನಂತರ ಕೆಲ ಪತ್ರಕರ್ತರಿಗೆ ಉಚಿತ ತಿರುಪತಿ ಪ್ರವಾಸದ ವ್ಯವಸ್ಥೆಯೂ ಮಾಡಲಾಗುತ್ತದೆ. ಇದರಿಂದ ಇವರಿಗೆ ಇನ್ನೂ ಬೇಜಾರಾಗುತ್ತದೆ. ಕೊನೆಗೆ ನೋಡಿದರೆ ಎಲ್ಲ ಪತ್ರಕರ್ತರಿಗೂ ಉಡುಗೊರೆಗಳಿರುವ ಕವರ್‌ಗಳನ್ನು ಕೊಡಲಾಗುತ್ತದೆ. ಇದನ್ನು ನೋಡಿ ಸಹಿಸಲಾಗದ ಜಿ.ಎನ್. ಅವರು ಇದರಿಂದ ಪತ್ರಕರ್ತರ ಮರ್ಯಾದೆ ಹೋಗುತ್ತಿದೆ ಎಂದೂ ಮುಂದೆ ಇಂಥ ಘಟನೆಗಳು

ಜರುಗದಂತೆ ನೀತಿ ಸಂಹಿತೆಯೊಂದನ್ನು ರಚಿಸಬೇಕೆಂದು KUWJಯ ಸಭೆಯಲ್ಲಿ ಒತ್ತಾಯ ಮಾಡುತ್ತಾರೆ.

ಪತ್ರಿಕಾರಂಗದಲ್ಲಿ ಹೊಸ ತಲೆಮಾರಿನ ಯುವಕರ ಪ್ರವೇಶವಾಗುವ ಸಂಕ್ರಮಣದ ಕಾಲವದು. ಕಾರ್ಯನಿರ್ವಾಹಕ ಸಂಪಾದಕರಾದ ಇವರ ಗಮನಕ್ಕೆ ಬಾರದಂತೆ ಆಗಿನ ಜಾಹೀರಾತು ವಿಭಾಗದ ಮ್ಯಾನೇಜರ್ 'ಸುಧಾ'ದಲ್ಲಿ 'ಬಾಂಬೆ ಡೈಯಿಂಗ್ ಟವೆಲ್'ನ ಜಾಹೀರಾತನ್ನು ಪ್ರಕಟಿಸಲಾಗಿತ್ತು. ಪತ್ರಿಕೆ ಹೊರಬಂದ ಒಂದೆರೆಡು ದಿನಗಳಲ್ಲಿಯೇ ಓದುಗರಿಂದ ದೂರಿನ ಕರೆಗಳು ಬರತೊಡಗಿದವು. ಪತ್ರಗಳೂ ಬರತೊಡಗಿದವು. ನಂತರ ಗೊತ್ತಾದ ವಿಷಯವೆಂದರೆ ಆ 'ಬಾಂಬೆ ಡೈಯಿಂಗ್ ಟವೆಲ್'ನ ಜಾಹೀರಾತಿನಲ್ಲಿದ್ದ ಪುರುಷ ಅರೆ ಬೆತ್ತಲೆಯಾಗಿದ್ದ ಅನ್ನೋದು. ಆಗಿನ ಓದುಗರಿಗೆ ಇದರಿಂದ ಭಾರೀ ಆಘಾತವಾಗಿತ್ತು. ಓದುಗರ ಭಾವನೆಗಳಿಗೆ ಧಕ್ಕೆ ಆಯಿತಲ್ಲ ಅಂತ ನೊಂದುಕೊಂಡ ಜಿ.ಎನ್ ಅವರು ಆಡಳಿತ ಮಂಡಳಿಯವರೊಂದಿಗೆ ಚರ್ಚಿಸಿ ಆ ಜಾಹೀರಾತನ್ನು ನಿಲ್ಲಿಸುವಂತೆ ಕೇಳಿಕೊಂಡರು. ಆದಾಯ ನಿಲ್ಲುತ್ತದೆ ಎಂದೂ ಈಗಾಗಲೇ 8 ವಾರಗಳಿಗೆ ಒಪ್ಪಂದ ಮಾಡಿಕೊಳ್ಳಲಾಗಿದೆ ಎಂದೂ ವ್ಯವಸ್ಥಾಪಕರು ಇದಕ್ಕೆ ಒಪ್ಪುವುದಿಲ್ಲ ಈ ವಿಷಯವನ್ನು ಅಲ್ಲಿಗೆ ಬಿಡದೇ ನೇರವಾಗಿ ಮಾಲೀಕರೊಂದಿಗೆ ಮಾತಾಡಿ ಕೊನೆಗೂ ಆ ಜಾಹೀರಾತನ್ನು ನಿಲ್ಲಿಸುವಲ್ಲಿ ಯಶಸ್ವಿಯಾಗುತ್ತಾರೆ. ಈ ನಡೆ ಮೌಲ್ಯಾಧಾರಿತ ಪತ್ರಿಕೋದ್ಯಮಕ್ಕಾಗಿ, ಸ್ವಾಭಿಮಾನಕ್ಕಾಗಿ ಹಾಗೂ ಓದುಗರ ಒಳಿತಿಗಾಗಿ ಹೋರಾಡಿದ ಜಿ.ಎನ್. ರಂಗನಾಥ ರಾವ್ ಅವರ ವ್ಯಕ್ತಿತ್ವವನ್ನು ತೋರಿಸುತ್ತದೆ.

ಜಿ.ಎನ್. ರಂಗನಾಥ ರಾವ್ ಅವರು ಇತ್ತೀಚೆಗೆ ನಮ್ಮನ್ನು ಅಗಲಿದರು.

ಎಸ್ ಕೆ ಶೇಷಚಂದ್ರಿಕಾ

ಕಾಲಿಗೆ ಚಕ್ರ ಕಟ್ಟಿಕೊಂಡು...

ಎಸ್.ಕೆ. ಶೇಷಚಂದ್ರಿಕಾ ಅಂದರೆ ನಮ್ಮೆಲ್ಲರ ಪ್ರೀತಿಯ ‘ಶೇಷಣ್ಣ’. ತಮ್ಮ ಕಣ್ಣ ಮುಂದಿರುವ ಪ್ರತಿಯೊಬ್ಬರ ಕಷ್ಟಗಳನ್ನು ಕ್ಷಣ ಮಾತ್ರದಲ್ಲಿ ಕಂಡು ಹಿಡಿದು ಅವರಿಗೆ ಸಹಾಯ ಮಾಡುವುದರಲ್ಲಿ ಇವರು ಸದಾ ಮುಂದು.

1960ರ ದಶಕದ ಸಂದರ್ಭದಲ್ಲಿ ರಾಜಕೀಯ ವಿಶ್ಲೇಷಣೆ ಎಂದರೆ ಸಾಕು ಮೊದಲು ನೆನಪಾಗುತ್ತಿದ್ದ ಹೆಸರೇ ಶೇಷಣ್ಣ ಅವರದ್ದು. ದೇಶದ ಪ್ರತಿಷ್ಠಿತ ಪತ್ರಿಕೆಯಾಗಿದ್ದ Times Of Indiaದ ಮೂಲಕವೇ ವೃತ್ತಿ ಜೀವನ ಆರಂಭಿಸಿದ ಇವರು ಮೊದಲ ಕೆಲ ವರ್ಷಗಳನ್ನು ಮುಂಬೈನಲ್ಲಿ ಕಳೆದು ನಂತರ ಕರ್ನಾಟಕಕ್ಕೆ ಬಂದು ‘ಜನವಾಣಿ’, ‘ಪ್ರಜಾಮತ’ ಮತ್ತು ‘ಸಂಯುಕ್ತ ಕರ್ನಾಟಕ’ ಪತ್ರಿಕೆಗಳಲ್ಲಿ ವರದಿಗಾರಿಕೆ ಮಾಡಲು ತೊಡಗಿಸಿಕೊಂಡರು. ಸುಮಾರು ಐದು ದಶಕಗಳ ಕಾಲ ಚುನಾವಣಾ ವರದಿಗಳನ್ನು ಮಾಡಿದ ಹೆಗ್ಗಳಿಕೆ ಇವರದ್ದಾಗಿದೆ. ದೇಶದಾದ್ಯಂತ ಜರುಗಿದ ಲೋಕಸಭೆ ಹಾಗೂ ವಿಧಾನಸಭೆ ಚುನಾವಣೆಗಳಲ್ಲಿ ಕಾಲಿಗೆ ಚಕ್ರ ಕಟ್ಟಿಕೊಂಡು ಓಡಾಡಿದ್ದಾರೆ ಹೀಗೆ ವರದಿಗೆಂದು ಗುಜರಾತ್‌ಗೆ ಹೋಗಿದ್ದಾಗ ಆ ಸಮಯದಲ್ಲಿ ನರೇಂದ್ರ ಮೋದಿ ಅವರು ಅಲ್ಲಿಯ ಮುಖ್ಯಮಂತ್ರಿಯಾಗಿರುತ್ತಾರೆ. ಶೇಷಣ್ಣ ಮತ್ತು ಅವರ ಗೆಳೆಯರು ಗುಜರಾತ್‌ನ ಮಹಾ ನಗರವೊಂದರಲ್ಲಿ ಅಡ್ಡಾಡುತ್ತಿದ್ದಾಗ

ಅಲ್ಲಿಯ ಜನರು ಹತ್ತಿರದಲ್ಲಿಯೇ ಮೋದಿ ಅವರ ಮನೆ ಇರುವುದೆಂದು ತಾವು ಹೋಗಿ ಬರಬಹುದೆಂದು ಹೇಳುತ್ತಾರೆ. ಅದನ್ನು ಕೇಳಿ ಕುತೂಹಲದಿಂದ ಅಲ್ಲಿಗೆ ಹೋದಾಗ ಮನೆಯಲ್ಲಿದ್ದ ಮಹಿಳೆ ಇವರಿಗೆ ಪ್ರೀತಿ ಆದರಗಳಿಂದ ಸತ್ಕರಿಸುತ್ತಾರೆ. ಇದರಿಂದ ಖುಷಿಯಾದ ಇವರೀರ್ವರೂ ಅವರು ಯಾರೆಂದು ಕೇಳಿದಾಗ ತಾನು ಮೋದಿಯವರ ಹೆಂಡತಿ ಅಂತ ಅವರು ಹೇಳಿಕೊಳ್ಳುತ್ತಾರೆ ಇದನ್ನು ಕೇಳಿದ ಇವರು ಅಚ್ಚರಿಗೊಳ್ಳುತ್ತಾರೆ ಇದು ನಡೆದದ್ದು 2002ರ ಸುಮಾರಿನಲ್ಲಿ. ಈ ಘಟನೆಯನ್ನು ಶೇಷಣ್ಣನವರು ಮುಂದೆ ತಾವು ಬರೆದ ಪುಸ್ತಕದಲ್ಲಿ ಅಧಿಕೃತವಾಗಿ ದಾಖಲಿಸಿದ್ದಾರೆ ಅದರಲ್ಲಿ ಮೋದಿ ಅವರ ಹೆಂಡತಿಯ ಫೋಟೋ ಕೂಡ ಹಾಕಿದ್ದಾರೆ.

1963 ರಲ್ಲಿ ಕೇಂದ್ರ ವಾರ್ತಾ ಮತ್ತು ಪ್ರಸಾರ ಇಲಾಖೆಯ ಸೇವೆಗೆ ಅಧಿಕಾರಿಯಾಗಿ ನೇಮಕಗೊಂಡ ಇವರು ಅಲ್ಲಿಯೂ ಕೂಡ ಅತ್ಯಂತ ಮಹತ್ವದ ಕೆಲಸಗಳನ್ನು ನಿರ್ವಹಿಸುತ್ತಾರೆ. ಮುದ್ರಣ ಮಾಧ್ಯಮ, ಆಕಾಶವಾಣಿ ಮತ್ತು ಟಿ.ವಿ. ಹೀಗೆ 3 ಮಾಧ್ಯಮಗಳಲ್ಲಿಯೂ ಇವರದ್ದು ಪ್ರಶಂಸಾರ್ಹ ಸಾಧನೆ. ತಿ.ತಾ. ಶರ್ಮ, ನಾಡಿಗ ಕೃಷ್ಣಮೂರ್ತಿ ಮತ್ತು ಖಾದ್ರಿ ಶಾಮಣ್ಣ ರಂತಹ ಘಟಾನುಘಟಿಗಳ ಶಿಷ್ಯತ್ವ ಪಡೆದಿದ್ದ ಶೇಷಣ್ಣ ಅವರು ಕೇವಲ ರಾಜಕೀಯ ವರದಿಗಳಿಗೆ ಸೀಮಿತವಾಗಿರದೆ ವಿಜ್ಞಾನ ಕ್ಷೇತ್ರದಲ್ಲಿಯೂ ಕೂಡ ತಮ್ಮನ್ನು ತೊಡಗಿಸಿಕೊಂಡಿದ್ದರು. 'ಇಸ್ರೋ'ದ ಹಲವಾರು ಯೋಜನೆಗಳ ಮಾಹಿತಿಯನ್ನು ಜನರಿಗೆ ಪರಿಣಾಮಕಾರಿಯಾಗಿ ತಲುಪಿಸಿದ ಕೀರ್ತಿಯೂ ಇವರದ್ದಾಗಿದೆ. ಇಷ್ಟೆಲ್ಲ ಒತ್ತಡಗಳಲ್ಲಿಯೂ ಇರು 18 ಪುಸ್ತಕಗಳನ್ನು ರಚಿಸಿದ್ದಾರೆ. ಸಾಹಿತ್ಯ, ಸಂಗೀತ ಮತ್ತು ಸಾಂಸ್ಕೃತಿಕ ರಂಗಗಳಲ್ಲಿ ಅಪಾರ ಆಸಕ್ತಿ

ಹೊಂದಿದ್ದ ಶೇಷಣ್ಣ ಯಾವತ್ತೂ ಸಮಯ ಪಾಲನೆಗೆ ಹೆಚ್ಚು ಒತ್ತು ನೀಡುತ್ತಿದ್ದರು. ಯುವ ಪತ್ರಕರ್ತರು ಅಧ್ಯಯನಶೀಲರಾಗಬೇಕು. ಯಾವುದೇ ಗೋಷ್ಠಿಗೆ ಹೋಗುವ ಮೊದಲು ವಸ್ತುನಿಷ್ಟ ಅಧ್ಯಯನ ಮಾಡಿಕೊಂಡೇ ಆ ಜಾಗಕ್ಕೆ ತೆರಳಬೇಕೆಂದು ಇವರು ಬಲವಾಗಿ ಹೇಳುತ್ತಾರೆ.

ಈ ಮಾತುಕತೆಯ ವೇಳೆಯಲ್ಲಿ ನಾನು ಅವರಿಗೆ ಕೇಳುತ್ತಿದ್ದ ಕೆಲವು ಮಹತ್ವದ ಸಂಗತಿಗಳ ಕುರಿತು ಗೋಡೆಗೆ ಬಡಿದ ಚೆಂಡು ಕ್ಷಣಾರ್ಧದಲ್ಲಿ ವಾಪಸ್ ಬರುವಂತೆ ಅವರು ನೀಡುತ್ತಿದ್ದ ಪ್ರತಿಕ್ರಿಯೆಗಳು ನನಗೆ ದೊಡ್ಡ ಅಚ್ಚರಿ. ಏಕೆಂದರೆ ಅವರು ಚೂರು ತಡಮಾಡದೆ ಅಂಕಿ ಅಂಶಗಳು ಹಾಗೂ ಕರಾರುವಕ್ಕು ಉಲ್ಲೇಖಗಳ ಸಹಿತ ನನಗೆ ಉತ್ತರ ನೀಡುತ್ತಿದ್ದರು ಅವರ ನೆನಪಿನ ಶಕ್ತಿ ಅಷ್ಟೊಂದು ಪ್ರಖರವಾಗಿದೆ. ಹೀಗೆ ನಮ್ಮ ಸಂವಾದ ಮುಗಿವ ಅಂತಿಮ ಕ್ಷಣಗಳಲ್ಲಿ KUWJ ಮಾಡುತ್ತಿರುವ ರಚನಾತ್ಮಕ ಹಾಗೂ ಮಾನವೀಯ ನೆಲೆಯ ಕೆಲಸಗಳ ಕುರಿತು ಅಪಾರವಾದ ಪ್ರೀತಿಯಿಂದ ಮಾತಾಡಿದರು. "ಜೀವ ಇದ್ದವರಿಗೆ, ಜೀವ ಬಿಟ್ಟವರಿಗೆ ಹಾಗೂ ಇನ್ನೇನು ಜೀವ ಹೋಗಿಯೇ ಬಿಡುತ್ತದೆ ಎನ್ನುವವರಿಗೆ ಹೀಗೆ ಎಲ್ಲ ರೀತಿಯ ಸಂಕಷ್ಟಗಳಿಗೆ ತುತ್ತಾದ ಪತ್ರಕರ್ತರಿಗೆ. KUWJ ಅಮ್ಮನಂತೆ ವಾತ್ಸಲ್ಯ ತೋರುತ್ತಿದೆ". ಅವರ ಈ ಮಾತುಗಳು ನಮ್ಮ ಶ್ರಮ ಸಾರ್ಥಕವಾದ ಭಾವನೆಯನ್ನು ಮೂಡಿಸಿದವು.

ಜಿ ಎಮ್ ಶಿರಹಟ್ಟಿ

ಇನ್‌ಲ್ಯಾಂಡ್ ಲೆಟರ್‌ನಲ್ಲಿ ಅರ್ಜಿ...

ಶಿರಹಟ್ಟಿ ಅವರು ತಾವು ಪ್ರೌಢಶಾಲೆಯಲ್ಲಿ 8 ನೇ ತರಗತಿ ಓದುತ್ತಿದ್ದಾಗಲೇ ಪತ್ರಿಕೋದ್ಯಮದ ಪ್ರೀತಿಯಲ್ಲಿ ಬಿದ್ದವರು. ಗದಗ ನಗರದಲ್ಲಿದ್ದ 'ನಾಗರಿಕ' ಪತ್ರಿಕೆಯ ಸಂಪರ್ಕಕ್ಕೆ ಬಂದ ಇವರು. ಅಲ್ಲಿನ ಬೀದಿ ಬೀದಿಗಳಲ್ಲಿ, ಸರಕಾರಿ ಕಚೇರಿಗಳ ಅಂಗಳದಲ್ಲಿ, ಮಾರುಕಟ್ಟೆ, ಬಸ್‌ಸ್ಟ್ಯಾಂಡ್ ಮುಂತಾದ ಸಾರ್ವಜನಿಕ ಪ್ರದೇಶಗಳಲ್ಲಿ ಸುತ್ತಾಡುತ್ತ ಸುದ್ದಿ ಸಂಗ್ರಹಿಸುವ ಮೂಲಕ ಪತ್ರಕರ್ತ ವೃತ್ತಿಯನ್ನು ಆರಂಭಿಸಿದವರು. ಸುತ್ತಾಡುವುದು ಬೇಜಾರಾದಾಗ ಮನೆಯಲ್ಲಿದ್ದ ರೇಡಿಯೋದಲ್ಲಿ ಬರುತ್ತಿದ್ದ ವಾರ್ತೆಗಳನ್ನು ಕೇಳುತ್ತ ಆ ಸುದ್ದಿಗಳನ್ನೇ ಬರೆದುಕೊಂಡು ಪತ್ರಿಕೆಗೆ ಕೊಡತೊಡಗಿದರು. ಹೀಗೆ ಇವರಿಗೆ 'ರೇಡಿಯೋ'ದೊಂದಿಗೆ ನಂಟು ಬೆಳೆಯಿತು. ಒಂದು ದಿನ ಹೀಗೆ ರೇಡಿಯೋ ಪಕ್ಕದಲ್ಲಿ ಕೂತು ವಾರ್ತೆ ಕೇಳುವಾಗ ಆಕಾಶವಾಣಿಯಲ್ಲಿ ಒಂದು ಖಾಲಿ ಹುದ್ದೆ ಇದೆಯೆಂದೂ, ಸದರಿ ಹುದ್ದೆಗೆ ಸೇರ ಬಯಸುವವರು ಅರ್ಜಿ ಸಲ್ಲಿಸಬಹುದೆಂಬ ಸುದ್ದಿಯನ್ನು ಕೇಳುತ್ತಾರೆ. ಆಗಿನ ಕಾಲದಲ್ಲಿ ಚಾಲ್ತಿಯಲ್ಲಿದ್ದ 'ಇನ್‌ಲ್ಯಾಂಡ್ ಲೆಟರ್' ಮೂಲಕ ಅರ್ಜಿ ಸಲ್ಲಿಸುತ್ತಾರೆ. ಇವರು ಆಕಾಶವಾಣಿಯ ಆ ಹುದ್ದೆಗೆ ಆಯ್ಕೆಯೂ ಆಗಿಬಿಡುತ್ತಾರೆ. ಇಷ್ಟರಲ್ಲಿ ಅವರು ದೇಶವಾಣಿ ಮತ್ತು ಕರ್ನಾಟಕ ಬಂಧು ಎನ್ನುವ ಇನ್ನೆರಡು ಪತ್ರಿಕೆಗಳಲ್ಲಿ ಕೂಡ ವರದಿಗಾರರಾಗಿ ಕೆಲಸ ಮಾಡಿರುತ್ತಾರೆ.

1960ರ ದಶಕದಲ್ಲಿ ಆಕಾಶವಾಣಿ ನೌಕರಿಯ ಮೊದಲ ದಿನದ ಕರ್ತವ್ಯಕ್ಕೆ ಹಾಜರಾಗಲು ಮಳೆಯಲ್ಲಿ ನೆನೆದುಕೊಂಡೇ ಶಿರಹಟ್ಟಿಯವರು ಆಕಾಶವಾಣಿ ಎಂಬ ಭಾರತೀಯ ಸಾಂಸ್ಕೃತಿಕ ಪರಂಪರೆಯ ಆವರಣದೊಳಗೆ ಪ್ರವೇಶ ಮಾಡುತ್ತಾರೆ. ಅಲ್ಲಿಯವರೆಗೂ ಯಾವುದೇ ನಗರದ ಸಣ್ಣ ಕಚೇರಿಯನ್ನೂ ನೋಡಿರದ ಇವರು ಆ ಬಾನುಲಿ ಕೇಂದ್ರದ ಕಟ್ಟಡ ನೋಡಿಯೇ ರೋಮಾಂಚಿತರಾಗುತ್ತಾರೆ. 'ಧ್ವನಿ ಪರೀಕ್ಷೆ' 'ಲಿಖಿತ ಪರೀಕ್ಷೆ' 'ಅನುವಾದ ಪರೀಕ್ಷೆ' ಇವುಗಳನ್ನೆಲ್ಲ ತಾವು ನಿಜವಾಗಿಯೂ ಪಾಸಾಗಿದ್ದಾರಾ? ಎನ್ನುವ ಅನುಮಾನ ಅವರಿಗೆ ಕೆಲಸ ಸೇರುವ ದಿನದವರೆಗೂ ಇತ್ತಂತೆ.

ಗುಲ್ಬರ್ಗಾ ಆಕಾಶವಾಣಿ ಕೇಂದ್ರದಲ್ಲಿದ್ದಾಗ ಅಲ್ಲಿನ ಸ್ಥಳೀಯ ಜನರು ಮತಾಡುತ್ತಿದ್ದ ಭಾಷಾ ಪ್ರಬೇಧಗಳನ್ನು ಗುರುತಿಸಿ. ಅವರನ್ನು ಕೇಂದ್ರಕ್ಕೆ ಕರೆಸಿಕೊಂಡು ಅವರ ಪ್ರತಿಭೆಯಿಂದ ಅಲ್ಲಿದ್ದ 'ಕಲ್ಲಿ–ಪಿಲ್ಲಿ' ಎನ್ನುವ ವಿಶಿಷ್ಟ ಕನ್ನಡದ ಪರಿಚಯವನ್ನು ಮಾಡಿಸಿಕೊಡುವ ಮೂಲಕ ಕನ್ನಡ ಭಾಷೆಯ ಹಿರಿಮೆಯನ್ನು ಹೆಚ್ಚಿಸುತ್ತಾರೆ. 'ರಾತ್ರಿಯ ಕೋಗಿಲೆಗಳು' ಎನ್ನುವ ಕಾರ್ಯಕ್ರಮವಂತೂ ಅಂತಾರಾಷ್ಟ್ರೀಯ ಪ್ರಶಸ್ತಿ ಗಳಿಸುವದರೊಂದಿಗೆ ಶಿರಹಟ್ಟಿ ಅವರ ವೃತ್ತಿ ಜೀವನದ ಮಹತ್ವದ ಮೈಲುಗಲ್ಲಾಯಿತು. "ಸರ್ ಈ 'ರಾತ್ರಿಯ ಕೋಗಿಲೆಗಳು' ಅಂದ್ರೆ ಏನು ಸರ್" ಅಂತ ಕೇಳಿದೆ. ಆಗ ಅವರು "ನೋಡಿ ನಮ್ಮ ಕರ್ನಾಟಕದ ಹಳ್ಳಿಗಳಲ್ಲಿ ಆಗ ಜಾತ್ರೆ ಇಲ್ಲವೇ ಯಾವುದಾದರೂ ಉತ್ಸವಗಳಿದ್ದಾಗ ರಾತ್ರಿಯಿಡೀ ಊರಿನ ಜನರನ್ನು ರಂಜಿಸಲೆಂದು ನಾಟಕ, ಬಯಲಾಟ, ಯಕ್ಷಗಾನ, ತೊಗಲು ಬೊಂಬೆಯಾಟಗಳಂಥ ಹಲವಾರು ಕಲಾ ಪ್ರಕಾರಗಳನ್ನು ಪ್ರದರ್ಶನಗಳನ್ನು ಮಾಡಲಾಗುತ್ತಿತ್ತು. ಈ ಹಿನ್ನೆಲೆಯಲ್ಲಿ ಈ ಕಲಾ ಪ್ರಕಾರಗಳ ಮಹತ್ವವನ್ನು ತಿಳಿಸಲೆಂದು ಈ 'ರಾತ್ರಿಯ ಕೋಗಿಲೆಗಳು' ಎನ್ನುವ ಕಾರ್ಯಕ್ರಮವನ್ನು ನಿರ್ಮಿಸಲಾಯಿತು ಮತ್ತು ಇದು ಅಭೂತಪೂರ್ವ ಯಶಸ್ಸನ್ನು ಗಳಿಸಿತು." ಎಂದು ಆ ಕಾರ್ಯಕ್ರಮದ ಮಹತ್ವವನ್ನು ತಿಳಿಸಿದರು. 'ಕೇಳುವ'

ಪ್ರಕ್ರಿಯೆಯ ಕುರಿತು ಯಾವತ್ತೂ ದೊಡ್ಡ ಕುತೂಹಲ ಇಟ್ಟುಕೊಂಡಿರುವ ಇವರು. 'ಓಂಕಾರ' ದಿಂದ ಹಿಡಿದು 'ಹಲೋ'ಎನ್ನುವ ಪದದ ತನಕದ ಭಾರತೀಯ ಕೇಳು ಪರಂಪರೆಯ ಕಥೆಯನ್ನು 'ಶ್ರವ್ಯ ಯಾನ'ದ ಮೂಲಕ ಕನ್ನಡಿಗರಿಗೆ ಪರಿಚಯಿಸಿದರು. ಎಚ್ ಎಸ್ ವೆಂಕಟೇಶಮೂರ್ತಿ ಅವರ ಬರಹ ಈ ಪರಿಕಲ್ಪನೆಗೆ ಇತ್ತು. ಭರ್ತಿ ನಾಲ್ಕು ದಶಕಗಳ ಕಾಲ 'ಆಕಾಶವಾಣಿ'ಯಲ್ಲಿ ಕೆಲಸ ಮಾಡಿದ ಇವರು 'ಧ್ವನಿ' ಪ್ರಪಂಚವನ್ನು ಬಹು ದೊಡ್ಡ ಮಾಧ್ಯಮವಾಗಿ ಬೆಳೆಸಿದರು. 'ಇದು ಧಾರವಾಡ' ಎಂದು 'ಪ್ರಭು ಸಂಹಿತ'ದ ಮೂಲಕ ಅಧಿಕಾರವಾಣಿಯಿಂದ ಕೇಳುಗರನ್ನು ಸ್ವಾಗತಿಸುತ್ತಿದ್ದ ರೀತಿಯಿಂದ ಬೇಜಾರುಗೊಂಡ ಇವರು ಕೇಳುಗರನ್ನು ಗೌರವದಿಂದ ನಡೆಸಿಕೊಳ್ಳಬೇಕೆಂದು ಬಯಸಿ, "ಆಕಾಶವಾಣಿ, ಇದು ಧಾರವಾಡ ಕೇಂದ್ರ. ಇಂದಿನ ಕಾರ್ಯಕ್ರಮ" ಎಂಬ ಸೌಜನ್ಯದ 'ಕಾಂತಾ ಸಂಹಿತ'ವನ್ನು ಜಾರಿಗೆ ತಂದು ಕೇಳುಗರಿಗೆ ಖುಷಿಯನ್ನು ಕೊಡುಗೆಯಾಗಿ ನೀಡಿದರು.

ಮೈಸೂರಿನ ಆಕಾಶವಾಣಿ ಕೇಂದ್ರದ ಮುಖ್ಯಸ್ಥರಾಗಿದ್ದ ಇವರು ಬೆಂಗಳೂರು ದೂರದರ್ಶನಕ್ಕೆ ವರ್ಗಾವಣೆಗೊಂಡರು. 'ಬೀಳಲಿರುವ ಹನಿಗಳು' ಎಂಬ ಮಕ್ಕಳನ್ನು ದತ್ತು ತೆಗೆದುಕೊಳ್ಳುವ ಕಾರ್ಯಕ್ರಮ, 'ಚಲಿಸುವ ಸಂದೇಶಗಳು', 'ಮೀನಾಕ್ಷಿ ಅಡುಗೆ ಮನೆ', ಮತ್ತು 'ಸಮಯ ಸಮೀಕ್ಷೆ' ಎನ್ನುವ ಕಾರ್ಯಕ್ರಮಗಳು ದೂರದರ್ಶನದ ವೇಗವಾದ ಚೇತರಿಕೆಗೆ ಕಾರಣವಾದವು. ಡಾ. ರಾಜಕುಮಾರ್ ಅವರ ಅಪಹರಣದ ನಿಖರ ಸುದ್ದಿಗಾಗಿ ಇಡೀ ಕರ್ನಾಟಕವೇ 'ದೂರದರ್ಶನ'ದ ಮೇಲೆ ಅವಲಂಬಿತವಾಗುವಂತೆ 'ವಾಸ್ತವ ಸುದ್ದಿ'ಯನ್ನು ನೀಡುವ ಹಾಗೆ ಇವರು ದೂರದರ್ಶನವನ್ನು ತಯಾರು ಮಾಡಿದ್ದು ಇವರ ಕಾರ್ಯದಕ್ಷತೆಗೆ ಹಿಡಿದ ಕನ್ನಡಿಯಾಗಿದೆ.

ಅಬ್ದುಲ್ ಹಫೀಜ್

ಕ್ಲಿಕ್ ಕ್ಲಿಕ್ ಕ್ಲಿಕ್...

"22–10–1959 ರಂದು ನಾನು ಬೆಂಗಳೂರಿನಲ್ಲಿ ಪ್ರಸಿದ್ಧವಾಗಿದ್ದ 'ನೇಶನ್ ಫೋಟೋಸ್' ಎನ್ನುವ ಪತ್ರಿಕೆಗಳಿಗೆ ಚಿತ್ರಗಳನ್ನು ಮಾರಾಟ ಮಾಡುತ್ತಿದ ಫೋಟೋ ಏಜೆನ್ಸಿಯ ಅಂಗಡಿಯಲ್ಲಿ ಸೇಲ್ಸ್ ಮ್ಯಾನ್ ಆಗಿ ಕೆಲಸಕ್ಕೆ ಸೇರಿದೆ. ನಮ್ಮ ಮಾಲೀಕರಾದ ಗೋಪಾಲ್ ಅವರು ಕೊಡುತ್ತಿದ್ದ ಚಿತ್ರಗಳನ್ನು ತೆಗೆದುಕೊಂಡು ಅಲ್ಲಿ ಇಲ್ಲಿ ಸುತ್ತಾಡಿಯೋ ಇಲ್ಲವೇ ಯಾವುದಾದರು ಪತ್ರಿಕಾ ಕಚೇರಿಗಳ ಬಳಿ ಸುಳಿದಾಡಿಯೋ ನಾನು ಆ ಚಿತ್ರಗಳನ್ನು ಮಾರಾಟ ಮಾಡಬೇಕಾಗಿತ್ತು ಈ ಕೆಲಸಕ್ಕೆ ನನಗೆ ತಿಂಗಳಿಗೆ 25 ರೂಪಾಯಿಗಳ ಸಂಬಳ ಸಿಗುತ್ತಿತ್ತು." ಅಂತ ನಮ್ಮ ನಾಡಿನ ಪತ್ರಿಕೋದ್ಯಮದ ಮಹತ್ವದ ಫೋಟೋ ಜರ್ನಲಿಸ್ಟ್ ಆದ ಅಬ್ದುಲ್ ಹಫೀಜ್ ಅವರು ತಮ್ಮ ಕೆಲಸದ ಆ ದಿನಗಳ ಕುರಿತು ಮಾತಾಡತೊಡಗಿದರು.

"ಸರ್, ಫೋಟೋಗಳನ್ನು ಮಾರುತ್ತಿದ್ದ ನೀವು ಜರ್ನಲಿಸ್ಟ್ ಹೇಗಾದಿರಿ.?" ಅಂತ ನಾನು ಕೇಳಿದೆ. "ನಾನು ಕೆಲಸಕ್ಕೆ ಸೇರಿದ ಕೆಲವು ದಿನಗಳ ನಂತರ ನಮ್ಮ ಮಾಲೀಕರಾದ ಗೋಪಾಲ್ ಅವರು ಒಂದು ದಿನ ನನ್ನನ್ನು ಕರೆದು ನೀನೂ ಕೂಡ ಫೋಟೋಗ್ರಾಫರ್ ಆಗ್ತಿ ಏನೋ? ಅಂತ ಕೇಳಿದರು. ಆಗ "ನಾನು ನನ್ನ ಹತ್ತಿರ ಕ್ಯಾಮರವೇ ಇಲ್ಲ ಸರ್, ನಾನು ಹೇಗೆ ಫೋಟೋಗ್ರಾಫರ್ ಆಗೋದು" ಅಂತ ಹೇಳಿಕೊಂಡೆ.

"ಮಾಲೀಕರು ನನ್ನ ಆಸೆಯನ್ನು ಕೇಳಿ ಬಹಳ ಖುಷಿಪಟ್ಟರು. ಆಗ ಅವರೇ ನನಗೊಂದು ಕ್ಯಾಮರಾ ಕೊಡಿಸಿ ಕೆಲಸ ಕಲಿಯಲು ಅವಕಾಶಮಾಡಿಕೊಟ್ಟರು. ನಾನು

ತಿಂಗಳಿಗೆ ಒಂದು ರುಪಾಯಿ ನೀಡಿ ಸೈಕಲ್ ಒಂದನ್ನು ಬಾಡಿಗೆ ಪಡೆದುಕೊಂಡೆ. ಆ ಬಾಡಿಗೆ ಸೈಕಲ್‌ನಲ್ಲಿಯೇ 3 ತಿಂಗಳುಗಳ ಕಾಲ ಪೂರ್ತಿ ಬೆಂಗಳೂರನ್ನು ಸುತ್ತಾಡಿ ಆಗಿನ ದೊಡ್ಡ ದೊಡ್ಡ ಪಾರಂಪರಿಕ ಕಟ್ಟಡಗಳು, ಜನನಿಬಿಡ ಬೀದಿಗಳು, ಲಾಲ್‌ಬಾಗ್, ಕಬ್ಬನ್ ಪಾರ್ಕ್‌ನಂಥ ಸುಂದರ ಸೀನರಿಗಳು ಇರುತ್ತಿದ್ದ ಜಾಗಗಳು ಸೇರಿದಂತೆ HAL ವಿಮಾನ ನಿಲ್ದಾಣದೊಳಗೂ ಓಡಾಡಿ ಫೋಟೋಗಳನ್ನು ತೆಗೆದುಕೊಂಡು ಬರುತ್ತಿದ್ದೆ. ನನ್ನ ಕೆಲಸದಿಂದ ಸಂತುಷ್ಟಗೊಂಡ ಮಾಲಕರು ನನ್ನನ್ನು ವಿಲಿಯಮ್ಸ್ ಎನ್ನುವ ಬಾಂಬೆ ಮೂಲದ ಫೋಟೋಗ್ರಾಫರ್ ಜೊತೆ ಸಹಾಯಕನಾಗಿ ಕಳಿಸತೊಡಗಿದರು ಮತ್ತು ನನ್ನ ಸಂಬಳ 75 ರೂಪಾಯಿಗಳಿಗೆ ಏರಿತು. ರಾಜಕಾರಣಿಗಳ ಸಂದರ್ಶನಗಳು, ಸಾರ್ವಜನಿಕ ಕಾರ್ಯಕ್ರಮಗಳು, ಪೊಲೀಸ್ ಕಾರ್ಯಾಚರಣೆಗಳು, ಚಳುವಳಿಗಳು ಹೀಗೆ ವಿವಿಧ ಘಟನೆಗಳನ್ನು ಸೆರೆ ಹಿಡಿಯುತ್ತಿದ್ದೆ. ನಾನು ತೆಗೆದ ಫೋಟೋಗಳು ಕ್ರಮೇಣವಾಗಿ ವಿವಿಧ ಪತ್ರಿಕೆಗಳಲ್ಲಿ ಪ್ರಕಟವಾಗತೊಡಗಿದವು. ಹೀಗೆ ನಾನು ನನಗೆ ಗೊತ್ತಿಲ್ಲದಂತೆ ಪತ್ರಿಕಾ ಛಾಯಾಗ್ರಾಹಕನಾಗಿ ಕೆಲಸ ಮಾಡತೊಡಗಿದೆ". ಎಂದು ಬಹಳ ಖುಷಿಯಿಂದ ಮಾತಾಡತೊಡಗಿದರು.

"ನನಗೆ ಪತ್ರಿಕೋದ್ಯಮವೆಂದರೆ ಏನೇನೂ ಗೊತ್ತಿರಲಿಲ್ಲ ಆದರೆ ನನ್ನ ಕೆಲಸ ಗುರುತಿಸಿ ಎಲ್ಲರೂ ನನ್ನನ್ನು ಮೆಚ್ಚತೊಡಗಿದರು. ದಿ ಹಿಂದೂ. ಇಂಡಿಯನ್ ಎಕ್ಸ್‌ಪ್ರೆಸ್, ತಾಯಿನಾಡು, ಪ್ರಜಾಮತ, ಡೆಕ್ಕನ್ ಹೆರಾಲ್ಡ್ ಮುಂತಾದ ಪತ್ರಿಕೆಗಳಲ್ಲಿ ಪ್ರಕಟವಾದ ಫೋಟೋಗಳು ನನ್ನನ್ನು ಅಧಿಕೃತ ಫೋಟೋ ಜರ್ನಲಿಸ್ಟ್ ಆಗಿ ರೂಪಿಸಿದವು. ಈ ಎಲ್ಲಾ ಪತ್ರಿಕೆಗಳಲ್ಲೂ ನಾನು ಕೆಲಸ ಮಾಡುವಂತಾಯಿತು". ಪತ್ರಿಕಾ ವರದಿಗಾರನಾಗಿ ತಾವು ರೂಪುಗೊಂಡ ಬಗೆಯನ್ನು ಉತ್ಸಾಹದಿಂದ ಹೇಳಿಕೊಂಡರು. ಆಗಿನ ಭಾರವಾದ ಕ್ಯಾಮರಾವನ್ನು ಹೊತ್ತುಕೊಂಡು ಇವರು ಸುದ್ದಿಗಾಗಿ ಓಡಾಡಬೇಕಿತ್ತು. ಅವರಿಗೆ 12 ಫ್ರೇಮ್‌ಗಳಿರುತ್ತಿದ್ದ ರೋಲ್‌ಗಳನ್ನು ನೀಡಲಾಗುತ್ತಿತ್ತು. ಅಷ್ಟರಲ್ಲಿಯೇ ಗುಣಮಟ್ಟದ ಮತ್ತು ಸುಂದರವಾದ ಫೋಟೋಗಳನ್ನು ತೆಗೆಯುವ ಸವಾಲನ್ನು ಇವರು ತಮ್ಮ ಪ್ರತಿಭೆಯಿಂದಲೇ ಗೆದ್ದರು.

1960ರಲ್ಲಿ ಬೆಂಗಳೂರಿಗೆ ಭೇಟಿ ನೀಡಿದ್ದ ರಷ್ಯಾ ದೇಶದ ರಾಜ ತಾಂತ್ರಿಕ ಕ್ರುಶ್ಚೇವ್, 1961ರಲ್ಲಿ ಬೆಂಗಳೂರಿಗೆ ಬಂದಿದ್ದ ಇಂಗ್ಲೆಂಡಿನ ಮಹಾರಾಣಿ ಎಲಿಜಬೆತ್, ಗಡಿನಾಡ ಗಾಂಧಿ ಖಾನ್ ಅಬ್ದುಲ್ ಗಫಾರ್ ಖಾನ್ ಹಾಗೂ ಪೋಪ್ ಜಾನ್ ಪಾಲ್ ಅವರ ಫೋಟೋಗಳನ್ನು ಆಗಿನ ಸೀಮಿತ ಪರಿಕರಗಳನ್ನು ಬಳಸಿಯೇ ಹಫೀಜ್ ಅವರು ತೆಗೆದಿದ್ದರು ಅಂಥ ಐತಿಹಾಸಿಕ ಫೋಟೋಗಳ ಸರೆ ಹಿಡಿದ ಇವರು ತಾವು ದುಡಿಯುತ್ತಿದ್ದ ಪತ್ರಿಕೆಗಳ ಗೌರವವನ್ನು ಹೆಚ್ಚಿಸಿದವರು. ಒಮ್ಮೆ ಬೆಂಗಳೂರಿನಲ್ಲಿ ನೀರಿನ ಸಮಸ್ಯೆ ಉಂಟಾಯಿತು ಅದು ನಿರಂತರ 15 ದಿನಗಳವರೆಗೆ ಮುಂದುವರೆಯಿತು. ಆಗ ಒಂದು ದಿನ ಕರ್ಫ್ಯೂ ವಿಧಿಸಲಾಗಿತ್ತು. ಅಷ್ಟೊಂದು ಬಿಗಿಯಾದ ವಾತಾವರಣದಲ್ಲೂ ಸಹ ಒಬ್ಬ ಸಾಮಾಜಿಕ ಹೋರಾಟಗಾರರು ಏಕಾಂಗಿಯಾಗಿ ಪ್ರತಿಭಟನೆ ನಡೆಸಿದ್ದರು ಈ ಸಂಗತಿ

ಗೊತ್ತಾದ ಕೂಡಲೇ ಹಫೀಜ್ ಅವರು ಓಡೋಡಿ ಹೋಗಿ ಆ ಹೋರಾಟಗಾರನ ಚಿತ್ರ ಸೆರೆ ಹಿಡಿದರು. ಕಾವೇರಿ ವಿವಾದದ ಸಂದರ್ಭದಲ್ಲಿ ಹಫೀಜರು ಕಾವೇರಿ ನದಿಯ ಉಗಮಸ್ಥಾನವಾದ ಭಾಗಮಂಡಲದಿಂದ ಹಿಡಿದು ಅದು ಕನಕಪುರ ಸಮೀಪದವರೆಗೆ ಹರಿಯುವ ಎಲ್ಲಾ ವಿವಿಧ ಜಾಗಗಳ ಚಿತ್ರಗಳನ್ನೂ ತೆಗೆದಿದ್ದರು ಈ ಚಿತ್ರಗಳು ಆಗಿನ ಮುಖ್ಯಮಂತ್ರಿಗಳಾಗಿದ್ದ ವೀರಪ್ಪ ಮೊಯ್ಲಿ ಅವರ ಸರಕಾರಕ್ಕೆ ಮಹತ್ವದ ದಾಖಲೆಯಾಗಿ ಒದಗಿಬಂದವು. ಈ ಚಿತ್ರಗಳು ವೈಜ್ಞಾನಿಕ ಅಧ್ಯಯನಕ್ಕೆ ಸಹಕಾರಿಯಾದವು.

HAL ವಿಮಾನ ನಿಲ್ದಾಣದಲ್ಲಿ ಆದ ವಿಮಾನ ದುರಂತದಲ್ಲಿ ಸುಮಾರು 97 ಜನ ದುರ್ಮರಣಕ್ಕೆ ಈಡಾದ ಸುದ್ದಿ ಗೊತ್ತಾದ ಕೂಡಲೇ ಆ ದುರಂತದ ಜಾಗಕ್ಕೆ ಹೋಗಿ ಇವರು ತೆಗೆದ ಚಿತ್ರಗಳು ಮನಕಲಕುವಂತಿದ್ದವು. ಈ ದುರಂತದ ತನಿಖೆಗಾಗಿ ನೇಮಿಸಿದ್ದ ಕೇಂದ್ರ ಸರಕಾರದ ಸಮಿತಿಗೆ ಹಫೀಜ್ ಅವರ ತೆಗೆದ ಚಿತ್ರಗಳೇ ನೆರವಿಗೆ ಬಂದಿದ್ದವು. ಹಿಂದಿ ವಿರೋಧಿ ಚಳುವಳಿ, ಬೆಳಗಾವಿ ಗಡಿ ವಿವಾದ, ದೂರದರ್ಶನದ ಉರ್ದು ಸುದ್ದಿ ಪ್ರಸಾರದ ವಿರುದ್ಧದ ಪ್ರತಿಭಟನೆಯಂಥ ಮಹತ್ವದ ಘಟನೆಗಳ ಚಿತ್ರಗಳನ್ನು ಇವರು ಅನೇಕ ಅಡೆತಡೆಗಳ ನಡುವೆಯೂ ತೆಗೆದು ಸಕಾಲಕ್ಕೆ ಪತ್ರಿಕೆಗಳಿಗೆ ಕಳಿಸುತ್ತಿದ್ದರು. ಕ್ರೀಡಾ ಸುದ್ದಿಗಳ ವರದಿಗಾರಿಕೆಯಲ್ಲೂ ಇವರು ದೊಡ್ಡ ಹೆಸರನ್ನು ಮಾಡಿದ್ದಾರೆ. 30 ಬಗೆಯ ಕ್ರೀಡೆಗಳ ಸುದ್ದಿಗಳನ್ನು ಕವರ್ ಮಾಡುತ್ತಿದ್ದ ಇವರು ತಮ್ಮ ವೃತ್ತಿ ಜೀವನದಲ್ಲಿ 3 ಕ್ರಿಕೆಟ್ ವರ್ಲ್ಡ್ ಕಪ್, 3 ಏಷ್ಯನ್ ಗೇಮ್ಸ್‌ಗಳನ್ನು ವರದಿ ಮಾಡಿದ್ದಾರೆ.

ವೆಂಕಟನಾರಾಯಣ

ಪಿಯುಸಿ ಫೇಲಾದ ಹುಡುಗ, ಒಂಭತ್ತು ಪತ್ರಿಕೆಗಳಿಗೆ ಸಂಪಾದಕನಾದ..!

"ನಾನು ಪತ್ರಿಕೋದ್ಯಮಕ್ಕೆ ಬಂದಿದ್ದು ತೀರಾ ಆಕಸ್ಮಿಕ. SSLCಯಲ್ಲಿ ಹೆಚ್ಚು ಅಂಕಗಳನ್ನು ಪಡೆದು ಪಾಸಾಗಿ ಬುದ್ಧಿವಂತ ಹುಡುಗ ಅಂತ ಅನಿಸಿಕೊಂಡಿದ್ದ ನಾನು ಅದು ಅಪ್ಪಟ ಸುಳ್ಳು ಎನ್ನುದನ್ನು ಸಾಬೀತು ಮಾಡುವಂತೆ PUCಯಲ್ಲಿ ಫೇಲಾಗಿದ್ದೆ. ನಾನು ನಪಾಸು ಆಗಿದ್ದನ್ನು ಮನೆಯಲ್ಲಿ ಯಾರೂ ಅಷ್ಟೊಂದು ಹಚ್ಚಿಕೊಳ್ಳದೇ ಸುಮ್ಮನೇ ಇದ್ದರು. ಮುಂದೇನು? ಅಂತ ನಾನು ಮಾತ್ರ ಯೋಚಿಸುತ್ತಿಲೇ ಇದ್ದೆ ಆಗ SSLCಯ ಅಂಕಗಳು ನನ್ನ ಕೈ ಹಿಡಿದವು. ಸಂದರ್ಶನವೊಂದಕ್ಕೆ ಹಾಜರಾಗುವಂತೆ ಮನೆಗೆ ಪತ್ರ ಬಂದಿತ್ತು. ಹೀಗೆ ನಾನು 1965ರ ಜೂನ್ ತಿಂಗಳ 1ನೇ ತಾರೀಕಿನಂದು ಆಲದ ಮರದಂತಿದ್ದ 'ಸಂಯುಕ್ತ ಕರ್ನಾಟಕ' ಪತ್ರಿಕೆಗೆ ಪತ್ರಕರ್ತನಾಗಿ ಕೆಲಸಕ್ಕೆ ಸೇರಿಕೊಂಡೆ". ಹೀಗೆ ಪಿಯುಸಿ ಫೇಲಾದ ನೆಪದಿಂದ ಪತ್ರಿಕೋದ್ಯಮಕ್ಕೆ ಬಂದು ಮುಂದೆ ಕನ್ನಡ ನಾಡಿನ 9 ಪತ್ರಿಕೆಗಳಿಗೆ ಸಂಪಾದಕರಾಗಿ ದಾಖಲೆ ಮಾಡಿದ್ದು ಹಿರಿಯ ಪತ್ರಕರ್ತರಾದ ವೆಂಕಟನಾರಾಯಣ ಅವರು.

"ಸರ್ ಅಷ್ಟು ಸಣ್ಣ ವಯಸ್ಸಿಗೇನೆ ಅಂಥ ದೊಡ್ಡ ಪತ್ರಿಕೆಗೆ ಸೇರಿದ್ದ ನಿಮ್ಮ ಆರಂಭದ ದಿನಗಳು ಹೇಗಿದ್ದವು?" ಅಂತ ನಾನು ಕೇಳಿದೆ. "ನೋಡಿ ನಾನು ಕೆಲಸಕ್ಕೆ ಸೇರಿದ್ದು ಪ್ರೂಫ್ ರೀಡರ್ ಆಗಿ ಆದರೆ ಅದರ ಬಗ್ಗೆ ನನಗೆ ಎಳ್ಳಷ್ಟೂ ಗೊತ್ತಿರಲಿಲ್ಲ. ಅಲ್ಲಿದ್ದ ಹಿರಿಯರೊಬ್ಬರು ಸ್ವಲ್ಪ ಗಂಭೀರವಾಗಿಯೇ "ಏನು ಹೆಸರು" ಅಂತ ಕೇಳುತ್ತಲೇ

ಒಂದು ಶೀಟ್ ಕೊಟ್ಟವರೆ ವೇಗವಾಗಿ ಸಂಖ್ಯೆಗಳನ್ನು ಹೇಳತೊಡಗಿದರು. ಅದು ಮುಗಿದ ಕೂಡಲೇ ಅವರು ಎದ್ದು ಹೋದರು. ನನಗೆ ಒಂದೂ ಸಹ ಅರ್ಥವಾಗದೆ ಪಕ್ಕದಲ್ಲಿ ಇದ್ದವರಿಗೆ "ಅವರು ಯಾಕೆ ಹೀಗೆ ನಂಬರ್ಸ್ ವೇಗವಾಗಿ ಹೇಳಿದರು?" ಅಂತ ಕೇಳಿದೆ. ಇದನ್ನು ಕೇಳಿಸಿಕೊಂಡ ಅವರು ಮೈ ಮೇಲೆ ಹಲ್ಲಿ ಬಿದ್ದವರಂತೆ ಗಾಬರಿಯಿಂದ "ಏನ್ರೀ ನೀವು ಅಷ್ಟು ಗೊತ್ತಾಗಲ್ವ ಅವರು ಓದಿದ್ದು SSLC ನಲ್ಲಿ ಪಾಸಾದ ವಿದ್ಯಾರ್ಥಿಗಳ ನೋಂದಣಿ ಸಂಖ್ಯೆಗಳು. ನಾಳೆ ನಮ್ಮ ಪತ್ರಿಕೆಯಲ್ಲಿ ಪ್ರಕಟವಾಗುತ್ತವೆ. ಅವನ್ನು ಸರಿಯಾಗಿ ಪರಿಶೀಲನೆ ಮಾಡಬೇಕು ನೀವು. ಒಂದ್ ನಂಬರ್ ತಪ್ಪಾದ್ರೂ ನಿಮ್ಮ ಕೆಲಸ ಹೋಗುತ್ತೆ" ಅಂದ್ರು ಈಗ ಗಾಬರಿಯಾಗುವ ಸರದಿ ನನ್ನದು. ಆಮೇಲೆ ಅವರ ಸಹಾಯದಿಂದ ಆ ಕೆಲಸ ಮಾಡಿದೆ" ಅಂತ ಮುಗಳ್ನಗುತ್ತಲೇ ಹೇಳಿದರು.

ರಾಜಾರಾಮ್ ಅಂತ ಹಿರಿಯ ಪತ್ರಕರ್ತರು ಒಂದು ದಿನ ಇವರಿಗೆ ರಾತ್ರಿ 11–30ಕ್ಕೆ ಫೋನ್ ಮಾಡಿ ಯಾರೋ ಸಚಿವರೊಬ್ಬರ ಮನೆಯಿಂದ ಹುಡುಗಿಯೊಬ್ಬಳು ಜೋರಾಗಿ Help me! Help me ಅಂತ ಭಯದಿಂದ ಕಿರುಚಿಕೊಂಡು ಹೊರಗೆ ಓಡುತ್ತ ಹೋದಳೆಂದು ಈ ಸುದ್ದಿ ನಮಗೆ ತಮಗೆ ಮಾತ್ರ ಗೊತ್ತಿದೆಯೆಂದು ಇದನ್ನು ಪತ್ರಿಕೆಯಲ್ಲಿ ಪ್ರಕಟಿಸಬೇಕೆಂದು ಹೇಳುತ್ತಾರೆ. ಆದರೆ ಯಾವುದೇ ಆಧಾರ ಮತ್ತು ಸಾಕ್ಷಿಗಳಿಲ್ಲದೇ ಈ ಸುದ್ದಿಯನ್ನು ಹೇಗೆ ಪ್ರಕಟಿಸೋದು ಅಂತ ವೆಂಕಟನಾರಾಯಣರಿಗೆ ಯೋಚನೆಯಾಗುತ್ತದೆ ಆದರೆ ಯಾರಿಗೂ ಸಿಗದ ಸುದ್ದಿ ನಮಗೆ ಮಾತ್ರ ಸಿಕ್ಕಿದೆ ಅಂದ ಮೇಲೆ ಬಿಡೋದು ಹೇಗೆ ಅಂತಲೂ ಪೇಚಾಡುತ್ತಾರೆ. ಏನಾದ್ರೂ ಆಗಲಿ ಒಂದು

ದೊಡ್ಡ ರಿಸ್ಕ್ ತಗೊಳ್ಳೋಣ ಅಂತ ಅಂದುಕೊಂಡು ಕಾರ್ಯಪ್ರವೃತ್ತರಾಗುತ್ತಾರೆ. ಆಗ ಶಾಮರಾಯರು ಪ್ರಕಟಿಸಿ ಅಂತ ಒಪ್ಪಿಗೆ ಕೊಡುತ್ತಾರೆ. ಮರುದಿನ ಪತ್ರಿಕೆ ನೋಡಿದ್ದೇ ರಾಜ್ಯಾದ್ಯಾಂತ ಮಿಂಚಿನ ಸಂಚಲನ ಉಂಟಾಗುತ್ತದೆ. ಆಗ ದೇವರಾಜ ಅರಸು ಅವರು ಮುಖ್ಯಮಂತ್ರಿ ಇದ್ದರು. ಅವರು ವಿದೇಶ ಪ್ರವಾಸದಲ್ಲಿ ಇದ್ದರಿಂದ ಎಚ್.ಎಮ್. ಚನ್ನಬಸಪ್ಪ ಅವರು ಇನ್ಚಾರ್ಜ್ ಇದ್ದರು. ಈ ಸುದ್ದಿ ಕಾಡ್ಗಿಚ್ಚಿನಂತೆ ಹರಡಿದ್ದು ನೋಡಿ ಅವರು ಬೆಳಿಗ್ಗೆ 9ಕ್ಕೆ ತುರ್ತು ಸಚಿವ ಸಂಪುಟ ಕರೆದು. "ನೋಡಿ ಯಾವ ಸಚಿವರ ಮನೆಯಿಂದ ಆ ಹುಡುಗಿ ಓಡಿ ಹೋಗಿದ್ದಾಳೋ ಆ ಸಚಿವರು ತಾವಾಗಿಯೇ ಬಂದು 10 ಗಂಟೆಯ ಒಳಗೆ ನನ್ನ ಕೈಗೆ ರಾಜೀನಾಮೆ ಪತ್ರ ಕೊಡಬೇಕು ಇಲ್ಲದಿದ್ದರೆ 10–30 ಕ್ಕೆ ನಾನೇ ರಾಜ್ಯಪಾಲರಿಗೆ ಅವರನ್ನು ಡಿಸ್ಮಿಸ್ ಮಾಡುವಂತೆ ಪತ್ರ ಬರೆಯುತ್ತೇನೆ ಅಂತ ಹೇಳುತ್ತಾರೆ." ಇದಾದ ಮೇಲೆ ಆ ಸಚಿವರು 10 ಗಂಟೆಗೆಲ್ಲ ತಾವಾಗಿಯೇ ಅವರ ಬಳಿ ಹೋಗಿ ರಾಜೀನಾಮೆ ಕೊಡುತ್ತಾರೆ. ಕೂಡಲೇ 11 ಗಂಟೆಗೆ ತುರ್ತು ಪತ್ರಿಕಾಗೋಷ್ಠಿ ಕರೆದ ಚೆನ್ನಬಸಪ್ಪನವರು. "ಈ ಸುದ್ದಿಯನ್ನು ಪ್ರಕಟಿಸಿದ ಪತ್ರಿಕೆಯವರಿಗೆ ನಾನು ಯಾವುದೇ ರೀತಿಯ ದಾಖಲೆಗಳಾಗಲೀ ಆಧಾರಗಳಾಗಲೀ ಕೇಳುವುದಿಲ್ಲ. ಈ ಸುದ್ದಿ ನಿಜವೋ ಇಲ್ಲ ಸುಳ್ಳೋ ಎನ್ನುವುದೂ ನನಗೆ ಈಗ ಬೇಕಿಲ್ಲ ಆದರೆ ನಮ್ಮ ಸಚಿವರೊಬ್ಬರ ಮೇಲೆ ಆರೋಪ ಬಂದಿದ್ದರಿಂದ ನೈತಿಕ ಹೊಣೆ ಹೊತ್ತು ಅವರ ರಾಜೀನಾಮೆ ಪಡೆದಿದ್ದೇನೆ" ಅಂತ ಹೇಳಿಕೆ ನೀಡುತ್ತಾರೆ. ಆಗ ಜನರೂ ಸಹ ಪತ್ರಿಕೆಯಲ್ಲಿ ಬಂದಿದ್ದನ್ನು ಸತ್ಯವೇ ಎಂದು ನಂಬುತ್ತಿದ್ದರು. ಪತ್ರಿಕೆಯಲ್ಲಿ ಬಂತು ಅಂದ್ರೆ ಅದು ಕಲ್ಲಿನಲ್ಲಿ ಕೊರೆದಷ್ಟೇ ಸ್ಪಷ್ಟ ಅಂತ ಆಗಿನ ಲೆಕ್ಕಾಚಾರವಾಗಿತ್ತು".

ಪಿಯುಸಿ ಫೇಲಾಗಿದ್ದ ಸಂದರ್ಭದಲ್ಲಿ ಇವರು ದಿನವಿಡೀ ಗ್ರಂಥಾಲಯದಲ್ಲಿಯೇ ಇರುತ್ತಿದ್ದರು. ನರಸಿಂಹಯ್ಯನವರ ಎಲ್ಲಾ ಪುಸ್ತಕಗಳನ್ನು ಅಲ್ಲಿಯೇ ಓದಿದ್ದರಂತೆ. ಇವರ ಓದಿನ ಚಟ ಹೇಗಿತ್ತೆಂದರೆ ಇವರು ಅಂಗಡಿಯವರು ಪೊಟ್ಟಣ ಕಟ್ಟಿಕೊಡುತ್ತಿದ್ದ ಹಾಳೆಯನ್ನೂ ಬಿಡುತ್ತಿರಲಿಲ್ಲ. ಒಮ್ಮೆ ಅಂಥ ಕೆಲಸಕ್ಕೆ ಬಾರದ ಹಾಳೆಯಲ್ಲಿನ ವಿಷಯ ಓದಿ ಸಂಸ್ಕೃತ ಪುಸ್ತಕವೊಂದಕ್ಕೆ ವಿಮರ್ಶೆ ಬರೆಯುತ್ತಾರೆ. ಅದನ್ನು ಮೆಚ್ಚಿಕೊಂಡ ಆ ಪುಸ್ತಕದ ಲೇಖಕರು ಕಛೇರಿಗೆ ಬಂದು ಇವರಿಗೆ ಧನ್ಯವಾದಗಳನ್ನು ಹೇಳುತ್ತಾರೆ. ಓದದೇ ಯಾರನ್ನೂ ಸಂದರ್ಶನ ಮಾಡಬಾರದು ಎನ್ನುವುದು ಇವರ ನಿಯಮ.

ಟಿ ಜಿ ಅಶ್ವತ್ಥನಾರಾಯಣ

ವಾಚಕರ ವಾಣಿಯಿಂದ ಪತ್ರಿಕೆಗಳ ಅಂಗಳಕ್ಕೆ...

ನನಗೆ ಚಿಕ್ಕಂದಿನಿಂದಲೂ ಪತ್ರಕರ್ತನಾಗಲೇಬೇಕೆಂಬ ಬಹು ದೊಡ್ಡ ಆಸೆ ಇತ್ತು. 'ಪತ್ರಿಕೆ', 'ವರದಿ' ಮತ್ತು 'ವರದಿಗಾರರ ಹೆಸರು' ಎಂಬ ಪದಗಳಿಲ್ಲದ ಕನಸುಗಳು ಅಪ್ಪಿತಪ್ಪಿಯೂ ನನಗೆ ಬೀಳುತ್ತಿರಲಿಲ್ಲ. ಬೆಕ್ಕಿನ ಕನಸಿನಲ್ಲಿ ಇಲಿ ಎಂಬಂತೆ ನಾನು ಮೂರು ಹೊತ್ತೂ ಪತ್ರಕರ್ತನಾಗುವ ಯೋಚನೆಯನ್ನೇ ಮಾಡುತ್ತಿದ್ದೆ. ನನಗಾಗ 12 ವರ್ಷ ವಯಸ್ಸು ಇರಬಹುದು ಆಗಲೇ ನಾನು ಪ್ರತಿಯೊಂದನ್ನೂ ಪತ್ರಕರ್ತನ ಕಣ್ಣಿನಿಂದ ನೋಡುವುದನ್ನು ಕಲಿತಿದ್ದೆ. ಹೀಗೆ ತುಂಬಾ ಗಂಭೀರವಾಗಿ ಗಮನಿಸುವಾಗ ನಮ್ಮ ಬೀದಿಯ ರಸ್ತೆಗೂ ನಮ್ಮದೇ ಊರಿನ ಗ್ರಾಮ ಪಂಚಾಯತಿ ಅಧ್ಯಕ್ಷರ ಬೀದಿಯ ರಸ್ತೆಗೂ ಇದ್ದ ಅಜಗಜಾಂತರ ವ್ಯತ್ಯಾಸ ನನ್ನ ಗಮನಕ್ಕೆ ಬಂತು. ನನ್ನ ಗೆಳೆಯರೆಲ್ಲ ಸೇರಿ ಈ ಹದಗೆಟ್ಟ ರಸ್ತೆ ಬಗ್ಗೆ ಯಾಕೆ ಬರೆಯಬಾರದು ಅಂತ ಹೇಳಿದ್ರು.

ಗೆಳೆಯರ ಉತ್ಸಾಹದ ಮಾತುಗಳು ಮತ್ತು ನನ್ನೊಳಗಿನ ಪತ್ರಕರ್ತ ಸೇರಿ ನನಗೆ ಬರೆಯಲು ಹಚ್ಚಿಸಿದರು. 'ಪ್ರಜಾವಾಣಿ'ಯ ವಾಚಕರ ವಾಣಿ ಕಾಲಂಗೆ ನಮ್ಮ ಬೀದಿಯ ರಸ್ತೆ ಸಮಸ್ಯೆ ಕುರಿತ ಪತ್ರವೊಂದನ್ನು ಬರೆದೆ. ನನ್ನ ಪ್ರಕಟಿತ ಬರಹ ನೋಡಿದ್ದೇ ತಡ ದೊಡ್ಡ ಯುದ್ಧವನ್ನು ಗೆದ್ದವನಂತೆ ಸಂಭ್ರಮಿಸಿದೆ. ಕೇವಲ 12ರ ಪೋರನ ಪತ್ರವೊಂದು ಪ್ರಕಟವಾಗಿ ಭರ್ಜರಿ ಸುದ್ದಿ ಮಾಡಿತ್ತು. ಅದಾದ ಕೆಲವು ದಿನಗಳ

ನಂತರ ನಮ್ಮ ಬೀದಿಗೆ ಹೊಸ ರಸ್ತೆ ಮಂಜೂರಾಯಿತು. ಆಗ ಇಡೀ ಊರಿಗೆ ನಾನೇ ಸೆಲೆಬ್ರಿಟಿಯಾಗಿದ್ದೆ. ಇದಾದ ಸ್ವಲ್ಪ ದಿನಗಳ ನಂತರ ನಾನು ನನ್ನ ಗೆಳೆಯರೊಂದಿಗೆ ಆಟವಾಡುತ್ತಿದ್ದಾಗ ಸೈಕಲ್ ಏರಿಕೊಂಡು ಬರುತ್ತಿದ್ದ ಸುಂದರರಾಜೇ ಅಯ್ಯಂಗಾರರು "ಏನೋ, ಚೋಟುದ್ದ ಇದೀಯಾ ನನ್ನ ಬಗ್ಗೇನೆ ಪೇಪರ್‌ಗೆ ಬರೀತಿಯಾ ಅಂತ ಗದರಿಸಿದ್ದರು. ಈ ಘಟನೆ ನಡೆದು ಆರೇಳು ದಶಕಗಳೇ ಕಳೆದಿದ್ದರೂ ನಿನ್ನೆ ಮೊನ್ನೆ ನಡೆದಂತೆ ಭಾಸವಾಗುತ್ತಿದೆ."

ಟಿ ಜಿ ಅಶ್ವತ್ಥನಾರಾಯಣ ಅವರು 6 ದಶಕಗಳ ಕಾಲ ಪತ್ರಕರ್ತರಾಗಿ ಜನವಾಣಿ, ಮೇನಕಾ ಮತ್ತು ಕನ್ನಡಪ್ರಭ ಪತ್ರಿಕೆಗಳಲ್ಲಿ ಕೆಲಸ ಮಾಡಿದರು. ದೆಹಲಿಯ ಕನ್ನಡಪ್ರಭದ ವಿಶೇಷ ಪ್ರತಿನಿಧಿಯಾಗಿಯೂ 6 ವರ್ಷಗಳ ಕಾಲ ಕೆಲಸ ಮಾಡಿದ್ದಾರೆ.

ಜನವಾಣಿಯಲ್ಲಿ ತಮ್ಮ ಬಾಲ್ಯದ ಕನಸಿನಂತೆ ಅಶ್ವತ್ಥನಾರಾಯಣರು ಪತ್ರಕರ್ತರಾಗಿ ತಮ್ಮ ವೃತ್ತಿ ಜೀವನವನ್ನು ಆರಂಭಿಸಿದಾಗ ಅವರಿಗೆ 80 ರೂಪಾಯಿ ಸಂಬಳ.

ಒಂದೂವರೆ ವರ್ಷ ಜನವಾಣಿಯಲ್ಲಿ ದುಡಿದ ಇವರು. ಕನ್ನಡದ ಮತ್ತೊಂದು ಮಹತ್ವದ ಪತ್ರಿಕೆಯಾದ 'ಕನ್ನಡಪ್ರಭ' ಜನ್ಮತಾಳುವ ಒಂದು ತಿಂಗಳು ಆ ಪತ್ರಿಕೆಯ ಕಛೇರಿಗೆ ಸೇರಿಕೊಳ್ಳುತ್ತಾರೆ. ನವೆಂಬರ್ ನಾಲ್ಕು 1967ರಂದು ರಾಮನಾಥ್ ಗೋಯೆಂಕಾ ಅವರು ಕನ್ನಡ ಪ್ರಭ ಪತ್ರಿಕೆಯ ಮೊಟ್ಟ ಮೊದಲ ಪ್ರತಿಯನ್ನು ಕೈಗೆತ್ತಿಕೊಂಡು ಮಗುವನ್ನು ಸವರಿದಂತೆ ಸವರುತ್ತ ನಿಂತಿದ್ದಾಗ ಆ ಐತಿಹಾಸಿಕ ಘಳಿಗೆಯನ್ನು ಅವರ ಪಕ್ಕದಲ್ಲಿಯೇ ನಿಂತುಕೊಂಡು ಕಣ್ತುಂಬ ನೋಡಿ ಖುಷಿಪಟ್ಟ ಅದೃಷ್ಟವೂ ಇವರದ್ದಾಗಿತ್ತು. ಉಪ ಸಂಪಾದಕರಾಗಿ ಕನ್ನಡಪ್ರಭ ಸೇರಿದ ಇವರಿಗೆ ಆಗ 150 ರೂಪಾಯಿ ಸಂಬಳ.

ಅದೇ ಸಮಯದಲ್ಲಿ ಕನ್ನಡಪ್ರಭಲ್ಲಿ ಇದ್ದ ವಿ ಎನ್ ಸುಬ್ಬರಾಯರು, ಸೀತಾರಾಮ ಶಾಸ್ತ್ರಿಯವರು ಮತ್ತು ಕೆ ಸತ್ಯನಾರಾಯಣ ಅವರು ಅಲ್ಲಿ ಕೆಲಸ ಮಾಡುತ್ತಲೇ 'ಮೇನಕಾ' ಎಂಬ ಸಿನಿಮಾ ಪತ್ರಿಕೆಯನ್ನು ನಡೆಸುತ್ತಿದ್ದರು. ಅಶ್ವತ್ಥರ ದೈತ್ಯ ಪ್ರತಿಭೆಯ ಪರಿಚಯವಿದ್ದ ಸುಬ್ಬರಾಯರು ಮೇನಕಾ ಪತ್ರಿಕೆಗೂ ಬರೆಯುವಂತೆ ಕೇಳಿಕೊಂಡರು. 'ಮೇನಕಾ'ಗೆ ಬರೆಯಲು ಆರಂಭಿಸಿದ್ದೇ ತಡ ಅಶ್ವತ್ಥನಾರಾಯಣರ ಬದುಕಿನಲ್ಲಿ ಮಹತ್ವದ ಬದಲಾವಣೆಗಳು ಆಗತೊಡಗಿತು.

ಮೇನಕಾಗೆ ಸೇರಿದ ಕೂಡಲೇ ಸಿನಿ ತಾರೆಯರ ಸಂದರ್ಶನಗಳನ್ನು ಮಾಡತೊಡಗುತ್ತಾರೆ. 'ಬೆಂಗಳೂರು ಪ್ರದಕ್ಷಿಣೆ' ಎಂಬ ಅಂಕಣವನ್ನು ಬರೆಯಲು ಆರಂಭಿಸುವ ಅಶ್ವತ್ಥರು ಇಡೀ ಬೆಂಗಳೂರು ಮಹಾ ನಗರವನ್ನು ಸುತ್ತಾಡಿಕೊಂಡು ಸಿನಿ ಸುದ್ದಿಗಳನ್ನು ಹೆಕ್ಕಿ ಬರೆಯುತ್ತಿದ್ದರು. ಈ ಅಂಕಣ ನಿಧಾನವಾಗಿ ಸಿನಿ ಪ್ರಿಯರನ್ನು ಸೆಳೆಯಲು ಆರಂಭಿಸಿತು. ತಮ್ಮ ಸಿನಿಮಾ ಬರಹಗಳಿಂದ ಕಡಿಮೆ ಸಮಯದಲ್ಲಯೇ ದೊಡ್ಡ ಹೆಸರು ಮಾಡಿದ ಇವರು 'ಬೆಂಗಳೂರು ಪ್ರದಕ್ಷಿಣೆ' ಎಂಬ ಅಂಕಣವನ್ನು

'ಅಶ್ವತ್ಥ ಪ್ರದಕ್ಷಿಣೆ' ಎಂದು ಬದಲಾಯಿಸಿ ಬರೆಯಲು ತೊಡಗುತ್ತಾರೆ. ಈ ಸಿನಿಮಾ ಕೆಲಸ ಮಾಡುತ್ತಲೇ ಕನ್ನಡ ಚಿತ್ರರಂಗದ ಸುಪ್ರಸಿದ್ಧ ನಿರ್ದೇಶಕರಾದ ಪುಟ್ಟಣ್ಣ ಕಣಗಾಲ್ ಅವರ ಆಪ್ತ ವಲಯದಲ್ಲಿ ಗುರುತಿಸಿಕೊಳ್ಳುತ್ತಾರೆ. ಮುಂದೆ ಅವರ ಮಹತ್ವದ ಸಿನಿಮಾಗಳಾದ ಋಣಮುಕ್ತಳು ಮತ್ತು ಮಸಣದ ಹೂ ಸಿನಿಮಾಗಳಿಗೆ ಸಂಭಾಷಣೆಯನ್ನೂ ಬರೆಯುತ್ತಾರೆ. ಮಸಣದ ಹೂ ಚಿತ್ರದ ಸಂಭಾಷಣೆಗೆ ರಾಜ್ಯ ಪ್ರಶಸ್ತಿಯೂ ಇವರಿಗೆ ಒಲಿದು ಬರುತ್ತದೆ.

"ಕನ್ನಡಪ್ರಭದ ಯಾವುದೋ ಮೂಲೆಯಲ್ಲಿ ಕುಳಿತಿದ್ದ ನನ್ನನ್ನು ಇಡೀ ಕರ್ನಾಟಕಕ್ಕೆ ಪರಿಚಯಿಸಿದ್ದು ಈ ಮೇನಕಾ ಪತ್ರಿಕೆಯ ಸಿನಿಮಾ ವರದಿಗಳು. ಆ ವರದಿಗಳು ನನಗೆ ವಿಶೇಷ ಶಕ್ತಿಯನ್ನು ನೀಡಿದವು" ಎಂದು ಅಶ್ವತ್ಥರು ಖುಷಿಯಿಂದ ಹೇಳುತ್ತಾರೆ. ಅವರೊಂದಿಗೆ ಮಾತನಾಡುತ್ತಿದ್ದರೆ 70ರ ದಶಕದ ಸಿನಿಮಾ ಲೋಕದೊಳಗೆ ವಿಹರಿಸಿ ಬಂದಂತೆ ಭಾಸವಾಯಿತು.

ಸುಶೀಲಾ ಸುಬ್ರಹ್ಮಣ್ಯ

ಬೆಳಗೆದ್ದು ನೋಡಿದರೆ ಅಚ್ಚು ಮೊಳೆಗಳೇ ಕಳುವಾಗಿದ್ದವು..!

ನಾನು ಕಂಪ್ಯೂಟರ್ ಗೊಡವೆಗೆ ಹೋಗದೆ ನನ್ನ ಪಾಡಿಗೆ ನಾನು ಸಾಂಪ್ರದಾಯಿಕವಾಗಿ ಅಚ್ಚುಮೊಳೆಗಳಲ್ಲಿ ನನ್ನ ಪತ್ರಿಕೆ ತರುತ್ತಿದ್ದೆ. ಹೀಗೆ ಪತ್ರಿಕೆಯ ಸಂಚಿಕೆಯೊಂದರ ಕೆಲಸಕ್ಕೆಂದು ಒಂದು ಮುಂಜಾನೆ ಕಛೇರಿಯ ಬಾಗಿಲು ತೆರೆದು ಒಳಗೆ ಹೋದರೆ ಅಲ್ಲಿನ ದೃಶ್ಯ ನೋಡಿ ಎದೆ ಒಡೆದು ಹೋದಂಥ ಅನುಭವವಾಯಿತು. ನಾನು ಯಾವುದರ ಮೇಲೆ ನನ್ನನ್ನು ನಾನೇ ಸಂಪೂರ್ಣವಾಗಿ ಅವಲಂಬಿಸಿಕೊಂಡಿದ್ದೆನೋ, ನನ್ನ ಪತ್ರಿಕೆಯನ್ನು ಸೃಷ್ಟಿಸುವ ಸಲುವಾಗಿಯೇ ಇದ್ದಂಥ ಅಚ್ಚು ಮೊಳೆಗಳನ್ನು ಯಾರೋ ಖದೀಮರು ರಾತ್ರೋ ರಾತ್ರಿ ಕದ್ದುಕೊಂಡು ಹೋಗಿದ್ದರು. ಆ ಕ್ಷಣ ನಿಂತ ನೆಲವೇ ಸೀಳಿಕೊಂಡು ಪಾತಾಳಕ್ಕೆ ಜಾರಿದಂತಹ ಕ್ರೂರ ಅನುಭವವಾಯಿತು.

ಆ ಘಟನೆ ನೋಡಿದ ಅನೇಕರು ನನ್ನ ಕಥೆ ಮುಗಿಯಿತೆಂದು ಆಡಿಕೊಂಡರು. ಆದರೆ ನಾನು ಅಷ್ಟು ಸುಲಭವಾಗಿ ಅದನ್ನು ಬಿಡುವಂತೆ ಇರಲಿಲ್ಲ ಯಾಕೆಂದರೆ ನನ್ನ ಪಾಲಿಗೆ ಅದು ಕೇವಲ ಪತ್ರಿಕೆಯಲ್ಲ, ನನ್ನ ಜೀವದ ಜೀವವಾಗಿದ್ದ, ನನ್ನ ಪಾಲಿನ ಗುರುವೂ ಆಗಿದ್ದ ನನ್ನನ್ನು ಇನ್ನಿಲ್ಲದಂತೆ ಪ್ರೀತಿಸಿ ಮದುವೆಯಾಗಿ ಬಹಳ ಬೇಗ ಈ ಜಗತ್ತಿನಿಂದ ದೂರವಾಗಿದ್ದ ನನ್ನ ಪತಿ ಸುಬ್ರಹ್ಮಣ್ಯ ಅವರು ನೀಡಿದ್ದ ಪ್ರೇಮದ ಕಾಣಿಕೆ ಅದು. ಯಾವುದೇ ಕಾರಣಕ್ಕೂ ಪತ್ರಿಕೆಯ ಆ

ಸಂಚಿಕೆ ತಪ್ಪಿ ಹೋಗಬಾರದೆಂದು ನಾನು ಯಾವತ್ತೂ ಮುಟ್ಟಿರದ ಕಂಪ್ಯೂಟರ್ ಕಲಿತು ಕೊನೆಗೂ ಆ ಸಂಚಿಕೆಯನ್ನು ಹೊರ ತಂದೆ." ಹೀಗೆ ಹೇಳಿ ಕರ್ನಾಟಕ ಪತ್ರಿಕೋದ್ಯಮ ರಂಗದ ಹಿರಿಯಕ್ಕ ಅಂತಲೇ ಎಲ್ಲರಿಂದ ಕರೆಸಿಕೊಳ್ಳುವ ಸುಶೀಲಾ ಸುಬ್ರಹ್ಮಣ್ಯ ಅವರು ನಿಟ್ಟುಸಿರು ಬಿಟ್ಟರು.

ತಮ್ಮ ಹದಿನಾರನೇ ವಯಸ್ಸಿನಲ್ಲಿಯೇ ಸ್ವಾತಂತ್ರ್ಯ ಹೋರಾಟದಲ್ಲಿಯೂ ಸುಶೀಲಮ್ಮನವರು ಭಾಗವಹಿಸಿದ್ದರು. ನಂತರ ತಮ್ಮ ಅಣ್ಣನ ಖಾಸಾ ಗೆಳೆಯರಾದ ಸುಬ್ರಹ್ಮಣ್ಯ ಅವರನ್ನು ಪ್ರೀತಿಸಿ ಮದುವೆಯಾದ ಇವರು ಪತಿಯೊಂದಿಗೆ ಸೇರಿ ತಮ್ಮದೇ ಆದ 'SOUTHERN ECONOMIST' (ಸದರ್ನ್ ಎಕನಾಮಿಸ್ಟ್) ಪತ್ರಿಕೆಯ ಉಸ್ತುವಾರಿಯನ್ನು ನೋಡಿಕೊಳ್ಳತೊಡಗಿದರು. ಆದರೆ ಪತ್ರಿಕೆಗೆ 23 ವರ್ಷಗಳು ತುಂಬಿದ್ದ ಸಂಭ್ರಮದ ಸಮಯದಲ್ಲಿ ಸುಬ್ರಹ್ಮಣ್ಯ ಇದ್ದಕ್ಕಿದ್ದಂತೆ ತೀರಿಕೊಳ್ಳುತ್ತಾರೆ ಅವರ ಸಾವಿನ ಬರಸಿಡಿಲು ಇವರನ್ನು ಬೆಚ್ಚಿಬೀಳಿಸಿತು.

ತಮ್ಮ ಪತಿಯ ಕನಸಿನ ಕೂಸಾಗಿದ್ದ ಪತ್ರಿಕೆಯನ್ನು ನಿಲ್ಲಿಸದೇ ಸುಶೀಲಮ್ಮನವರು ತಾವೇ ಅದರ ಸಂಪಾದಕಿಯಾಗಿ ಪತ್ರಿಕೆ ನಿಲ್ಲದಂತೆ ನೋಡಿಕೊಂಡು ಅಂದಿನಿಂದ ಇಂದಿನವರೆಗೆ ಬಿಟ್ಟೂಬಿಡದೇ ನಡೆಸಿಕೊಂಡು ಬರುತ್ತಿದ್ದಾರೆ. ಅವರಿಗೆ ಈಗ ವಯಸ್ಸು ಭರ್ತಿ 90 ವರ್ಷಗಳು ಅವರ ಪತ್ರಿಕೆ ಇತ್ತೀಚೆಗೆ 60 ವಸಂತಗಳ ಸಂಭ್ರಮವನ್ನು ಆಚರಿಸಿಕೊಂಡಿದೆ.

“ಒಬ್ಬ ಮಹಿಳೆಯಾಗಿ ಪತ್ರಿಕೆಯೊಂದನ್ನು ನಡೆಸಿಕೊಂಡು ಹೋಗುವುದು ನಿಮಗೆ ಕಷ್ಟ ಎನಿಸಲಿಲ್ಲವೇ ಮೇಡಂ?” ಅಂತ ನಾನು ಕೇಳಿದರೆ “ಮಹಿಳೆ ಮತ್ತು ಪುರುಷ ಅಂತ ಬೇರೆಯಾಗಿ ನೋಡುವ ದೃಷ್ಟಿಕೋನವೇ ದೊಡ್ಡ ತಪ್ಪು” ಅಂತ ಹೇಳಿದರು. ಮಹಿಳೆ ಮತ್ತು ಪುರುಷ ಎಂದರೆ ಒಂದು ರಥದ ಎರಡು ಚಕ್ರಗಳಿದ್ದಂತೆ ಯಾರೂ ಹೆಚ್ಚಲ್ಲ ಯಾರೂ ಕಡಿಮೆಯಲ್ಲ ಅಂತ ಮತ್ತೊಮ್ಮೆ ಖಡಕ್ಕಾಗಿ ಹೇಳಿದರು. ಇಷ್ಟು ವರ್ಷಗಳಾದರೂ ಪತ್ರಿಕೆಯ ಒಂದೂ ಸಂಚಿಕೆ ನಿಂತಿಲ್ಲ. ಪತ್ರಿಕೆ ನಡೆಸುವುದಕ್ಕೆ ಇವರ ಬಳಿ ಬೇರೆ ಯಾವುದೇ ಆದಾಯದ ಮೂಲವಿಲ್ಲ. ಇವತ್ತಿಗೂ ಪತ್ರಿಕೆ ನಡಯುತ್ತಿರುವುದು ಚಂದಾದಾರರ ಹಣದಿಂದಲೇ ಎನ್ನುವುದು ಯಾರಾದರೂ ಬೆರಗಾಗುವ ಸಂಗತಿ. ನಂತರ ಅವರ ಪತಿ ಸುಬ್ರಹ್ಮಣ್ಯ ಅವರು ‘ಎಂಟಾಣೆ’ ಕೊಟ್ಟು KUWJ ಸದಸ್ಯತ್ವ ಪಡೆದುಕೊಂಡಿದ್ದನ್ನು ಹೆಮ್ಮೆಯಿಂದ ಹೇಳಿಕೊಂಡರು.

ಮಾಜಿ ಪ್ರಧಾನಿ ಜವಾಹರ್ ಲಾಲ್ ನೆಹರೂ ಅವರ ಕಾಲದಿಂದಲೂ ಕೂಡ ಪ್ರತಿ ವರ್ಷ ದೆಹಲಿಯಲ್ಲಿ ‘ECONOMIC EDITOR’S CONFERENCE’ ಜರುಗುತ್ತಿದೆ ಆ ಕಾನ್ಫರೆನ್ಸ್‌ಗೆ ಕರ್ನಾಟಕದಿಂದ ಸದರ್ನ್ ಎಕನಾಮಿಸ್ಟ್ ಪತ್ರಿಕೆಯ ಸುಬ್ರಹ್ಮಣ್ಯ ಅವರು ನಮ್ಮ ಪ್ರತಿನಿಧಿಯಾಗಿ ಹೋಗುತ್ತಿದ್ದರು. ಮುಂದೆ ಈ ಪತ್ರಿಕೆಯಿಂದ ಸುಶೀಲಮ್ಮನವರು ಆ ಕಾನ್ಫರೆನ್ಸ್‌ಗೆ ಹೋಗತೊಡಗಿದರು.

ಒಬ್ಬ ಮಹಿಳೆಯಾಗಿ ಅದೂ ಏಕಾಂಗಿಯಾಗಿ ಸತತ ನಾಲ್ಕು ದಶಕಗಳ ಕಾಲ ಪತ್ರಿಕೆಯೊಂದನ್ನು ನಡೆಸಿಕೊಂಡು ಹೋಗುವುದೆಂದರೆ ಅದು ಸಾಮಾನ್ಯ ಸಂಗತಿಯಲ್ಲ. ತಮ್ಮ 90 ರ ಈ ಇಳಿ ವಯಸ್ಸಿನಲ್ಲಿಯೂ ಒಂದು ವ್ರತದಂತೆ, ಕಠೋರ ತಪಸ್ಸಿನಂತೆ ಸುಶೀಲಾಮ್ಮನವರು ಇದನ್ನು ನಡೆಸಿಕೊಂಡು ಹೋಗುತ್ತಿರುವುದು ವರ್ತಮಾನದ ಪತ್ರಕರ್ತರಿಗೆ ಅದಮ್ಯ ಸ್ಫೂರ್ತಿಯ ಸೆಲೆಯಂತೆ ಕಾಣುತ್ತಿದೆ.

ನಾಗಮಣಿ ಎಸ್ ರಾವ್

"Aren't you bored?"

"ನನಗೆ ರಜೆ ಇದ್ದಾಗಲೆಲ್ಲಾ 'ತಾಯಿನಾಡು' ಪತ್ರಿಕೆಯ ಕಛೇರಿಗೆ ಭೇಟಿ ನೀಡುತ್ತಿದ್ದೆ. ಅಲ್ಲಿ ಕೆಲವು ಅನುವಾದಗಳನ್ನು ಇಲ್ಲವೇ ಎದುರಿಗೆ ಇದ್ದ ಪರಿಷತ್‌ನಲ್ಲಿ ಜರುಗುತ್ತಿದ್ದ ಸಾಹಿತ್ಯದ ಕಾರ್ಯಕ್ರಮಗಳ ಕುರಿತ ವಿಶ್ಲೇಷಣೆಯನ್ನೋ ಬರೆಯುತ್ತ ನಾನು ಪತ್ರಿಕೋದ್ಯಮದ ಪ್ರವೇಶವನ್ನು ಮಾಡಿದೆ. ನಂತರ ಪಿ ಬಿ ಶ್ರೀನಿವಾಸನ್ ಅವರು ಆರಂಭಿಸಿದ 'ಜನಮಿತ್ರ'ದಲ್ಲೂ ದುಡಿದೆ. ಆ ಸಂದರ್ಭದಲ್ಲಿ ನಾನು ಹಲವಾರು ಕೆಲಸಗಳನ್ನು ಕಲಿತೆ. ಕೆಲವೊಮ್ಮೆ ಸಂಪಾದಕೀಯವನ್ನು ಕೂಡ ಬರೆದದ್ದಿದೆ." ಎನ್ನುತ್ತ ತಮ್ಮ ಧ್ವನಿಯ ಮೂಲಕವೇ ಕನ್ನಡ ನಾಡಿನ ಕೇಳುಗರಿಗೆ ಪರಿಚಯವಾದ ಹಿರಿಯ ಪತ್ರಕರ್ತೆ ನಾಗಮಣಿ ಎಸ್ ರಾವ್ ಅವರು ತಮ್ಮ ವೃತ್ತಿಯ ಆ ದಿನಗಳನ್ನು ಅತ್ಯಂತ ಸಂಭ್ರಮದಿಂದ ನೆನಪಿಸಿಕೊಂಡು ಮಾತನಾಡಲು ಕುಳಿತರು. "ಆಕಾಶವಾಣಿ ಪ್ರದೇಶ ಸಮಾಚಾರ: ಓದುತ್ತಿರುವವರು ನಾಗಮಣಿ ಎಸ್. ರಾವ್" ಎನ್ನುವ ಈ ಧ್ವನಿಯನ್ನು ಕೇಳಿದರೆ ಸಾಕು ಎಂಥವರಲ್ಲೂ ಚೈತನ್ಯವೊಂದು ಪುಟಿದೇಳುತ್ತಿತ್ತು.

"ಒಮ್ಮೆ ಇಂದಿರಾಗಂಧಿ ಅವರು ಬೆಂಗಳೂರಿಗೆ ಬಂದಿದ್ರು. ಅವರ ಆಗಮನದ ಸುದ್ದಿ ತಿಳಿದ ಕೂಡಲೇ ಇಡೀ ಬೆಂಗಳೂರು ಪಾದರಸದಂತೆ ಕ್ರಿಯಾಶೀಲವಾಗಿ ಕೆಲಸ ಮಾಡಲು ಸನ್ನದ್ಧವಾಗುತ್ತಿತ್ತು. ಆಗ ಅವರು ಕೆಜಿ ರಸ್ತೆಯ ಜಿಲ್ಲಾಧಿಕಾರಿ

ಕಚೇರಿ ಆವರಣದಲ್ಲಿದ್ದ ಕ್ಲಲಿನ ಕಟ್ಟಡದಲ್ಲಿದ್ದ ಕೆಯುಡಬ್ಲ್ಯೂಜೆ ಕಛೇರಿಗೆ ಭೇಟಿ ನೀಡಿದರು. ಆಗ ನಾವು ಇದ್ದದ್ದು ಮೂರೋ ನಾಲ್ಕೋ ಜನರು ಮಾತ್ರ. ನಾನಾಗ ಕಾರ್ಯನಿರತ ಪತ್ರಕರ್ತರ ಸಂಘದ ಕಾರ್ಯಕಾರಿ ಸಮಿತಿ ಸದಸ್ಯೆಯಾಗಿದ್ದೆ. ಅವರಿಗೆ ಹಾರ ಹಾಕಿ ಸ್ವಾಗತ ಮಾಡಲು ಮಹಿಳೆಯೊಬ್ಬರು ಬೇಕಿತ್ತಲ್ವಾ ಆಗ ನಾನೇ ಅವರಿಗೆ ಸ್ವಾಗತ ಕೋರಿ ರೋಮಾಂಚಿತಗೊಂಡಿದ್ದೆ.

ಈ ಘಟನೆ ನನ್ನ ವೃತ್ತಿ ಜೀವನದ ಅವಿಸ್ಮರಣೀಯ ನೆನಪುಗಳಲ್ಲಿ ದಾಖಲಾಗಿದೆ. ಹೀಗೆ ಅವರು ಬಂದಾಗಲೆಲ್ಲ ಅತಿ ಕಡಿಮೆ ಸಮಯದಲ್ಲಿ ಹಲವಾರು ಕಾರ್ಯಕ್ರಮಗಳಲ್ಲಿ ಭಾಗವಹಿಸುತ್ತಿದ್ದರು. ಅದರ ವರದಿ ಮಾಡಲೆಂದು ನಾನು ಕೂಡ ಆ ಎಲ್ಲ ಕಾರ್ಯಕ್ರಮಗಳಿಗೆ ಸಾಕ್ಷಿಯಾಗುವ ಅನಿವಾರ್ಯತೆ ಇತ್ತು. ಅವತ್ತು ಒಂದೇ ದಿನ ಮೂರು ಕಾರ್ಯಕ್ರಮಗಳಲ್ಲಿ ಪಾಲ್ಗೊಂಡು ನಾನು ವರದಿ ಮಾಡಿದೆ. ನಾಲ್ಕನೇ ಕಾರ್ಯಕ್ರಮದ ಸಮಯಕ್ಕೆ ನನ್ನನ್ನು ಗಮನಿಸಿದ ಇಂದಿರಾ ಗಾಂಧಿ ಅವರು ಬೆಳಗಿನಿಂದ ನಾನು ಅವರ ಹಿಂದೆಯೇ ಇರುವುದನ್ನು ನೋಡಿ ಕರೆದು "Aren't you bored?" ಅಂತ ಬಹು ಪ್ರೀತಿಯಿಂದ ಕೇಳಿದರು ಅವರ ಸರಳತೆ ಹಾಗೂ ಆ ಮಮತೆ ತುಂಬಿದ ಧ್ವನಿ ಇವತ್ತಿಗೂ ನನ್ನ ಕಿವಿಗಳಲ್ಲಿ ರಿಂಗಣಿಸುತ್ತಿದೆ" ಎಂದರು.

ದೆಹಲಿಯಿಂದ ಅವರಿಗೆ ಆಗಾಗ ಕೆಲವು ವಿಶೇಷ ಕೆಲಸಗಳನ್ನು ಮಾಡಲು ಆದೇಶ ಬರುತ್ತಿತ್ತು. ಅದರಂತೆ ಒಂದು ಸಲ ಆಕಾಶವಾಣಿಯ ವಾರ್ತೆಯನ್ನು ರೆಗ್ಯೂಲರ್ ಆಗಿ ಕೇಳುವ ಮೂವರು ಕೇಳುಗರ ಸಂದರ್ಶನವನ್ನು ಮಾಡುವಂತೆ ಅವರಿಗೆ ಹೇಳಲಾಗುತ್ತದೆ. ಆಗ ಅವರಿಗೆ ಥಟ್ಟನೇ ನೆನಪಾದವರು ಕುಳಕುಂದ ಶಿವರಾಯರು ಅಂದರೆ ನಿರಂಜನ ಅವರು. ಆಗ ಅವರ ಆರೋಗ್ಯ ಏರುಪೇರಾಗಿ ವ್ಹೀಲ್ ಚೇರ್ ಮೇಲಿರುತ್ತಾರೆ. "ನೋಡಮ್ಮ ನಾನು ಸಂದರ್ಶನ ಕೊಡ್ತೀನಿ ಆದರೆ ನನ್ನ ಸಾವಿನ ಸುದ್ದಿಯನ್ನು ನೀನೇ ಓದಬೇಕು" ಅಂತ ಇವರಿಗೆ ಹೇಳುತ್ತಾರೆ. ಇದನ್ನು ಕೇಳಿ ವಿಚಲಿತರಾದ ಇವರು 'ಆಯ್ತು ಸರ್ ನಾನೇ ಓದ್ತೀನಿ" ಅಂತ ಕಂಪಿಸುವ ಧ್ವನಿಯಲ್ಲಿ ಹೇಳುತ್ತಾರೆ. ಆದರೆ ಅವರ ಸಾವಿನ ಸುದ್ದಿಯನ್ನು ನಾಗಮಣಿಯವರೇ ಓದುವ ಸನ್ನಿವೇಶ ಎದುರಾತ್ತದೆ. ಇದನ್ನು ಹೇಳುತ್ತಾ ಅವರು ಭಾವುಕರಾದರು.

ಸ್ವಾತಂತ್ರ್ಯೋತ್ತರ ಭಾರತದ ಚಾರಿತ್ರಿಕ ಘಟನೆಗಳಾದ ಭಾರತ–ಚೀನಾ ಯುದ್ಧ, ಭಾರತ–ಪಾಕಿಸ್ತಾನ ಯುದ್ಧ ಹಾಗೂ ಬಾಂಗ್ಲಾದೇಶದ ಉದಯದಂತಹ ಘಟನೆಗಳನ್ನು ವರದಿ ಮಾಡಿದರು. ಹೀಗೆ ಯುದ್ಧದಿಂದ ಹಿಡಿದು ಸಾಹಿತ್ಯ ಸಮ್ಮೇಳನಗಳವರೆಗೆ ಹಾಗೂ ಕವಿಗೋಷ್ಠಿಗಳಿಂದ ಹಿಡಿದು ವಿಧಾನಸೌಧ ಮತ್ತು ವಿಧಾನ ಪರಿಷತ್ತುಗಳ ಕಲಾಪಗಳವರೆಗೆ ಇವರು ಎಲ್ಲ ವಿಧದ ವರದಿಗಳನ್ನೂ ಮಾಡಿ ಯಶಸ್ವಿಯಾಗಿದ್ದಾರೆ. ವೈಯಕ್ತಿಕವಾಗಿ ವಿಜ್ಞಾನ ಮತ್ತು ಕ್ರೀಡೆಗಳಲ್ಲಿ ಅಪಾರವಾದ

ಆಸಕ್ತಿ ಇಟ್ಟುಕೊಂಡಿದ್ದ ಇವರು ಈ ಕ್ಷೇತ್ರಗಳಲ್ಲೂ ತೊಡಗಿಸಿಕೊಂಡಿದ್ದರು. ಕರ್ನಾಟಕ ಲೇಖಕಿಯರ ಸಂಘದಲ್ಲಿ ಸಹಾ ರಚನಾತ್ಮಕ ಕೆಲಸಗಳನ್ನು ನಾಗಮಣಿ ಅವರು ಮಾಡಿರುವುದು ವಿಶೇಷ.

ಪತ್ರಕರ್ತೆಯರ ಸಂಘದಲ್ಲಿ ದತ್ತಿ ಸ್ಥಾಪಿಸಿ ಯುವ ಪತ್ರಕರ್ತೆಯರಿಗೆ ಬೆಂಬಲವಾಗಿ ನಿಂತಿರುವುದು ಅವರ ಸದಾ ಹೊಸತನಕ್ಕೆ ತುಡಿಯುವ ಮನಸ್ಸಿಗೆ ಸಾಕ್ಷಿ.

ದೇವನಾಥ್

ಬೆಂಗಳೂರಿನ ಬೀದಿಗಳಲ್ಲಿ ಆಟೋ ಓಡಿಸಿದೆ...

"ವಿಜ್ಞಾನದ ವಿದ್ಯಾರ್ಥಿಯಾಗಿದ್ದ ನೀವು ಫಲಿತಾಂಶಕ್ಕೂ ಮೊದಲೇ ಪತ್ರಿಕೆಗೆ ಯಾಕೆ ಹೋದ್ರಿ?." ಎನ್ನುವ ನನ್ನ ಪ್ರಶ್ನೆ ಕೇಳಿದ ಕೂಡಲೇ ಅವರು ತಮ್ಮ ಬಾಲ್ಯದ ಲೋಕಕ್ಕೆ ಜಾರಿದರು. "ನಾನು ಪ್ರೌಢಶಾಲೆಯಲ್ಲಿದ್ದಾಗ TSR ಅಂತ ಮೇಷ್ಟ್ರು ಇದ್ದರು. ಅವರು ಪ್ರತಿ ದಿನ ನಮಗೆಲ್ಲ ಕಡ್ಡಾಯವಾಗಿ ಪತ್ರಿಕೆ ಓದುವಂತೆ ಹೇಳುತ್ತಿದ್ದರು ಓದೋದು ಮಾತ್ರವಲ್ಲ. ನಾವು ಓದಿದ್ದನ್ನು ಟಿಪ್ಪಣಿ ಮಾಡಿಕೊಳ್ಳಬೇಕಿತ್ತು. TSR ಮೇಷ್ಟ್ರು ಪ್ರಭಾವದಿಂದ ನನಗೆ ಪತ್ರಿಕೆಗಳ ಮೇಲೆ ಪ್ರೀತಿ ಹುಟ್ಟಿತು. "ಮುಂದೊಂದು ದಿನ ನಾನು ಬರೆದ ಸುದ್ದಿಯನ್ನು ಬೇರೆ ವಿದ್ಯಾರ್ಥಿಗಳು ಹೀಗೆ ಕ್ಲಾಸ್ ರೂಮ್‌ನಲ್ಲಿ ಓದುವಂತಾಗಬೇಕು." ಅಂತ ನಾನು ಅಂದುಕೊಳ್ತಾ ಇದ್ದೆ.

"ನಾನು BSc ಪರೀಕ್ಷೆ ಬರೆದು ಮುಂದೆ ಓದಬಾರದೆಂದು ನಿರ್ಧರಿಸಿ. ಫಲಿತಾಂಶಕ್ಕೂ ಕಾಯದೇ 'ಪ್ರಜಾವಾಣಿ'ಯ ಹೆಬ್ಬಾಗಿಲ ಮುಂದೆ ನಿಂತೆ. ನನ್ನನ್ನು TSR ಅವರು ಪ್ರೂಫ್ ರೀಡರ್ ಆಗಿ ಕೆಲಸಕ್ಕೆ ಸೇರಿಸಿಕೊಂಡರು. ನನಗೆ ಪತ್ರಿಕೋದ್ಯಮದಲ್ಲಿ ಆಸಕ್ತಿ ಹುಟ್ಟಿಸಿದವರ ಹೆಸರು TSR ಅಂತ ಮತ್ತು ನನಗೆ ಪತ್ರಿಕೋದ್ಯಮದ ದೀಕ್ಷೆ ಕೊಟ್ಟ ಸಂಪಾದಕರ ಹೆಸರೂ ಕೂಡ TSR ಅಂತ."

ಕನ್ನಡ ಪತ್ರಿಕೋದ್ಯಮದ ಕ್ರೀಡಾ ಸುದ್ದಿಯ ವಿಭಾಗದಲ್ಲಿ ಬಹು ದೊಡ್ಡ ಹೆಸರು ಮಾಡಿ. ಟೈಂ ಪಾಸ್ ಕಡಲೆಕಾಯಿಯಂತೆ ಉದಾಸೀನತೆಗೆ ಗುರಿಯಾಗಿದ್ದ ಕ್ರೀಡೆಯನ್ನು

ಅದಕ್ಕಾಗಿಯೇ ವಿಶೇಷ ಪುಟ ಮೀಸಲಿಡುವಂತೆ ಮಾಡಿದ, ವಿಶ್ವಕಪ್ ಕ್ರಿಕೆಟ್ ಅನ್ನು ಕವರ್ ಮಾಡಿದ ಕನ್ನಡದ ಮೊಟ್ಟ ಮೊದಲ ಪತ್ರಕರ್ತ.

ಕಾರಣಾಂತರಗಳಿಂದ ದೇವನಾಥ್ ಅವರು ಪತ್ರಿಕೆಯಿಂದ ಎರಡು ಬಾರಿ ಹೊರ ಹೋಗಬೇಕಾಗುತ್ತದೆ. ಹೀಗೆ ಪತ್ರಿಕೆ ಬಿಟ್ಟಾಗ 'ಅಶ್ವಲಕ್ಷ್ಮಿ' ಮತ್ತು 'ಅಕ್ಷಯ' ಎಂಬ ಎರಡು ಪತ್ರಿಕೆಗಳನ್ನು ಆರಂಭಿಸುತ್ತಾರೆ. ತೀವ್ರ ಆರ್ಥಿಕ ಸಂಕಷ್ಟವನ್ನು ಎದುರಿಸುತ್ತಾರೆ. ಆ ಸಮಯದಲ್ಲಿ ಇವರು 'ಆಟೋ'ವೊಂದನ್ನು ಖರೀದಿಸಿ ಬೆಂಗಳೂರಿನ ಬೀದಿಗಳಲ್ಲಿ ಆಟೋ ಡ್ರೈವರ್ ಆಗಿ ಜೀವನ ಮಾಡುತ್ತಾರೆ. ಈ ಸಂದರ್ಭದಲ್ಲಿ ಇವರ ಪರಿಸ್ಥಿತಿಯನ್ನು ಗಮನಿಸಿದ್ದ ವೆಂಕಟೇಶ್ ಎಂಬ ಕಾರ್ಮಿಕ ಸಂಘಟನೆಯ ಕಾರ್ಯದರ್ಶಿ ಅವರನ್ನು ಸಂಯುಕ್ತ ಕರ್ನಾಟಕದ ಟ್ರಸ್ಟಿ ಆಗಿದ್ದ ಎ.ಆರ್ ದಿವಾಕರ್ ಅವರ ಹತ್ತಿರ ಕರೆದುಕೊಂಡು ಹೋಗುತ್ತಾರೆ. ಹೀಗೆ 'ಸಂಯುಕ್ತ ಕರ್ನಾಟಕ' ಸೇರುತ್ತಾರೆ.

ವಿವಿಧ ಪತ್ರಿಕೆಗಳಲ್ಲಿ ಕ್ರೀಡಾ ಪತ್ರಕರ್ತರಾಗಿ ದುಡಿದ ದೇವನಾಥ್ ಅವರು ಕ್ರಿಕೆಟ್ ಬರಹಕ್ಕೆ ಅನ್ವರ್ಥಕನಾಮವಾಗಿ ಬೆಳೆದರು. ಕರ್ನಾಟಕದ ರಣಜಿ ತಂಡದೊಂದಿಗೆ ಗಾಢವಾದ ಬಾಂಧವ್ಯವನ್ನು ರೂಪಿಸಿಕೊಂಡರು. ನಿವೃತ್ತಿಯ ನಂತರವೂ ದೇವನಾಥ್ ಅವರು ಹಲವು ಪತ್ರಿಕೆಗಳಿಗೆ ಬರೆಯತ್ತ ತಮ್ಮ ಕ್ರೀಡಾ ಸ್ಫೂರ್ತಿಯನ್ನು ಆರದಂತೆ ನೋಡಿಕೊಂಡಿದ್ದಾರೆ.

ನರಸಿಂಹಮೂರ್ತಿ ದೊನ್ನಿ

ಮುದ್ರಣ ಕಾಶಿಯಿಂದ...

ಗದಗ ಎನ್ನುವ 'ಮುದ್ರಣ ಕಾಶಿ'ಯಿಂದ ಬೆಳಗಿದ ಹಲವಾರು ಪ್ರತಿಭೆಗಳು ನಾಡಿನ ತುಂಬಾ ಹೆಸರು ಮಾಡಿವೆ. 1960ರ ದಶಕದಲ್ಲಿ ಇನ್ನೂ ಪ್ರೌಢಶಾಲೆಯ ಕೊನೆಯ ಹಂತದಲ್ಲಿ ಇರುವಾಗಲೇ ಶಾಲೆ ಕಲಿಯುತ್ತಲೇ ಗದಗ ನಗರದ 'ನಾಗರಿಕ' ಪತ್ರಿಕೆಯ ಸಖ್ಯ ಬೆಳೆಸಿಕೊಂಡು ಆ ಸಣ್ಣ ವಯಸ್ಸಿನಲ್ಲಿಯೇ ಪತ್ರಕರ್ತರಾದವರು ನರಸಿಂಹಮೂರ್ತಿ ದೊನ್ನಿ.

'ನಾಗರಿಕ' ಪತ್ರಿಕೆಗೆ ವಿದ್ಯಾರ್ಥಿ ದೆಸೆಯಲ್ಲಿಯೆ ಸೇರಿಕೊಂಡ ಇವರಿಗೆ ಪತ್ರಿಕೋದ್ಯಮದ ಆರಂಭಿಕ ಪಾಠವನ್ನು ಮಾಡಿದ್ದು ಅವರ ಮೊದಲ ಗುರುಗಳಾದ ಎಚ್.ಎಸ್. ಹೊಂಬಾಳಿ ಅವರು.

ಅವರ ಮಾತುಗಳನ್ನು ಕೇಳಿಸಿಕೊಳ್ಳುತ್ತಿದ್ದ ನಾನು "ಅಲ್ಲಿಂದ ನಿಮ್ಮ ವೃತ್ತಿ ಜೀವನದ ಹೊಸ ಅಧ್ಯಾಯ ಹೇಗೆ ಶುರುವಾಯಿತು?" ಅಂತ ಕೇಳಿದೆ. ಆಗ ಅವರು "ಬೆಂಗಳೂರಿನಲ್ಲಿ ನಮ್ಮ ಮಾಮ 'ಸಂಯುಕ್ತ ಕರ್ನಾಟಕ' ಪತ್ರಿಕೆಯ ಕಛೇರಿಯಲ್ಲಿ ಕೆಲಸ ಮಾಡ್ತಿದ್ರು. ನನಗೆ ಅವರ ಕಛೇರಿ ನೋಡುವ ಆಸೆಯಾಯಿತು ಅದಕ್ಕೆ ಅಲ್ಲಿಗೆ ಹೋಗಿದ್ದೆ. ಮೊದಲ ಬಾರಿಗೆ ನಾನು ಅಲ್ಲಿಗೆ ಹೋದ ದಿನ ಅತ್ಯಂತ ಕುತೂಹಲದಿಂದ ಎಲ್ಲವನ್ನೂ ಗಮನಿಸಿದೆ. ಅಲ್ಲಿದ್ದ ನಾಗೇಶ್ ರಾವ್ ಅವರು ನನ್ನನ್ನು ಕರೆಸಿ ಮಾತಾಡಿಸಿದರು. ನಂತರ ಹಿರಿಯರಾದ ಶಾಮರಾಯರು ನನ್ನ ಪೂರ್ವಾಪರ ವಿಚಾರಿಸಿ ಊರಿಗೆ ಹೋಗುವ

ಮೊದಲು ಮತ್ತೊಮ್ಮೆ ಕಾಣುವಂತೆ ತಿಳಿಸಿದರು. ಅದರಂತೆ ನಾನು ಊರಿಗೆ ಹೋಗುವ ದಿನ ಅವರ ಬಳಿಗೆ ಹೋದಾಗ ನನ್ನನ್ನು ಸಂಯುಕ್ತ ಕರ್ನಾಟಕ ಪತ್ರಿಕೆಗೆ ಪ್ರೂಫ್ ರೀಡರ್ ಆಗಿ ನೇಮಕ ಮಾಡಿಕೊಂಡರು. ಹೀಗೆ ನನ್ನ ಪತ್ರಿಕೋದ್ಯಮದ ಎರಡನೇ ಅಧ್ಯಾಯ ದೊಡ್ಡ ಮಟ್ಟದಲ್ಲಿ ಆರಂಭವಾಯಿತು" ಅಂತ ಬಹಳ ಖುಷಿಯಿಂದ ಹೇಳಿದರು. ಅದೇ ಪತ್ರಿಕೆಯಲ್ಲಿ ಸುದೀರ್ಘ 44 ವರ್ಷಗಳ ಕಾಲ ಅವರು ಸೇವೆ ಸಲ್ಲಿಸಿದರು.

ಮುಂದೆ ಅದೇ ಪತ್ರಿಕೆಯಲ್ಲಿ ನಾಗರಾಜ್ ರಾವ್, ಜಯಶೀಲರಾವ್ ಮತ್ತು ಖಾದ್ರಿ ಶಾಮಣ್ಣ ಅವರ ಮಾರ್ಗದರ್ಶನದ ಅಡಿಯಲ್ಲಿ ಇವರು ಪತ್ರಿಕೋದ್ಯಮದ ಮಹತ್ವದ ಪಾಠಗಳನ್ನು ಕಲಿತರು. ಭಾಷಾ ಶುದ್ಧತೆ ಹಾಗೂ ವ್ಯಾಕರಣದ ವಿಷಯಗಳು ಬಂದಾಗ ಎನ್.ಕೆ. ದೊನ್ನಿ ಅವರನ್ನು ನೆನೆಪಿಸಿಕೊಳ್ಳದೇ ಇರಲು ಸಾಧ್ಯವೇ ಇಲ್ಲ ಏಕೆಂದರೆ ಈ ಎರಡಕ್ಕೂ ಇವರು ಕೊಡುತ್ತಿದ್ದ ಮಹತ್ವ ಅಗಾಧವಾದದ್ದು. "ನಾನು ಹೆಚ್ಚಿನ ಸಮಯವನ್ನು ಹಿರಿಯ ಪತ್ರಕರ್ತರಾದ ಖಾದ್ರಿ ಶಾಮಣ್ಣ ಅವರ ಜೊತೆಗೆ ಕಳಿದಿದ್ದೇನೆ. ಅವರು ಪ್ರತಿ ಬಾರಿಯೂ ಒಂದಿಲ್ಲೊಂದು ವ್ಯಾಕರಣದ ಪಾಠವನ್ನು ಮಾಡುತ್ತಿದ್ದರು. ಇವತ್ತು ನಾನೇನಾದರೂ ಭಾಷಾ ಶುದ್ಧತೆ ಮತ್ತು ಕನ್ನಡ ವ್ಯಾಕರಣದಲ್ಲಿ ಒಂಚೂರು ಪರಿಣಿತಿ ಪಡೆದಿದ್ದೇನೆ ಎಂದರೆ ಅದರ ಶ್ರೇಯಸ್ಸು ಸಲ್ಲಬೇಕಾಗಿರುವುದು ಅವರಿಗೇನೆ" ಅಂತ ಬಹಳ ವಿನಮ್ರವಾಗಿ ಹೇಳಿದರು.

ಈಗಲೂ ಕೂಡ ಅನೇಕರು ಇವರಿಗೆ ಭಾಷಾ ಶುದ್ಧತೆ ಹಾಗೂ ವ್ಯಾಕರಣ ಸಂಬಂಧಿತ ವಿಷಯಗಳಿಗಾಗಿ ಸಂಪರ್ಕ ಮಾಡುತ್ತಲೇ ಇರುತ್ತಾರೆ ಅವರ ಈ 77 ನೇ ವಯಸ್ಸಿನಲ್ಲಿಯೂ ಇವರು ಅತ್ಯುತ್ಸಾಹದಿಂದ ಅವರಿಗೆ ಮಾರ್ಗದರ್ಶನ ಮಾಡುತ್ತಾರೆ.

ಎನ್ ಎಸ್ ರಾಮಚಂದ್ರ

'ಒಲವಿನ ಉಡುಗೊರೆ' ಕೊಡಲೇನು...

ಎನ್ ಎಸ್ ರಾಮಚಂದ್ರರಿಗೆ ತಾವು ಪತ್ರಕರ್ತರೇ ಆಗಬೇಕೆಂದು ಅತಿ ದೊಡ್ಡ ಕನಸು ಇತ್ತಂತೆ. ಅದರ ಪ್ರಕಾರ ಚಿಕ್ಕಂದಿನಿಂದಲೂ ಯಾರೇ ಕೇಳಿದರೂ ನಾನು ಪತ್ರಕರ್ತನೇ ಆಗೋದು ಆಂತ ಹೇಳುತ್ತಿದ್ದರಂತೆ. ಅವರಿಗೆ ಆ ಆಸೆ ಎಷ್ಟರಮಟ್ಟಿಗೆ ಇತ್ತೆಂದರೆ ಅವರು ಪದವಿ ಶಿಕ್ಷಣ ಮುಗಿಸಿದ ಹೊಸತರಲ್ಲಿ ಬ್ಯಾಂಕ್ ಪಾಸ್‌ಬುಕ್ ಮಾಡಿಸಲೆಂದು ಹೋದಾಗ 'ಉದ್ಯೋಗ'ದ ಕಾಲಂನಲ್ಲಿ 'ಜರ್ನಲಿಸ್ಟ್' ಅಂತ ಬರೆದಿದ್ದರಂತೆ. ಅದಕ್ಕೆ ಪೂರಕವಾಗಿ ಅಧ್ಯಯನ ಮಾಡಿ ಮತ್ತು ಸೂಕ್ತ ತರಬೇತಿಯನ್ನೂ ಪಡೆದುಕೊಂಡು ಕೊನೆಗೆ ಒಂದು ದಿನ 'ಪ್ರಜಾಮತ' ಪತ್ರಿಕೆಗೆ ಸೇರಿ ತಮ್ಮ ಕನಸನ್ನು ನನಸಾಗಿ ಮಾಡಿಕೊಳ್ಳುತ್ತಾರೆ.

'ಪ್ರಜಾಮತ'ಕ್ಕೆ ಸೇರುವ ರಾಮಚಂದ್ರರು ಅಲ್ಲಿ ಮೊದಲಿಗೆ 'ಕಥಾ ಸಂಪಾದಕರಾಗಿ' ಕೆಲವು ವರ್ಷಗಳ ಕಾಲ ಕೆಲಸ ಮಾಡಿ ಆಮೇಲೆ 'ಸಿನೆಮಾ' ಸಂಪಾದಕರಾಗಿ ಹೊಸ ಜವಾಬ್ದಾರಿ ವಹಿಸಿಕೊಳ್ಳುತ್ತಾರೆ. ಅಲ್ಲಿಂದ ಇವರ ಬದುಕಿಗೆ ದೊಡ್ಡ ತಿರುವು ಸಿಗುತ್ತದೆ. ಆಗ 'ಪ್ರಜಾಮತ' ಪತ್ರಿಕೆಯು ಕಾದಂಬರಿಗಳನ್ನು ಪ್ರಕಟಿಸುತ್ತಿರುತ್ತದೆ ಹಾಗೆ ಪ್ರಕಟವಾಗುವ ಕಾದಂಬರಿಯ ಹಸ್ತಪ್ರತಿ ಮೊದಲು ಓದುತ್ತಿದ್ದವರೇ ರಾಮಚಂದ್ರ

ಅವರು. ಹೇಗೂ ಸಿನೆಮಾ ಕ್ಷೇತ್ರದ ಹಲವಾರು ಕಲಾವಿದರ, ನಿರ್ದೇಶಕರ ಮತ್ತು ನಿರ್ಮಾಪಕರ ಸಂಪರ್ಕವಿದ್ದ ಇವರು ಅವರಿಗೆಲ್ಲ ಕಾದಂಬರಿ ಆಧಾರಿತ ಸಿನೆಮಾ ಮಾಡುವಂತೆ ಸಲಹೆ ನೀಡುತ್ತಾರೆ. ಈ ಸಲಹೆಯನ್ನು ಸ್ವೀಕರಿಸಿದ ಕೆಲವು ನಿರ್ದೇಶಕ ಮತ್ತು ನಿರ್ಮಾಪಕರು ಈ ಪ್ರಯತ್ನಗಳಲ್ಲಿ ದೊಡ್ಡ ಗೆಲುವು ಸಾಧಿಸುತ್ತಾರೆ. ಹೀಗೆ ಇವರು ಕೊಟ್ಟ 24 ಕಾದಂಬರಿಗಳು ಸಿನೆಮಾಗಳಾಗಿ ತಯಾರಾದದ್ದು ಮಾತ್ರವಲ್ಲದೇ ನಿರ್ಮಾಪಕರ ಜೇಬನ್ನು ತುಂಬಿಸುವುದರ ಜೊತೆಗೆ ನಿರ್ದೇಶಕರಿಗೆ ಮತ್ತು ಕಲಾವಿದರಿಗೆ ಕೂಡ ಜನಪ್ರಿಯತೆಯನ್ನು ತಂದುಕೊಟ್ಟವು.

ಅಂಬರೀಷ್ ಅವರ ಸಲಹೆಯಂತೆ ಪಾಲುದಾರಿಕೆಯಲ್ಲಿ ಇವರು ಸಿನೆಮಾ ಒಂದನ್ನು ಮಾಡುತ್ತಾರೆ. ಹೀಗೆ ಅವರು ಮಾಡಿದ ಸಿನೆಮಾ ಕನ್ನಡ ಚಲನಚಿತ್ರರಂಗದಲ್ಲಿ ಒಳ್ಳೆಯ ಹೆಸರು ಮಾಡುತ್ತದೆ. ಆ ಚಿತ್ರವೇ 'ಒಲವಿನ ಉಡುಗೊರೆ'.

ಡಾ. ರಾಜಕುಮಾರ್ ಅವರು 108 ದಿನಗಳ ಕಾಲ ಕಾಡಿನಲ್ಲಿದ್ದಾಗ ಅಷ್ಟೂ ದಿನಗಳವರೆಗೂ 'ಈ ಸಂಜೆ' ಪತ್ರಿಕೆಗೆ ಲೀಡ್ ಸುದ್ದಿ ಬರೆದದ್ದು ಇವರೇ. ಕಾಡಿನಿಂದ ಬಂದ ಕೂಡಲೇ ಅವರನ್ನು ಮಾತಾಡಿಸಿದ ಕೆಲವೇ ವ್ಯಕ್ತಿಗಳಲ್ಲಿ ರಾಮಚಂದ್ರ ಅವರೂ ಒಬ್ಬರು.

"ಈ ಕೆಲಸದ ನಡುವೆ ನನಗೆ ಹೃದಯಕ್ಕೆ ಸಂಬಂಧಿಸಿದಂತೆ 23 ಆಪರೇಶನ್‌ಗಳಾಗಿವೆ. ಆದರೆ ಯಾವುದಕ್ಕೂ ಕುಗ್ಗದೇ ಧೈರ್ಯದಿಂದ ಕೆಲಸ ಮಾಡಿದ್ದೇನೆ. 'ನಾರಾಯಣ ಹೃದಯಾಲಯ'ದಲ್ಲಿ ಹಾಸಿಗೆ ಹಿಡಿದಿದ್ದಾಗ

ಅಲ್ಲಿನ ವೈದ್ಯರೇ ಬಂದು ನನಗೆ ಪೆನ್ನು ಹಾಳೆಗಳನ್ನು ಕೊಡ್ತಿದ್ರು. ಅವುಗಳನ್ನು ಕೈಯಲ್ಲಿ ಹಿಡಿದ ಕೂಡಲೇ ನನ್ನ ಬಿಪಿ ತನ್ನಿಂದ ತಾನೇ ನಾರ್ಮಲ್ ಆಗುತ್ತಿತ್ತು. ಅನಾರೋಗ್ಯದ ಮಧ್ಯೆಯೂ ನಾನು ವರದಿ ಮಾಡುವುದನ್ನು ನಿಲ್ಲಿಸಲಿಲ್ಲ." ಎಂದು ರಾಮಚಂದ್ರರು ಹೇಳುತ್ತಾರೆ.

ಒಂದು ಸಣ್ಣ ಗಾಯವಾದರೂ ಗಾಬರಿ ಪಡುವವರ ನಡುವೆ ಹೃದಯದ ತುಂಬಾ ಹೊಲಿಗೆ ಹಾಕಿಸಿಕೊಂಡರು ಲವಲವಿಕೆಯಿಂದ ಕರ್ತವ್ಯ ನಿರ್ವಹಿಸಿದ ಇವರ ಆತ್ಮವಿಶ್ವಾಸ ದೊಡ್ಡದು.

ಮುಂಜಾನೆ ಸತ್ಯ

ಸಿದ್ದಗಂಗಾ ಮಠದ ಅಂಗಳದಿಂದ...

“ತ್ರಿವಿಧ ದಾಸೋಹಕ್ಕೆ ಹೆಸರಾದ ಸಿದ್ದಗಂಗಾ ಮಠದ ವಿದ್ಯಾರ್ಥಿ ನಾನು. ದಿನ ಬೆಳಗಾದರೆ ಸಾಕು ಶ್ರೀಗಳ ಕೋಣೆಯ ಮುಂದೆ ಹತ್ತಾರು ದಿನಪತ್ರಿಕೆಗಳು ಇರುತ್ತಿದ್ದವು. ನನಗೆ ಅವುಗಳ ಮೇಲೆ ಗೊತ್ತಿಲ್ಲದಂತೆ ಆಕರ್ಷಣೆ ಉಂಟಾಗತೊಡಗಿತ್ತು. ಯಾವತ್ತಾದರು ಒಂದು ದಿನ ನನ್ನ ಬಗ್ಗೆ ಬಂದ ಸುದ್ದಿಯಾಗಲಿ ಇಲ್ಲವೇ ನಾನೇ ಬರೆದ ಸುದ್ದಿಯಾಗಲೀ ಪ್ರಕಟವಾಗಿ ಅವರು ಓದುವಂತಾಗಲಿ ಎಂದು ಕನಸು ಕಾಣುತ್ತಿದ್ದೆ.

ವಾರ್ಷಿಕೋತ್ಸವದ ನಿಮಿತ್ತ ಏರ್ಪಡಿಸಿದ್ದ ವಿವಿಧ ಸ್ಪರ್ಧೆಗಳಲ್ಲಿ ನನಗೆ ಒಂದು ಬಾರಿ 20ಕ್ಕೂ ಹೆಚ್ಚು ಪ್ರಶಸ್ತಿಗಳು ಬಂದಿದ್ದವು. ಆ ಸಮಾರಂಭ ಮುಗಿದ ಮೇಲೆ ನನಗೆ ಇದರ ಬಗ್ಗೆ ಏನಾದರೂ ಬರೆಯಲೇಬೇಕು ಅಂತ ತೀವ್ರವಾಗಿ ಅನಿಸತೊಡಗಿತು. ಆ ಯೋಚನೆ ಬಂದ ಕೂಡಲೇ ನನಗೆ ನೆನಪಾಗಿದ್ದು ತುಮಕೂರು ನಗರದಿಂದ ಪ್ರಕಟವಾಗುತ್ತಿದ್ದ ‘ವಿಜಯವಾಣಿ’ ಎನ್ನುವ ದಿನ ಪತ್ರಿಕೆ. ಆ ದಿನ ರಾತ್ರಿ ಕಾರ್ಯಕ್ರಮದ ಪ್ರತಿ ಸಣ್ಣ ಅಂಶವನ್ನೂ ಬಿಡದಂತೆ ಒಂದು ವರದಿ ಬರೆದೆ.

'ವಿಜಯವಾಣಿ' ಪತ್ರಿಕೆಯ ಕಛೇರಿಯೊಳಗೆ ಹೋಗಿ ಸಂಪಾದಕರ ಮುಂದೆ ನಿಂತೆ. ನನ್ನ ಆಸೆಯನ್ನು ಪ್ರಾಮಾಣಿಕವಾಗಿ ಹೇಳಿಕೊಂಡೆ. ನನ್ನ ಬರಹವನ್ನು ಸ್ವೀಕರಿಸಿದ ಅವರು. ನೋಡೋಣ?! ಅಂತ ಹೇಳಿಕಳಿಸಿದರು. ಮರು ದಿನ ನನ್ನ ಬರಹವನ್ನು ಮುಖಪುಟದಲ್ಲೇ ಪ್ರಕಟಿಸಿದ್ದರು. ಆಗ ನನ್ನ ಸಂತೋಷಕ್ಕೆ ಪಾರವೇ ಇರಲಿಲ್ಲ. 'ವಿಜಯವಾಣಿ' ಕಚೇರಿಗೆ ಹೋದಾಗ ಸಂಪಾದಕರು ನನಗೆ 'ಆರು ಕಾಸು'ಗಳ ಸಂಭಾವನೆ ಕೊಟ್ಟರು. ನಾನು ನನಗೆ ಗೊತ್ತಿಲ್ಲದಂತೆ ಪತ್ರಕರ್ತನ ಕೆಲಸಕ್ಕೆ ಸೇರಿದ್ದೆ."

ಮುಂಜಾನೆ ಸತ್ಯ ಅವರು ಲೋಕವಾಣಿ ಪತ್ರಿಕೆಯನ್ನು ಸೇರಿದರು. ಅಲ್ಲಿ ಕೆಲ ವರ್ಷಗಳ ಕಾಲ ಕೆಲಸ ಮಾಡಿದ ನಂತರ ಹೋಗಿ 'ಮುಂಜಾನೆ' ಪತ್ರಿಕೆಯ ವರದಿಗಾರಿಕೆಯ ಜವಾಬ್ದಾರಿ ಹೊತ್ತುಕೊಂಡರು. ಅಲ್ಲಿ ಪತ್ರಿಕೋದ್ಯಮದ ಹಲವಾರು ಮಹತ್ವದ ಪಟ್ಟುಗಳನ್ನು ಕಲಿತು ಅವುಗಳನ್ನು ಸಮಾಜದ ಅಭಿವೃದ್ಧಿಗಾಗಿ ಪ್ರಯೋಗ ಮಾಡಿ ಯಶಸ್ವಿಯೂ ಆದರು. ಆ ಪತ್ರಿಕೆಯೊಂದಿಗಿನ ಅನುಬಂಧ ಹೇಗಿತ್ತೆಂದರೆ ಇವತ್ತಿಗೂ ಅವರನ್ನು 'ಮುಂಜಾನೆ ಸತ್ಯ' ಎಂದೇ ಕರೆಯಲಾಗುತ್ತದೆ. ಅಲ್ಲಿಂದ ಶುರುವಾದ ಅವರ ಪ್ರಯಾಣ ಮುಂದೆ ಮುಂಬೈಗೂ ಕೂಡ ಹೋಯಿತು. 'ಸೂರತ್'ನಲ್ಲೂ ವರದಿಗಾರರಾಗಿ ಕೆಲಸ ಮಾಡಿದರು.

ಮುದ್ರಣ ಮಾಧ್ಯಮದಿಂದ ಎಲೆಕ್ಟ್ರಾನಿಕ್ ಮಾಧ್ಯಮಕ್ಕೆ ವರ್ಗಾವಣೆಗೊಂಡರೂ ಅಲ್ಲಿಯೂ ತಮ್ಮ ಸೃಜನಶೀಲತೆಯ ಮೊಹರನ್ನು ಒತ್ತಿದರು. 'ಉದಯ ಟಿವಿ' ಚಾನೆಲ್‌ನ ಸಂಪಾದಕರಾಗಿ ಕಾರ್ಯನಿರ್ವಹಿಸಿದರು. ಮುಂಜಾನೆ ಸತ್ಯ ಅವರು ನೀಡಿದ ವರದಿಗಳು ನಿಜಕ್ಕೂ ಪತ್ರಿಕೋದ್ಯಮದ ಘನತೆಯನ್ನು ಹೆಚ್ಚಿಸಿದವು. ಕನ್ನಡದ ವರ ನಟ, ಕನ್ನಡಿಗರ ಜೀವದ ಜೀವಾಗಿದ್ದ ನಟಸಾರ್ವಭೌಮ ಡಾ. ರಾಜಕುಮಾರ್ ಅವರನ್ನು ಕಾಡುಗಳ್ಳ ನರಹಂತಕ ವೀರಪ್ಪನ್ ಅಪಹರಿಸಿಕೊಂಡು ಹೋದ ಸುದ್ದಿಯನ್ನು ಕೇಳಿದ ಕೂಡಲೇ ಇವರು ತೆಗೆದುಕೊಂಡ ನಿರ್ಧಾರ ಇವತ್ತಿಗೂ ಮಾದರಿಯಾದದ್ದು. ಶ್ರೀಮತಿ ಪಾರ್ವತಮ್ಮ ರಾಜಕುಮಾರ್ ಅವರನ್ನು ಭೇಟಿಯಾಗಿ ಘಟನೆಯ ಇಂಚಿಂಚು ಮಾಹಿತಿಯನ್ನು ಪಡೆದುಕೊಂಡ ಇವರು ಯಾವ ಭಾವೋದ್ವೇಗಕ್ಕೂ ಒಳಗಾಗದೆ, ಇಡೀ ರಾಜ್ಯವೇ ಕಂಗಾಲಾಗಿ ಕಾನೂನು ಸುವ್ಯವಸ್ಥೆ ಹಾಳಾಗುವಂಥ ಸುದ್ದಿಯನ್ನು ಅತೀ ತಣ್ಣಗಿನ ಸ್ವರದಲ್ಲಿ ಕನ್ನಡಿಗರಿಗೆ ಬಡಿಸುತ್ತ 'ರಾಜ್ ಅಪಹರಣ'ವನ್ನು ಸೂಕ್ಷ್ಮವಾಗಿ ಹ್ಯಾಂಡಲ್ ಮಾಡಿದರು.

ಆ ಕಾಲದ ಪತ್ರಕರ್ತನ ಬದ್ಧತೆ, ನಿಷ್ಠುರತೆ ಮತ್ತು ಪ್ರಾಮಾಣಿಕತೆಗಳ ಕುರಿತು ಭಾವುಕವಾಗಿ ಮಾತಾಡುತ್ತಾರೆ. "75ರ ಎಮರ್ಜನ್ಸಿ ದಿನಗಳಲ್ಲಿ ದೇಶವನ್ನೇ ಭಯದ ಹಗ್ಗದಿಂದ ಕಟ್ಟಿ ಹಾಕಿದ್ದ ಅತ್ಯಂತ ಶಕ್ತಿಶಾಲಿಗಳು 78ರ ಫಲಿತಾಂಶದಲ್ಲಿ ವಜ್ರಾಯುಧದ ಹೊಡೆತಕ್ಕೆ ಸಿಕ್ಕ ರಕ್ಕಸರಂತೆ ಛಿದ್ರವಾಗಿ ಹೇಳಹೆಸರಿಲ್ಲದಂತೆ ಹಾಳಾಗಿ ಹೋದರು. ಇಂಥ ದೊಡ್ಡ ಕ್ರಾಂತಿ ಮಾಡಿದ್ದು ನಮ್ಮ ದೇಶದ ಪತ್ರಕರ್ತರು.

ಎಲ್ಲ ಪತ್ರಿಕೆಗಳು 'ಕಪ್ಪು' ಮಾತ್ರ ಬಳಿದುಕೊಂಡು ಹೊರಗೆ ಬಂದವು ಇದರಿಂದ ದೇಶದ ಜನರಿಗೆ ನಿರ್ಧಾರ ಬದಲಿಸುವ ಚಿಂತನೆಯನ್ನು ತುಂಬಿದವು. ಪತ್ರಿಕೆಗಳ ಈ ಯುದ್ಧದ ಮುಂದೆ ಎಮರ್ಜನ್ಸಿ ಹೇರಿದ್ದ ಶಕ್ತಿಗಳು ಮಂಡಿಯೂರಿದ್ದು ಈಗ ಇತಿಹಾಸ." ಎನ್ನುತ್ತ ಸತ್ಯ ಅವರು ತಮ್ಮ ಕ್ರಾಂತಿಯ ಪ್ರಯಾಣದ ರೋಚಕ ಅನುಭವಗಳನ್ನು ಹಂಚಿಕೊಂಡರು.

ಅ ಚ ಶಿವಣ್ಣ

ದಿಲ್ಲಿಯಲ್ಲಿ ರಾಜೀನಾಮೆ ಪ್ರಸಂಗ...

ಆಗ ರಾತ್ರಿ 10:30 ಆಗಿತ್ತು ಅನಿಸುತ್ತೆ, ಆದರೆ ದೇಶದ ಪ್ರಧಾನ ಮಂತ್ರಿಯೊಬ್ಬರು ದೆಹಲಿಯ ತಮ್ಮ ಬಂಗಲೆಯಲ್ಲಿ ಚಿಂತಾಕ್ರಾಂತರಾಗಿ ಈ ಹಿಂದಿನ ಒಬ್ಬ ಪ್ರಧಾನಿಯ ಮಹಾ ನಿರ್ಗಮನದ ಭಾಷಣವನ್ನು ಓದುತ್ತಿದ್ದರು. ನಾನು ಅವರ ಪಕ್ಕದಲ್ಲಿಯೇ ಇದ್ದೆ. ನಾನು ವಾರ ಕಾಲದಿಂದ ದೆಹಲಿಯಲ್ಲಿ ಉಳಿದುಕೊಂಡಿದ್ದೆ ಅದು ಒಂದು ಮಹಾ ಸ್ಫೋಟದಂಥ ಸುದ್ದಿಗಾಗಿ. ಅಂದ ಹಾಗೆ ಆ ಪ್ರಧಾನಿ ನಮ್ಮ ದೇಶದ ಮೊದಲ ಕನ್ನಡ ಪ್ರಧಾನ ಮಂತ್ರಿಯಾಗಿದ್ದ ಎಚ್.ಡಿ. ದೇವೇಗೌಡರು. ಅವರು ಹಾಗೆ ಓದುತ್ತಿದ್ದ ಭಾಷಣ ಮತ್ತೊಬ್ಬ ಮುತ್ಸದ್ದಿ ರಾಜಕಾರಣಿಯಾಗಿದ್ದ ಅಟಲ್ ಬಿಹಾರಿ ವಾಜಪೇಯಿ ಅವರು ತಾವು ರಾಜೀನಾಮೆ ನೀಡುವ ಮೊದಲು ಮಾಡಿದ್ದ ಭಾಷಣದ ಪ್ರತಿಯನ್ನು.

ನಾನು ಯಾಕೆ ಇವಾಗ ಯಾಕೆ ಇದನ್ನು ಓದುತ್ತಿದ್ದೀರಿ ಅಂತ ಕೇಳಿದೆ ಅದಕ್ಕೆ ಅವರು ಬಹಳ ಗಂಭೀರವದನರಾಗಿ ತಮ್ಮ ಅಸಹಾಯಕ ಸ್ಥಿತಿಯನ್ನು ವಿವರಿಸಿದರು. ಅಲ್ಲಿಂದ ಹೊರಟು ಬಂದವನೆ ಮೊದಲು ನಮ್ಮ ಸುದ್ದಿ ಮನೆಗೆ "ಪ್ರಧಾನ ಮಂತ್ರಿ ಸ್ಥಾನಕ್ಕೆ ದೇವೇಗೌಡರ ರಾಜೀನಾಮೆ" ಅಂತ ಸುದ್ದಿ ಕಳಿಸಿದೆ ಅದು ಪ್ರಿಂಟ್ ಕೂಡ ಆಗಿ ಇಡೀ ಕರ್ನಾಟಕದ ತುಂಬಾ ಸಂಚಲನ ಸೃಷ್ಟಿ ಮಾಡಿತು. ಯಾಕೆಂದರೆ ದೇವೇಗೌಡರು ಆ ಸುದ್ದಿಯನ್ನು ಅಧಿಕೃತವಾಗಿ ಹೇಳಿರಲಿಲ್ಲ. ದೊಡ್ಡ ದೊಡ್ಡ

ಗಲಾಟೆಗಳು ಶುರು ಆದವು. ನಮ್ಮ ಮಾಲೀಕರು ಸಹ ಆ ಸುದ್ದಿಯ ಮುಂದೆ ಪ್ರಶ್ನಾರ್ಥಕ ಚಿಹ್ನೆ ಆದರೂ ಹಾಕೋಣ ಅಂತ ಮೊದಲೇ ಸಲಹೆ ನೀಡಿದ್ರು ಆದರೆ ನಾನು ಅದಕ್ಕೆ ಒಪ್ಪಲಿಲ್ಲ. ನನಗೆ ದೇವೇಗೌಡರು ರಾಜೀನಾಮೆ ಕೊಡೋದು ಖಚಿತವಿತ್ತು ನಾಳೆ ಘೋಷಣೆ ಮಾಡುವುದನ್ನು ನಾನೂ ಇಂದು ಸಂಜೆಯೇ ನಮ್ಮ 'ಸಂಜೆವಾಣಿ' ಪತ್ರಿಕೆಯಲ್ಲಿ ಸುದ್ದಿ ಮಾಡಿದ್ದೆ ಎಂದು ತಮ್ಮ ಪತ್ರಿಕೋದ್ಯಮದ ನೆನಪನ್ನು ಹಂಚಿಕೊಂಡವರು ಅ.ಚ. ಶಿವಣ್ಣನವರು.

"ರಾಜಕಾರಣಿಗಳನ್ನು ಎದುರು ಹಾಕ್ಕೊಳ್ಳಕ್ಕೆ ನಿಮಗೆ ಭಯ ಆಗ್ತಾ ಇರಲಿಲ್ವಾ?" ಅಂತ ಕೇಳಿದೆ ಅದಕ್ಕೆ ಅವರು "ನಮ್ಮ ಕಾಲ ಘಟ್ಟದಲ್ಲಿ ಪತ್ರಕರ್ತರು ಯಾವ ರಾಜಕಾರಣಿಗಳಿಗೂ ಹೆದರುತ್ತಿರಲಿಲ್ಲ" ಅಂತ ಹೇಳಿದ್ರು ಮುಂದುವರೆದು "ನಾವು ಯಾವುದೇ ರಾಜಕಾರಣಿಯನ್ನು 'ಸಾಹೇಬ್ರೆ...' ಅಂತ ಕರೀತಾ ಇರಲಿಲ್ಲ ಬದಲಾಗಿ ಅವರ ಹೆಸರಿನಿಂದ ಇಲ್ಲವೇ 'ಸರ್' ಅಂತ ಮಾತ್ರ ಕರೆಯುತ್ತಿದ್ದೆವು ಅಂತ ಹೇಳಿದ್ರು.

ಕನ್ನಡ ಪತ್ರಿಕಾ ಲೋಕದ ಇತಿಹಾಸದಲ್ಲಿಯೇ ಮೊಟ್ಟ ಮೊದಲ ಬಾರಿಗೆ 'ವಾಕಿ ಟಾಕಿ'ಯನ್ನು ಬಳಸಿದ ಶ್ರೇಯಸ್ಸು ಸಂಜೆವಾಣಿ ಪತ್ರಿಕೆ ಮತ್ತು ಅ.ಚ. ಶಿವಣ್ಣ ಅವರಿಗೆ ಸಲ್ಲುತ್ತದೆ. 10 ಕಿ.ಮೀ. ರೇಡಿಯಸ್‌ನಲ್ಲಿ ಈ ವಾಕಿಟಾಕಿ ಕೆಲಸ ಮಾಡುತ್ತಿತ್ತಂತೆ. ಆ 90ರ ದಶಕದಲ್ಲಿ ಪೊಲೀಸರು ಹೊರತುಪಡಿಸಿದರೆ ವಾಕಿಟಾಕಿ ಇದ್ದದ್ದು ಇವರ ಬಳಿ ಮಾತ್ರ.

ಆಗ ಸಾಮಾನ್ಯವಾಗಿ ಎಲ್ಲರೂ ವಿಧಾನ ಸೌಧಕ್ಕೆ ಸಂಜೆ 4 ಗಂಟೆಗೆ ಮಾತ್ರ ಒಂದು ರೌಂಡ್ ಹೋಗುತ್ತಿದ್ದರು ಆದರೆ ಮಧ್ಯಾಹ್ನ 12 ಗಂಟೆಗೂ ಸಹ

ಒಂದು ರೌಂಡ್ ಹೋಗುವ ಪದ್ಧತಿಯನ್ನು ಶಿವಣ್ಣ ಅವರೇ ಆರಂಭಿಸಿದರು. ಆ ಸಮಯದಲ್ಲಿ ದೇವೇಗೌಡರು ಮುಖ್ಯಮಂತ್ರಿ ಆಗಿದ್ದರು. ಶಿವಣ್ಣ ಅವರು ಬೆಳಿಗ್ಗೆ 11 ಕ್ಕೆ ಅಲ್ಲಿಗೆ ಹೋದಾಗ ಅವರಿಗೆ ಅಲ್ಲಿನ ಅಧಿಕಾರಿಯೊಬ್ಬರಿಂದ ಸ್ಫೋಟಕ ಮಾಹಿತಿಯೊಂದು ಸಿಗುತ್ತದೆ. ವಾಸುದೇವನ್ ಎನ್ನುವ IAS ಅಧಿಕಾರಿಗೆ ಸುಪ್ರೀಂಕೋರ್ಟ್ ಒಂದು ತಿಂಗಳ ಜೈಲು ಶಿಕ್ಷೆ ವಿಧಿಸಿದ ಸುದ್ದಿ ಅದು. ಭಾರತದ ಇತಿಹಾಸದಲ್ಲಿಯೇ IAS ಅಧಿಕಾರಿಗೆ ಶಿಕ್ಷೆಯಾದ ಮೊದಲ ಪ್ರಕರಣವದು. ಆ ಅಧಿಕಾರಿ ತನ್ನ ಇಲಾಖೆಯ ದಲಿತ ಇಂಜಿನಿಯರ್ ಒಬ್ಬರಿಗೆ ಒಂದು ವರ್ಷಗಳ ಕಾಲ ಪ್ರಮೋಷನ್ ನೀಡದೆ ಕಿರುಕುಳ ಕೊಟ್ಟ ಪ್ರಕರಣವದು. ಇದನ್ನು ಇಡೀ ರಾಜ್ಯಕ್ಕೆ ಗೊತ್ತಾಗುವಂತೆ ಮಾಡಿದ್ದು ಶಿವಣ್ಣನವರು.

ನಾನು ಬಂಗಾರಪ್ಪನವರ ಕಾಲದಲ್ಲಿ ನಡೆದ ಘಟನೆ ಬಗ್ಗೆ ಕೇಳಿದೆ ಆಗ ಶಿವಣ್ಣನವರು "ಬಂಗಾರಪ್ಪನವರು ದೆಹಲಿಗೆ ಹೋಗಿದ್ರು ಅಲ್ಲಿ ರಾಜೀನಾಮೆ ಕೊಡುವ ಅನಿವಾರ್ಯತೆ ಸೃಷ್ಟಿ ಆಯ್ತು. ಈ ವಿಷಯ ತಿಳಿದ ನಾನು ಅವರು ರಾಜೀನಾಮೆ ಕೊಡುವ ಒಂದು ದಿನ ಮೊದಲೇ "ಬಂಗಾರಪ್ಪ ರಾಜೀನಾಮೆ" ಕೊಟ್ಟಿದ್ದಾರೆ ಅಂತ ಸಂಜೆವಾಣಿಯಲ್ಲಿ ಸುದ್ದಿ ಬರೆದು ಎಲ್ಲರನ್ನು ಎದುರು ಹಾಕಿಕೊಂಡೆ. ಅವರು ರಾಜೀನಾಮೆ ಕೊಡೋದು ಗ್ಯಾರಂಟಿ ಇದ್ದ ನಾನು ಹಾಗೆ ಬರೆದಿದ್ದೆ. ಆದರೆ ಆ ಸುದ್ದಿಯಿಂದ ಅವರ ಅಭಿಮಾನಿಗಳು ರಾಜ್ಯಾದ್ಯಾಂತ ಗಲಭೆಗಳನ್ನು ಶುರು ಮಾಡಿದರು. ನಾನು ಸಿಕ್ಕರೆ ನನ್ನ ಮೇಲೆ ದಾಳಿ ಮಾಡಲು ಕೂಡ ಕಾಯುತ್ತಿದ್ದರು. ನನ್ನ ಮೇಲೆ ಕಲ್ಲು ತೂರಾಟ ನಡೆಸಬೇಕೆಂದು ಯೋಜನೆ ಸಿದ್ದವಾಗಿತ್ತು ಆದರೆ ಅಂದಿನ ಕಮೀಷನರ್ ಆಗಿದ್ದ ಚಂದುಲಾಲ್ ಜೈನ್ ಅವರು ನನಗೆ ಧೈರ್ಯ ಹೇಳಿದ್ರು. ನಾನು ಅಲ್ಲಿಂದೆ ಹೊಸೂರಿಗೆ ಹೋಗಿದ್ದೆ. ಮರು ದಿನ ಬಂಗಾರಪ್ಪ ರಾಜೀನಾಮೆ ಕೊಟ್ಟೇಬಿಟ್ರು ಈ ಪ್ರಕರಣ ಹೀಗೆ ಮುಗೀತು" ಅಂತ ಹೇಳಿದ್ರು.

ಎನ್ ಎಸ್ ಶಂಕರ್

ಐ ಎ ಎಸ್ ಅಧಿಕಾರಿಯಾಗಬೇಕಿದ್ದ ಹುಡುಗನ ಕನಸು

ನನ್ನಪ್ಪ ತಮ್ಮನ್ನು ಸ್ವಾತಂತ್ರ್ಯ ಚಳವಳಿಯಲ್ಲಿ ತೊಡಗಿಸಿಕೊಂಡವರು. 'ಮೈಸೂರು ಚಲೋ ಚಳವಳಿ' ಸಂದರ್ಭದಲ್ಲಿ ಅಪ್ಪನ ಜೊತೆ ನನ್ನ ಅಮ್ಮನೂ ಸಹ ಜೈಲು ಸೇರಿದ್ದರು! ಹೀಗೆ ನನ್ನ ಅಪ್ಪ ಸೊಂಡೂರು ಹಾಲಪ್ಪ ಅವರ ಪ್ರಭಾವ ನನ್ನ ಮೇಲೆ ಬೃಹತ್ ಆಲದ ಮರದ ನೆರಳಿನಂತೆ ವಿಶಾಲವಾಗಿ ಹರಡಿಕೊಂಡಿದೆ ಎಂದು ತಮ್ಮ ತಂದೆಯವರ ಸ್ವಾತಂತ್ರ್ಯ ಹೋರಾಟದ ಬಗ್ಗೆ ತಾವೇ ಬರೆದ ಸಿನೆಮಾದ ಕತೆಯನ್ನು ರೋಚಕವಾಗಿ ಕಣ್ಣಿಗೆ ಕಟ್ಟುವಂತೆ ಹೇಳಿದವರು ನಾಡಿನ ಮಹತ್ವದ ಹಿರಿಯ ಪತ್ರಕರ್ತರು, ಲೇಖಕರು ಮತ್ತು ಚಲನಚಿತ್ರ ನಿರ್ದೇಶಕರಾದ ಎನ್ ಎಸ್ ಶಂಕರ್ ಅವರು.

"ಹಾಗಾದ್ರೆ ನೀವು ಪತ್ರಕರ್ತರಾಗೋಕೆ ನಿಮ್ಮ ತಂದೆಯವರೆ ಪ್ರೇರಣೇನಾ?" ಅಂತ ನಾನು ಅವರನ್ನು ಕೇಳಿದೆ. ಒಂದು ಚಂದದ ನಗು ನಕ್ಕ ಅವರು ಅಯ್ಯೋ! ಅದು ಹಾಗೇನೂ ಇಲ್ಲ. ನಾನು ಐಎಎಸ್ ಅಧಿಕಾರಿನೇ ಆಗಬೇಕೆಂಬುದು ನನ್ನ ಮತ್ತು ನನ್ನ ಮನೆಯವರ ದೊಡ್ಡ ಆಸೆಯಾಗಿತ್ತು ಆದರೆ ನನ್ನ ವಯಸ್ಸಿನ ಕಾರಣಕ್ಕೆ ಅದು ಆಗಲಿಲ್ಲ ಅಂದರು.

ನಾನು ನನ್ನ ವಯಸ್ಸಿನ ಇತರ ಮಕ್ಕಳಿಗಿಂತ ಓದಿನಲ್ಲಿ ಸ್ವಲ್ಪ ಮುಂದೆ ಇದ್ದೆ. ಹೀಗೆ ಒಂದು ನನ್ನನ್ನು ಅಪ್ಪ ಶಾಲೆಗೆ ಸೇರಿಸುವುದಕ್ಕಾಗಿ ಕರೆದುಕೊಂಡು ಹೋದರು.

ನನಗೆ ಓದಲು ಹೇಳಿದಾಗ ಒಂದನೇ ತರಗತಿ ಮತ್ತು ಎರಡನೇ ತರಗತಿಗಳಿಗೆ ನಿಗದಿಪಡಿಸಲಾಗಿದ್ದ ಪಠ್ಯಾಂಶವನ್ನು ಸುಲಲಿತವಾಗಿ ಓದಿದೆ. ಇದರಿಂದ ಖುಷಿಗೊಂಡ ನಮ್ಮ ಮೇಷ್ಟ್ರು ನನ್ನನ್ನು ನೇರವಾಗಿ ಮೂರನೇ ತರಗತಿಗೆ ಕಳಿಸಿದರು. ಈ ಕಾರಣಕ್ಕೆ ಡಿಗ್ರಿ ಮುಗಿದ ಮೇಲೆ ಐಎಎಸ್ ಪರೀಕ್ಷೆ ಕಟ್ಟಲು ನನಗಾಗಲಿಲ್ಲ ಯಾಕಂದರೆ ಆ ಪರೀಕ್ಷೆ ಕಟ್ಟುವಷ್ಟು ವಯಸ್ಸು ನನಗೆ ಇನ್ನೂ ಆಗಿರಲಿಲ್ಲ. ಅದಕ್ಕಾಗಿ ನಾನು ಇನ್ನೂ ಎರಡು ವರ್ಷ ಕಾಯಬೇಕಿತ್ತು. ಆ ಎರಡು ವರ್ಷ ಯಾಕೆ ವೇಸ್ಟ್ ಮಾಡೋದು ಅಂತ ನನಗೆ ತುಂಬಾ ಇಂಟ್ರೆಸ್ಟಿಂಗ್ ಎನಿಸಿದ್ದ ಪತ್ರಿಕೋದ್ಯಮ ವಿಷಯದಲ್ಲಿ ಸ್ನಾತಕೋತ್ತರ ಅಧ್ಯಯನ ಮಾಡಲು ನಿರ್ಧರಿಸಿದೆ. ಆ ಕೋರ್ಸ್ ಮುಗಿದ ಕೂಡಲೇ ನನ್ನ ಬಾಲ್ಯದ ಕನಸಾಗಿದ್ದ ಐಎಎಸ್ ಮಾಡಿದರಾಯಿತು ಅಂತ ಅಂದುಕೊಂಡೆ ಆದರೆ ಅದು ಮುಗಿಯುವುದರೊಳಗೆ ನನಗೆ ಆದ್ರೆ ಪತ್ರಕರ್ತನೇ ಆಗಬೇಕು ಅಂತ ಅಂತ ಗಟ್ಟಿಯಾಗಿ ಅನಿಸೋಕೆ ಶುರು ಆಯ್ತು ಅದಕ್ಕೆ ಐಎಎಸ್ ಆಸೆಯನ್ನು ಗಾಳಿಗೆ ತೂರಿ ಪತ್ರಕರ್ತನಾದೆ ಅಂತ ಹೇಳಿದರು.

"ಪತ್ರಕರ್ತ ಆದರೆ ಹಲವಾರು ಬದುಕುಗಳ ಮೇಲೆ ಗಾಢ ಪ್ರಭಾವ ಬೀರಬಹುದು. ಎಂಥ ಸವಾಲನ್ನಾದರೂ ನಿಂತ ನಿಲುವಿನಲ್ಲೇ ಎದುರಿಸಿ ಸಮಾಜಕ್ಕೆ ಪರೋಪಕಾರಿಯಾಗಬಹುದು ಅಂತ ನನಗೆ ಮನವರಿಕೆಯಾಗಿತ್ತು. ನೀವು ಸುಮ್ಮನೇ ಇಂಥ ಬೀದಿಯಲ್ಲಿ ಬೀದಿ ದೀಪ ಇಲ್ಲ ಅಂತ ವರದಿ ಮಾಡಿದರೆ ಸಾಕು ಏಳು ದಿನಗಳ ನಂತರ ಆ ಬೀದಿ ಬೆಳಕಿನ ನಗುವನ್ನು ತುಂಬಿಕೊಂಡು ಕುಣಿಯುತ್ತಿರುತ್ತದೆ. ಪತ್ರಕರ್ತನ ಬರಹಕ್ಕೆ ಇರುವ ಶಕ್ತಿ ಅಂಥದ್ದು. ಅದಕ್ಕೆ ನಾನು ಪತ್ರಕರ್ತನಾಗಿ ಮೊದಲಿಗೆ 'ತುಮಕೂರು ಟೈಮ್ಸ್' ಸೇರಿದೆ ಅಲ್ಲಿಂದ 'ಪ್ರಜಾವಾಣಿ' ಎಂಬ ಕನಸುಗಳ ಲೋಕ ನನ್ನನ್ನು ಸೆಳೆಯಿತು ಅಂತ ನೆನಪಿಸಿಕೊಂಡರು.

ನಂತರ ಸೇರಿದ್ದು 'ಮುಂಗಾರು' ದಿನಪತ್ರಿಕೆಗೆ. ಅಲ್ಲಿಂದ ಹೊರ ಬಂದ ಮೇಲೆ 'ಸುದ್ದಿ ಸಂಗಾತಿ' ವಾರ ಪತ್ರಿಕೆ ಆರಂಭಿಸುವ ಇವರು ನಂತರ ಸೇರಿಕೊಂಡದ್ದು 'ಲಂಕೇಶ್ ಪತ್ರಿಕೆ'ಯನ್ನು. ಲಂಕೇಶ್ ಮೇಷ್ಟ್ರು ಇವರ ಬರಹವನ್ನು ನೋಡಿ ವಿಪರೀತ ಮೆಚ್ಚಿಕೊಳ್ಳುತ್ತಾರೆ. ಲಂಕೇಶರ ಜೊತೆ ಉತ್ತಮ ಬಾಂಧವ್ಯ ಹೊಂದಿದ್ದ ಇವರಿಗೆ ಅದಾಗಲೇ ಸಿನಿಮಾ ಹುಚ್ಚು ಆವರಿಸಿಕೊಂಡಿರುತ್ತದೆ. ಲಂಕೇಶರ ಕತೆಯನ್ನಾಧರಿಸಿ 'ಮುಟ್ಟಿಸಿಕೊಂಡವರು' ಕಿರುಚಿತ್ರದ ಮೂಲಕ ಸಿನಿಮಾ ರಂಗ ಪ್ರವೇಶಿಸಿದರು..

ನಂತರದ ಸಿನೆಮಾ 'ಉಲ್ಟಾ ಪಲ್ಟಾ'. ಈ ಚಿತ್ರಕ್ಕೆ ಎನ್ ಎಸ್ ಶಂಕರ್ ಅವರಿಗೆ ರಾಜ್ಯ ಪ್ರಶಸ್ತಿಯೂ ಹುಡುಕಿಕೊಂಡು ಬಂದಿತು. ನಂತರ ಬಂದ 'ರಾಂಗ್ ನಂಬರ್', 'ಜೂಟಾಟ' ಚಿತ್ರಗಳೂ ಸಹ ಭಾರಿ ಯಶಸ್ಸು ಕಂಡವು.

ಜನಹಿತ ಪತ್ರಿಕೋದ್ಯಮವನ್ನೇ ಉಸಿರಾಡಿಕೊಂಡಿದ್ದ ಇವರು ವರ್ತಮಾನದ ದಿನಗಳಲ್ಲಿ ಹೀಗೆ ಕೆಲಸ ಮಾಡುವುದು ತುಂಬಾ ಕಷ್ಟ ಸಾಧ್ಯ ಎಂದು

ಬೇಸರಿಸಿಕೊಳ್ಳುತ್ತಾರೆ. ಇಂದಿನ ದೃಶ್ಯ ಮಾಧ್ಯಮಗಳಂತೂ ಟಿಆರ್‌ಪಿ ಎಂಬ ಮಾಯಾಮೃಗದ ಬೆನ್ನು ಹತ್ತಿ ಸಿನಿಮಾ ದೃಶ್ಯಗಳಂತೆ ಪೂರ್ವನಿಯೋಜಿತ ವರದಿಗಳನ್ನು ಜನರ ಮುಂದೆ ತಂದು ಸುರಿಯುತ್ತಿವೆ ಎಂದು ಹೇಳುತ್ತ ಮಹಿಳೆಯೊಬ್ಬಳು ತನ್ನ ಉಪನ್ಯಾಸಕ ಪತಿಗೆ ವಿವಿಯೊಂದರ ಆವರಣದಲ್ಲಿ ಚಪ್ಪಲಿಯಲ್ಲಿ ಹೊಡೆದ ಪ್ರಕರಣವೊಂದರ "ಚಿತ್ರಕತೆಯ" ವರದಿಯನ್ನು ಹಂಚಿಕೊಳ್ಳುತ್ತ ಕೋಪದಿಂದ ಕುದ್ದುಹೋದರು. ಎಷ್ಟೇ ಅನೈತಿಕ ಗೋಡೆಗಳು ಎದುರಾದರೂ ಅವುಗಳನ್ನೆಲ್ಲ ಒಂದೊಂದಾಗಿ ಒಡೆದುಕೊಂಡು ಹೋಗುತ್ತ ಸತ್ಯ, ನ್ಯಾಯ ನೀತಿ, ಸಾಮಾಜಿಕ ಪರಿವರ್ತನೆ ಪರವಾಗಿ ಪತ್ರಕರ್ತರು ದುಡಿದಾಗ ದೇಶ ತನ್ನಿಂದ ತಾನೇ ಅಭಿವೃದ್ಧಿಯಾಗುತ್ತದೆ ಆಗ ನಮ್ಮ ಪತ್ರಿಕಾ ರಂಗದ ವೈಭವದ ದಿನಗಳು ಮರುಜನ್ಮತಾಳುತ್ತವೆ ಎಂದು ಮಾತುಗಳನ್ನು ಮುಗಿಸಿದರು.

ಗಂಗಾಧರ ಮೊದಲಿಯಾರ್

ಸಾಹಿತ್ಯದ ಬದಲು ಪತ್ರಿಕೋದ್ಯಮಕ್ಕೆ...

ನಮ್ಮದು ಹತ್ತು ಜನರಿದ್ದ ಕುಟುಂಬ ಆದರೆ ನನ್ನ ತಂದೆ ಅದಾಗಲೇ ತೀರಿಕೊಂಡಿದ್ದರು! ನಾವು 3 ಜನ ಗಂಡುಮಕ್ಕಳು 6 ಜನ ಹೆಣ್ಣುಮಕ್ಕಳು ಇದ್ವಿ, ಅಮ್ಮ ಒಬ್ಬರೇ ನಮಗಾಗಿ ಪಡುತ್ತಿದ್ದ ಕಷ್ಟ ನೋಡಿದರೆ ತುಂಬಾ ಸಂಕಟವಾಗುತ್ತಿತ್ತು. ಇಂಥ ಸ್ಥಿತಿಯಲ್ಲಿ ಓದುತ್ತಲೇ ದುಡಿಯುವ ಅನಿವಾರ್ಯತೆ ನನಗೆದುರಾಗಿತ್ತು. ಎಸ್‌ಎಸ್‌ಎಲ್‌ಸಿ ಓದುವ ಹೊತ್ತಿಗೇನೆ ನಾನು ಪತ್ರಿಕೆಗಳಿಗೆ ಬರೆಯುತ್ತ ಒಂದಿಷ್ಟು ಸಂಪಾದಿಸುತ್ತಿದ್ದೆ ಅದೇ ನನಗೆ ಅನ್ನ ಹುಡುಕಿ ಕೊಡುತ್ತಿತ್ತು. ಹೀಗೆ ಬರೆಯುವುದರಿಂದ ಒಂದಂತೂ ಗ್ಯಾರಂಟಿ ಇತ್ತು ಅದೇನೆಂದರೆ ಕರೆಕ್ಟಾಗಿ ತಿಂಗಳ ಕೊನೆಯ ತಾರೀಕಿಗೆ ನನಗೆ 10 ರೂ. ಮನಿ ಆರ್ಡರ್ ಬರುತ್ತಿತ್ತು ಅದನ್ನು ಕೊಡುತ್ತಿದ್ದ ಪೋಸ್ಟ್ ಮ್ಯಾನ್ ನನ್ನ ಕಣ್ಣಿಗೆ ಸಾಕ್ಷಾತ್ ದೇವರಂತೆ ಕಾಣುತ್ತಿದ್ದ. ತಮಿಳಿನಿಂದ ಮತ್ತು ಇಂಗ್ಲಿಷ್‌ನಿಂದ ಅನುವಾದ ಮಾಡಿಯೂ ಬರೆಯುತ್ತಿದ್ದೆ. ನಿರಂತರವಾಗಿ ಬರೆದು ಬೇರೆ ಬೇರೆ ಪತ್ರಿಕೆಗಳಿಗೆ ಕಳಿಸುತ್ತಿದ್ದರಿಂದ ಆಗಾಗ ಮನೆಯ ವಿಳಾಸಕ್ಕೆ 5 ರೂ., 10 ರೂ. ಮತ್ತು 15 ರೂ. ಗಳ ಮನಿ ಆರ್ಡರ್ ಬರ್ತಾ ಇತ್ತು. ಈ ಹಣದಲ್ಲಿಯೇ ಮನೆಯ ಖರ್ಚುಗಳು ನಡೆಯುತ್ತಿದ್ದವು ಆದರೆ ಇದಿಷ್ಟೇ ನಮ್ಮ ಬದುಕಿನ ಬಂಡಿಗೆ ಸಾಲುತ್ತಿರಲಿಲ್ಲ.

ಮುಂದೆ ಮೈಸೂರಿನ ಮಹಾರಾಜಾ ಕಾಲೇಜಿಗೆ ಓದಲು ಹೋಗುತ್ತಿದ್ದಾಗಲೂ ನನಗೆ ದುಡಿಮೆ ಅನಿವಾರ್ಯವಾಗಿತ್ತು. ಆಗ ಬೆಳಿಗ್ಗೆ 7:30 ಕ್ಕೆ ಮನೆಯಿಂದ ಸೀದಾ

‘ಮೈಸೂರು ಯೂನಿವರ್ಸಿಟಿ ಪ್ರೆಸ್’ಗೆ ಹೋಗುತ್ತಿದ್ದೆ. ಅಲ್ಲಿ 8 ಗಂಟೆಯಿಂದ 10 ಗಂಟೆವರೆಗೆ ಕೆಲಸ ಮಾಡುತ್ತಿದ್ದೆ. ಅದು ಮುಗಿದ ನಂತರ ಓದಲೆಂದು ಗಂಗೋತ್ರಿಗೆ ಹೋಗುತ್ತಿದ್ದೆ. ಆಗ 1 ಗಂಟೆ ಕೆಲಸಕ್ಕೆ 1 ರೂಪಾಯಿ 25 ಪೈಸೆ ಕೊಡೋರು.

ಸಂಯುಕ್ತ ಕರ್ನಾಟಕ ಹಾಗೂ ಪ್ರಜಾವಾಣಿ ಪತ್ರಿಕಾ ಬಳಗದಲ್ಲಿ ಸುದೀರ್ಘ ನಾಲ್ಕು ದಶಕಗಳ ಕಾಲ ಪತ್ರಕರ್ತರಾಗಿ ಸೇವೆ ಸಲ್ಲಿಸಿದರು.

ಕನ್ನಡ ಎಂ.ಎ ಓದಿದ ನಂತರ ಯಾವುದಾದರೂ ಕಾಲೇಜಿನಲ್ಲಿ ತಾವು ಪ್ರಾಣದಷ್ಟು ಪ್ರೀತಿಸುತ್ತಿದ್ದ ಕನ್ನಡ ಸಾಹಿತ್ಯವನ್ನು ಪಾಠ ಮಾಡಬೇಕೆಂಬುದು ಅವರ ಇಚ್ಛೆಯಾಗಿತ್ತು. ಬರಹದ ಕಡೆಗೆ ಇವರು ಹೋಗುವ ಅನಿವಾರ್ಯತೆ ಸೃಷ್ಟಿಯಾಯ್ತು. ಆ ಕಾಲದಲ್ಲಿಯೇ ‘ಸಂಯುಕ್ತ ಕರ್ನಾಟಕ’ದಲ್ಲಿ ವರದಿಗಾರನ ಹುದ್ದೆಗೆ ಸಂದರ್ಶನಕ್ಕೆ ಕರೆದಿದ್ದರು. ಹೀಗೆ ಪತ್ರಿಕೋದ್ಯಮದ ಪ್ರವೇಶವಾಯಿತು.

ಗಂಗಾಧರ ಮೊದಲಿಯಾರ್ ಅವರು ಪ್ರಜಾವಾಣಿ ವರದಿಗಾರರಾಗಿ ತುಮಕೂರು ಜಿಲ್ಲೆಗೆ ವರ್ಗವಾಗಿ ಹೋದಾಗ ನಕ್ಸಲೈಟ್ ಚಟುವಟಿಕೆಗಳ ಕುರಿತು ಒಂದು ವಿಸ್ತೃತ ವರದಿ ಮಾಡಿದರು. ಆ ವರದಿ ಜಿಲ್ಲೆಯಾದ್ಯಂತ ದೊಡ್ಡ ಕೋಲಾಹಲವನ್ನೇ ಎಬ್ಬಿಸಿತ್ತು. ನಂತರದ ಬೆಳವಣಿಗೆಯಲ್ಲಿ ಈ ವರದಿ ಆಧಾರದ ಮೇಲೆ ಕರ್ನಾಟಕ ಸರಕಾರ ಆ ಭಾಗಕ್ಕೆ ವಿಶೇಷ ನಕ್ಸಲ್ ಪ್ಯಾಕೇಜ್ ಆಗಿ 2 ಕೋಟಿ ಅನುದಾನ ನೀಡುತ್ತದೆ.

ಮಾತೆ ಮಹಾದೇವಿ ಅವರು ‘ಬಸವಣ್ಣ’ ಎನ್ನುವ ಸಿನಿಮಾ ಮಾಡುವಾಗಿನ ಘಟನೆಯಲ್ಲಿ ನಟ ಅಶೋಕ ಮತ್ತು ಶ್ರೀನಿವಾಸಮೂರ್ತಿ ಅವರು ಹೇಗೆ ಸೆಲೆಕ್ಟ್

ಆದರು ಎಂದು ಬರೆಯವಾಗ ಚಪ್ಪಟೆ ಮೂಗಿನ ಕಾರಣಕ್ಕೆ ಶ್ರೀನಿವಾಸಮೂರ್ತಿ ಆಯ್ಕೆ ಆಗಲಿಲ್ಲ ಎಂದು ಬರೆದಿರುತ್ತಾರೆ ಆದರೆ ಇವರ ದುರ್ದೈವಕ್ಕೆ ಅದರ ಆಫರ್ ಮೊದಲು ಡಾ ರಾಜಕುಮಾರ್ ಅವರ ಬಳಿ ಹೋಗಿ ವಾಪಸ್ ಬಂದಿರುತ್ತದೆ. ಅಲ್ಲಾದ ತಪ್ಪು ಕಲ್ಪನೆಯಿಂದ ಅವರ ಮೇಲೆ ಅಭಿಮಾನಿಗಳು ದಾಳಿ ಮಾಡಲು ಶುರು ಮಾಡುತ್ತಾರೆ, ಪ್ರಜಾವಾಣಿಯ ವ್ಯಾನ್ ಅನ್ನು ಕೂಡ ಆ ಗಲಭೆಯಲ್ಲಿ ಸುಟ್ಟು ಹಾಕಲಾಗುತ್ತದೆ. ಇವರನ್ನು ಅಪಹರಿಸಿ ಒಂದು ತಿಂಗಳುಗಳ ಕಾಲ ಅಜ್ಞಾತವಾಸದಲ್ಲಿ ಇಡುತ್ತಾರೆ. ಇಡೀ ಕರ್ನಾಟಕದಾದ್ಯಂತ ಈ ಪ್ರಕರಣ 'ರಾಜಕುಮಾರ್ ಮೂಗಿನ ಪ್ರಕರಣ' ಎಂದೇ ಹೆಸರಾಗುತ್ತದೆ.

ಮುಂದಿನ ಬೆಳವಣಿಗೆಗಳಲ್ಲಿ ರಾಜಕುಮಾರ್ ಅವರ ವಿರುದ್ಧ ಪ್ರಕಟವಾಗುವ ಕೆಲವು ಆಘಾತಕಾರಿ ಸುಳ್ಳು ಸುದ್ದಿಗಳನ್ನು ಇವರು ವಿರೋಧಿಸಿ ಸತ್ಯವನ್ನು ಬರೆದದ್ದಕ್ಕೆ ಖುದ್ದು ಪಾರ್ವತಮ್ಮ ರಾಜಕುಮಾರ್ ಅವರೇ ಗಂಗಾಧರರನ್ನು ಮನೆಗೆ ಕರೆಸಿಕೊಂಡು ಸತ್ಕರಿಸುತ್ತಾರೆ. ಆಗ ದಾಳಿ ಮಾಡಿದವರೇ ಈಗ ಇವರಿಗೆ ಗೆಳೆಯರಾಗಿರೋದು ವಿಶೇಷ. ರಾಮಕೃಷ್ಣ ಹೆಗಡೆ ಕಾಲದಲ್ಲಿ ಆಗಿನ ಪ್ರಧಾನಿ ಹೆಗಡೆಯವರ ಹಿಂದೆ ಗೂಢಚಾರರನ್ನು ನೇಮಿಸಿದ್ದನ್ನು ಬಯಲಿಗೆ ಎಳೆದದ್ದು, ಕಾರವಾರದಲ್ಲಿ ಜೀವಂತವಿದ್ದ ಜೀವವಿರೋಧಿ ಮಲ ಹೊರುವ ಪದ್ಧತಿಯ ಕುರಿತು ವರದಿ ಮಾಡಿದ್ದು, ಹೀಗೆ ತಮ್ಮ ಬದುಕಿನಲ್ಲಾದ ಮಹತ್ವದ ರೋಚಕ ಘಟನೆಗಳ ಕುರಿತು ಗಂಗಾಧರರು ಬಹಳ ಉತ್ಸಾಹದಿಂದಲೇ ಹೇಳಿದರು. ಪತ್ರಕರ್ತರಾಗಿ ಮಾತ್ರವಲ್ಲ ಕೆಯುಡಬ್ಲ್ಯೂಜೆ ಅಧ್ಯಕ್ಷರಾಗಿಯೂ ಹಲವಾರು ಮಹತ್ವದ ಕೆಲಸಗಳನ್ನು ಮಾಡಿದ್ದಾರೆ.

ಎಂ ಕೆ ಭಾಸ್ಕರರಾವ್

ನಕ್ಸಲರ ಗುಪ್ತ ಸಭೆಗಳಿಗೆ ಹೋದಾಗ...

ಅದು ನಕ್ಸಲಿಸಂ ಉತ್ತುಂಗದ ಸ್ಥಿತಿಯಲ್ಲಿದ್ದ ಕಾಲ. ಒಂದು ಕಡೆ ಕೊಂಡಪಲ್ಲಿ ಸೀತಾರಾಮಯ್ಯ ಮತ್ತೊಂದು ಕಡೆ ತಮ್ಮ ಕ್ರಾಂತಿಕಾರಿ ಹಾಡುಗಳ ಮೂಲಕವೇ ದೊರೆಗಳ ವಿರುದ್ಧ ಮಹಾ ಸಮರ ಸಾರಿದ್ದ ಗದ್ದರ್ ಅವರು ತಮ್ಮ ಹೋರಾಟಗಳ ಮೂಲಕ ದೇಶಾದ್ಯಂತ ಸಂಚಲನವನ್ನು ಹುಟ್ಟಿಸಿದ್ದ ರೋಮಾಂಚನಕಾರಿ ಘಟ್ಟ. ಈ ಇಬ್ಬರು ಹೋರಾಟಗಾರರನ್ನು ನೋಡಬೇಕೆಂದು ಮಾತಾಡಿಸಬೇಕೆಂದು ಪ್ರತಿಯೊಬ್ಬ ಪತ್ರಕರ್ತರು ಹಗಲು ರಾತ್ರಿ ಹಂಬಲಿಸುತ್ತಿದ್ದರು ಅವರ ಸಾಲಿನಲ್ಲಿ ನಾನೂ ಇದ್ದೆ. ರಾಯಚೂರಿನಲ್ಲಿ ಕೆಲಸ ಮಾಡುತ್ತಿದ್ದಾಗ ನನಗೆ ಈ ಇಬ್ಬರನ್ನು ಅವರ ತಾಣದಲ್ಲಿಯೇ ಸಂದರ್ಶಿಸುವ ಸುವರ್ಣಾವಕಾಶ ದೊರೆತದ್ದು ನನ್ನ ಅದೃಷ್ಟ. ಇನ್ನೂ ಮಹತ್ವದ ಅವಕಾಶಗಳೆಂದರೆ ಅನೇಕ ಬಾರಿ ನಕ್ಸಲರ ಗುಪ್ತ ಸಭೆಗಳಿಗೆ ಹೋಗಿ ಅವರೊಂದಿಗೆ ಸಂವಾದ ಮಾಡಿದ ರಣರೋಚಕ ಪ್ರಸಂಗಗಳು. ಎಂದು ನೆನಪಿಸಿಕೊಂಡವರು ಎಂ.ಕೆ. ಭಾಸ್ಕರರಾವ್.

1969ರಲ್ಲಿ 'ಸಂಯುಕ್ತ ಕರ್ನಾಟಕ' ಪತ್ರಿಕೆಯ ಸುದ್ದಿ ಮನೆಗೆ ಪ್ರವೇಶ ನೀಡುವುದರ ಮೂಲಕ ಇವರ ವೃತ್ತಿ ಜೀವನ ಆರಂಭವಾಯಿತು ಅಲ್ಲಿ ಸುದೀರ್ಘ 12 ವರ್ಷಗಳ ಕಾಲ ಸೇವೆ ಸಲ್ಲಿಸಿದ ಇವರು ಅಲ್ಲಿಂದ ನೇರವಾಗಿ ಹೋಗಿ ನಿಂತದ್ದು ಪ್ರಜಾವಾಣಿಯ ಅಂಗಳದಲ್ಲಿ. ಭರ್ತಿ ನಾಲ್ಕು ದಶಕಗಳ ಕಾಲ ನಾಡಿನಾದ್ಯಂತ ಸಂಚರಿಸುತ್ತ ತಮ್ಮ

ಕೆಲಸವನ್ನು ಮಾಡಿದ ಇವರು ತಮಗಿದ್ದ ವಿಭಿನ್ನ ಒಳನೋಟಗಳ ಕಾರಣಕ್ಕೆ ಹಾಗೂ ಮಹತ್ವದ ಪ್ರಯೋಗಗಳನ್ನು ಮಾಡಿದ ಕಾರಣಕ್ಕೆ ಈ ರಂಗದಲ್ಲಿ ತಮ್ಮದೇ ಆದ ಛಾಪನ್ನು ಒತ್ತುವಲ್ಲಿ ಯಶಸ್ವಿಯಾದರು.

ನಾವು ಇವತ್ತು ಕನ್ನಡ ಪತ್ರಿಕೋದ್ಯಮದವೆಂಬ ಗಟ್ಟಿಯಾದ ನೆಲದಲ್ಲಿ ಸದೃಢವಾಗಿ ನಿಂತಿದ್ದೇವೆ ಎಂದರೆ ಅದಕ್ಕೆ ನಮ್ಮ ಪೂರ್ವಸೂರಿಗಳೇ ಕಾರಣ. ಈ ನೆಲವನ್ನು ಹದ ಮಾಡಲು ಅವರು ತಮ್ಮ ಬದುಕನ್ನೇ ಸವೆಸಿದ್ದಾರೆ ಹಾಗಾಗಿ ಅವರ ಪ್ರಭಾವ ನನ್ನ ಮೇಲೆ ಸಹಜವಾಗಿ ಆಗಿದೆ ಅಂತ ಹೇಳಿದರು. ಪತ್ರಿಕಾರಂಗದ ಆದ್ಯ ಗುರುಗಳಾದ ಡಿ.ವಿ. ಗುಂಡಪ್ಪ, ತಿ.ತಾ. ಶರ್ಮಾರಂತ ಹಿರಿಯರು ಕನ್ನಡ ಪತ್ರಿಕಾಲೋಕಕ್ಕೆ ತಮ್ಮ ವಿಶಿಷ್ಟ ಕೊಡುಗೆಗಳನ್ನು ನೀಡಿದ್ದಾರೆ. ನಮಗೆ ಗೊತ್ತಿರದ ಮತ್ತೊಂದು ಸಂಗತಿಯೆಂದರೆ ಕನ್ನಡ ಸಾಹಿತ್ಯದ ಲೋಕದ ಮೇರು ಪರ್ವತದಂತಿರುವ ಕೆಲವು ಹಿರಿಯ ಸಾಹಿತಿಗಳು ಕೂಡ ಒಂದಲ್ಲ ಒಂದು ಸಂದರ್ಭದಲ್ಲಿ ಪತ್ರಕರ್ತರಾಗಿ ಕೆಲಸ ಮಾಡಿದವರೇ ಆಗಿದ್ದಾರೆ ಅದರಲ್ಲಿ ನನಗೆ ಗೊತ್ತಿರುವಂತೆ ಅ.ನ. ಕೃಷ್ಣರಾಯರು, ತ.ರಾ. ಸುಬ್ಬಣ್ಣನವರು, ಮ. ರಾಮಮೂರ್ತಿ ಮತ್ತು ನಾಡಿಗೇರ ಕೃಷ್ಣರಾಯರು ಪ್ರಮುಖರು.

ಬದ್ಧತೆ, ನಿಷ್ಠುರತೆ, ಅಧ್ಯಯನ ಮತ್ತು ತಿರುಗಾಟಗಳೇ ಪತ್ರಕರ್ತರನ್ನು ರೂಪಿಸುತ್ತವೆ ಇವುಗಳನ್ನು ಹೊಂದುವುದಷ್ಟೇ ಅವರ ಕೆಲಸವಲ್ಲ ಬದಲಾಗಿ ಆರ್ಥಿಕ, ಸಾಮಾಜಿಕ, ಔದ್ಯೋಗಿಕ ಅಸಮಾನತೆಗಳನ್ನು ದೂರ ಮಾಡುವುದಕ್ಕಾಗಿ ದುಡಿಯುವುದು ಪತ್ರಕರ್ತರ ಮೊದಲ ಆದ್ಯತೆಯಾಗಿರಬೇಕೆಂದು ಇವರು ಬಲವಾಗಿ ನಂಬಿದ್ದಾರೆ.

ನಮ್ಮ ಬರವಣಿಗೆ ಏಕ ಕಾಲಕ್ಕೆ ಮೂರನೇ ತರಗತಿ ಓದಿದವನು ಮತ್ತು ಸ್ನಾತಕೋತ್ತರ ಪದವಿ ಪಡೆದವನು ಇಬ್ಬರನ್ನು ಕೂಡ ತಲುಪುವಂತೆ ಇರಬೇಕೆಂದು ಬಯಸಿದ್ದ ಇವರು ತಮ್ಮ ಬರವಣಿಗೆಯಲ್ಲಿ ಇದನ್ನು ಅಳವಡಿಸಿಕೊಂಡಿದ್ದರು.

2007ರಲ್ಲಿಯೇ ನಿವೃತ್ತಿಯಾದ ಮೇಲೂ ಸಹ ಭಾಸ್ಕರರಾವ್ ಅವರು ಇವತ್ತಿಗೂ ಕೂಡ ವಾರಕ್ಕೆ ಮೂರು ಅಂಕಣಗಳನ್ನು ಬರೆದವರು. ಸಮಕಾಲೀನ ಸಂದರ್ಭದ ಹಲವಾರು ಘಟನೆಗಳ ಕುರಿತು ವಿವಿಧ ಟಿವಿ ಚಾನೆಲ್‌ಗಳು ನಡೆಸುವ ಪ್ಯಾನಲ್ ಡಿಸ್ಕಶನ್‌ಗಳಲ್ಲಿ ಇವರ ಹಾಜರಿ ಕಡ್ಡಾಯವಾಗಿತ್ತು.

ಎಂ.ಕೆ. ಭಾಸ್ಕರರಾವ್ ಅವರು ಇತ್ತೀಚೆಗೆ ನಮ್ಮನ್ನು ಅಗಲಿದರು.

ಕೆ ಎಸ್ ರಾಜನ್

ಪತ್ರಿಕೆಯಲ್ಲಿ ಕನ್ನಡ ಪ್ರೇಮಿ

ನಾನು ನನ್ನ ಇಪ್ಪತ್ತನೇ ವಯಸ್ಸಿಗೇನೆ 'ಗೋಕುಲ' ಪತ್ರಿಕೆಗೆ ಕೆಲಸಕ್ಕೆ ಸೇರಿ ಪತ್ರಕರ್ತನಾದವನು. ಪತ್ರಿಕೆ ಕೆಲಸ ಮಾಡುತ್ತಲೇ ನನ್ನ ಓದನ್ನೂ ಸಹ ಮುಂದುವರೆಸಿದ್ದೆ. ನನ್ನ ಪಾಡಿಗೆ ನಾನು ಓದುತ್ತ ಕೆಲಸ ಮಾಡುತ್ತ ಇರಬೇಕಾದರೆ ಹಸಿದವನಿಗೆ ಹಬ್ಬದೂಟದ ಆಮಂತ್ರಣ ಸಿಕ್ಕ ಹಾಗೆ ಆಗ ತಾನೆ ಆರಂಭವಾಗಿದ್ದ 'ಕನ್ನಡಪ್ರಭ' ಪತ್ರಿಕೆಯಲ್ಲಿ ಕೆಲಸ ಮಾಡುವ ಭರ್ಜರಿ ಅವಕಾಶ ಬಂತು. ಗೋಕುಲದ ಆವರಣದಿಂದ ಕನ್ನಡಪ್ರಭದ ಹಜಾರಕ್ಕೆ ಕರಡು ತಿದ್ದುವ ಜವಾಬ್ದಾರಿ ಹೊತ್ತುಕೊಂಡು ಹೋದೆ. ಪ್ರೂಫ್ ರೀಡರ್ ಹುದ್ದೆಯಿಂದ ಸುದ್ದಿ ಸಂಪಾದಕನ ಹುದ್ದೆವರೆಗೂ ಬಡ್ತಿ ಪಡೆಯಲು ಸಾಧ್ಯವಾಯಿತು. 36 ವರ್ಷಗಳವರೆಗೆ ಕನ್ನಡಪ್ರಭದಲ್ಲಿ ಕೆಲಸ ಮಾಡುವಂತಾಯಿತು.

ರಾಮನಾಥ್ ಗೋಯೆಂಕಾ ಅವರು 'ಕನ್ನಡಪ್ರಭ' ಹೆಸರಿನಲ್ಲಿ ಕನ್ನಡಿಗರಿಗೆ ಹೊಸ ಪತ್ರಿಕೆಯನ್ನು ನೀಡುವ ಹೊಸ ಅಧ್ಯಾಯಕ್ಕೆ ಮುನ್ನುಡಿ ಬರೆಯುತ್ತಾರೆ. ಅದರಂತೆ 1967ನೇ ಇಸವಿಯ ನವೆಂಬರ್ ತಿಂಗಳ 4ನೇ ತಾರೀಕಿನಂದು 'ಕನ್ನಡಪ್ರಭ' ಪತ್ರಿಕೆ ಕನ್ನಡ ಪತ್ರಿಕೋದ್ಯಮ ರಂಗದಲ್ಲಿ ಹೊಸ ಕನಸುಗಳು, ಚಿಂತನೆಗಳು ಮತ್ತು ಆಶೋತ್ತರಗಳೊಂದಿಗೆ ಆರಂಭವಾಯಿತು. ಖ್ಯಾತ ಪತ್ರಕರ್ತ ವಿ. ಎನ್. ಸುಬ್ಬರಾವ್ ಅವರು ಆರಂಭದ ದಿನಗಳಲ್ಲಿ ಇದಕ್ಕೆ ರೂಪುರೇಷೆ ಕೊಟ್ಟರು. ಕನ್ನಡ ಪ್ರಭದ

ಮೊಟ್ಟ ಮೊದಲ ಸಂಪಾದಕರಾಗಿ 'ಜನಪ್ರಗತಿ' ಪತ್ರಿಕೆಯಿಂದ ಬಂದಿದ್ದ ಎನ್.ಎಸ್. ಸೀತಾರಾಮಶಾಸ್ತ್ರಿ ಅವರು. ಪ್ರಜಾವಾಣಿಯಿಂದಲೂ ಕೆಲವು ಉಪ ಸಂಪಾದಕರು ಕನ್ನಡ ಪ್ರಭಕ್ಕೆ ಬಂದು ಸೇರಿಕೊಂಡರು. ಅದರಲ್ಲಿ ಜಿ.ಎಸ್. ರಾಮರಾಯರು ಮತ್ತು ಎಚ್ ಎನ್ ಮೂರ್ತಿ ಅವರು ಪ್ರಮುಖರು.

ಇಂದಿನ ಯುವ ಪತ್ರಕರ್ತರು ತಾಂತ್ರಿಕವಾಗಿ ತುಂಬಾ ಮುಂದುವರೆದಿದ್ದಾರೆ. ವಿಜ್ಞಾನ ತಂತ್ರಜ್ಞಾನದ ಬಳಕೆಯನ್ನು ಪತ್ರಿಕೆಗಳಿಗಾಗಿ ವೇಗವಾಗಿ ಪ್ರಖರವಾಗಿ ಬಳಸಿಕೊಳ್ಳುತ್ತಿದ್ದಾರೆ ಕೂಡ. ಆದರೆ ಅವರಲ್ಲಿ ಅಧ್ಯಯನಶೀಲತೆ ಕೊರತೆ ಎದ್ದು ಕಾಣುತ್ತಿದೆ. ಓದದೇ ಪರಿಶೀಲಿಸದೆ ಮಾಡುವ ವರದಿಗಳು ಬರೆಯುವ ಬರಹಗಳು ಸತ್ವಹೀನತೆಯಿಂದ ನರಳುತ್ತವೆ. ಸುದ್ದಿ ಮಾಡುವ ಭರದಲ್ಲಿ ಕನ್ನಡವನ್ನು ಬೇಕಾಬಿಟ್ಟಿಯಾಗಿ ಬಳಸುವುದನ್ನು ನೋಡಿದರೆ ತುಂಬ ಬೇಸರವಾಗುತ್ತದೆ. ಅಷ್ಟೇ ಅಲ್ಲ ತಮ್ಮನ್ನು ತಾವು ನಿರ್ದಿಷ್ಟ ಚೌಕಟ್ಟಿಗೆ ಸೀಮಿತಗೊಳಿಸಿಕೊಂಡಿದ್ದಾರೆ ಇದರಿಂದ ಬರಹದ ಮೇಲೆ ಗಂಭೀರ ಪರಿಣಾಮವಾಗುತ್ತದೆ. ಪತ್ರಕರ್ತ ಆದವನಿಗೆ ಎಲ್ಲಾ ಶಾಖೆಗಳ ಪರಿಚಯ ಇರಬೇಕು. ಆಗ ಯಾವುದೇ ವಿಷಯದ ಕುರಿತಾಗಿ ಕೇಳಿದರೂ ಬರೆಯುವ ಸಾಮರ್ಥ್ಯ ತಾನಾಗಿಯೇ ಬರುತ್ತದೆ.

ಕನ್ನಡ ಬಳಕೆಯಂತೂ ತೀರಾ ನೀರಸವಾಗಿದೆ. ಕೆಲವು ಯುವಕರಂತೂ ಬರೆಯುವಾಗ ಬರೀ ಇಂಗ್ಲೀಷ್ ಪದಗಳನ್ನೇ ಹೆಚ್ಚಾಗಿ ಬರೆಯುತ್ತಾರೆ ಅದರ ಬದಲಾಗಿ ಕನ್ನಡದ್ದೇ ಪದಗಳನ್ನು ಸಂವಾದಿಯಾಗಿ ಬಳಸಬೇಕು. ಭಾಷಾ ಶುದ್ಧಿಯ

ಕಡೆಗೆ ಹೆಚ್ಚಿನ ಗಮನ ಕೊಡಬೇಕು ಎಂದು ಯುವ ಪತ್ರಕರ್ತರಿಗೆ ಮಾರ್ಗದರ್ಶನ ಮಾಡುತ್ತ ತಾವು ನಿರಂತರ ಅಧ್ಯಯನ ಮಾಡುತ್ತಲೇ ಕೆಲಸ ಮಾಡಿದ ಕಾರಣಕ್ಕೆ ಇಷ್ಟು ದಶಕಗಳ ಕಾಲ ಪತ್ರಿಕೋದ್ಯಮದಲ್ಲಿ ಇದ್ದು ಸಾಧನೆಗಳನ್ನು ಮಾಡಲು ಕಾರಣವಾಯಿತು ಎಂದು ರಾಜನ್ ಅವರು ಹೆಮ್ಮೆ ಮಿಶ್ರಿತ ಸಂಭ್ರಮದಿಂದ ತಮ್ಮ ಕನ್ನಡ ಪ್ರೇಮ ಮತ್ತು ಪುಸ್ತಕ ಪ್ರೇಮದ ಬಗ್ಗೆ ಹೇಳಿಕೊಂಡರು.

ಡಿ ಮಹಾದೇವಪ್ಪ

ತುರ್ತು ಪರಿಸ್ಥಿತಿಯ ನೆರಳಿನಲ್ಲಿ...

ಅದು ತುರ್ತು ಪರಿಸ್ಥಿತಿಯ ಕಾಲ. ಅದರ ಜ್ವಾಲೆ ನಮ್ಮ ನಾಡಿನಲ್ಲಿ ತನ್ನ ಕೆನ್ನಾಲಿಗೆ ಚಾಚಿದ ಸಮಯದಲ್ಲಿ ಇಲ್ಲಿ ಸಾವಿರಾರು ಹೋರಾಟಗಾರರನ್ನು ಕುರಿ ಮಂದೆಯಂತೆ ಜೈಲುಗಳಲ್ಲಿ ತುಂಬಲಾಗಿತ್ತು. ಜಾರ್ಜ್ ಫರ್ನಾಂಡಿಸ್ ಸೇರಿದಂತೆ ಇನ್ನು ಅನೇಕ ಹೋರಾಟಗಾರರನ್ನು ಅಕ್ರಮವಾಗಿ ಬಂಧಿಸಿ ಅವರಿಗೆ ಹಿಂಸೆ ನೀಡಿದ್ದ ಪ್ರಕರಣಗಳ ವಿಚಾರಣೆಗಾಗಿ ಸುಪ್ರೀಂ ಕೋರ್ಟ್‌ನ ನಿವೃತ್ತ ನ್ಯಾಯಾಧೀಶರ ನೇತೃತ್ವದಲ್ಲಿ ಸಮಿತಿಯೊಂದನ್ನು ರಚಿಸಲಾಗಿತ್ತು. ಅದರ ಸಿಟ್ಟಿಂಗ್ ರವೀಂದ್ರ ಕಲಾಕ್ಷೇತ್ರದಲ್ಲಿ ಜರುಗುತ್ತಿತ್ತು. ಅಲ್ಲಿ ನಡೆಯುತ್ತಿದ್ದ ವಿಚಾರಣೆಯ ಪ್ರತಿಯೊಂದು ಮಾಹಿತಿಯನ್ನು ವೇಗವಾಗಿ ಮತ್ತು ಪರಿಣಾಮಕಾರಿಯಾಗಿ ವರದಿ ಮಾಡುವ ಅಪರೂಪದ ಮತ್ತು ಕಠಿಣ ಸವಾಲಿನ ಅವಕಾಶ ದೊರೆತದ್ದು ನನ್ನ ವೃತ್ತಿ ಜೀವನದ ಮರೆಯಲಾಗದ ಘಟನೆ." ಎಂದು ಹಿರಿಯ ಪತ್ರಕರ್ತ ಡಿ. ಮಹಾದೇವಪ್ಪ ಅವರು ಹೇಳಿದರು.

ಪಟೇಲರ ಕುಟುಂಬದಿಂದ ಬಂದ ಮಹಾದೇವಪ್ಪನವರಿಗೆ ಬಾಲ್ಯದಿಂದಲೂ ಪತ್ರಿಕೆಗಳ ಕುರಿತು ವಿಪರೀತವಾದ ಮೋಹವಿತ್ತು. ಆ ಸೆಳೆತದ ಕಾರಣಕ್ಕಾಗಿಯೇ ಅವರು ಪತ್ರಿಕೋದ್ಯಮವನ್ನು ಆಯ್ಕೆ ಮಾಡಿಕೊಂಡು ಮೈಸೂರು ವಿಶ್ವವಿದ್ಯಾಲಯದಲ್ಲಿ ವಿದ್ಯಾಭ್ಯಾಸ ಮಾಡತೊಡಗಿದರು. MA ಜರ್ನಲಿಸಂನ

ಪರೀಕ್ಷೆ ಬರೆದು ಇನ್ನೇನು ಫಲಿತಾಂಶಕ್ಕಾಗಿ ಕಾಯುತ್ತಿದ್ದ ಇವರು 'ಲೋಕ ವಾಣಿ' ಪತ್ರಿಕೆಗೆ ಕೆಲಸಕ್ಕೆ ಸೇರಿಸಿಕೊಂಡರು. ಹೀಗೆ ಫಲಿತಾಂಶಕ್ಕೂ ಮೊದಲೇ ತಮ್ಮ ಕನಸಿನ ಹುದ್ದೆಯನ್ನು ಗಳಿಸಿದ ಇವರು ಆಗ ಅನುಭವಿಸಿದ ಸಂತೋಷ ಅವರ್ಣನೀಯವಾದದ್ದು. ನಂತರ ಅಲ್ಲಿಂದ ಬೆಂಗಳೂರಿನ ಕೆ ಎಚ್ ಪಾಟೀಲರ ನೇತೃತ್ವದಲ್ಲಿ ಆರಂಭವಾಗಿದ್ದ 'ವಿಶಾಲ ಕರ್ನಾಟಕ' ಪತ್ರಿಕೆ ಸೇರಿಕೊಂಡರು ನಂತರ 'ಕನ್ನಡಪ್ರಭ'ದ ಅಂಗಳಕ್ಕೆ ಬಂದರು.

"ನಾನು ಹಲವಾರು ಮಹತ್ವದ ವರದಿಗಳನ್ನು ಮಾಡಿದ್ದೇನೆ ಅವೆಲ್ಲವೂ ನನಗೆ ಬಹಳ ಸವಾಲಿನದ್ದಾಗಿದ್ದವು. ಸ್ನೇಹಲತಾ ರೆಡ್ಡಿ ಅವರಿಗೆ ಕಿರುಕುಳ ನೀಡಿದ್ದ ನ್ಯಾಯಾಂಗ ತನಿಖೆಯ ವರದಿ. ನಂತರದ್ದು ಅಂದರೆ ನಮ್ಮ ನಾಡಿನ ಐತಿಹಾಸಿಕ, ಮುತ್ಸದ್ದಿ ಹಾಗೂ ಹಿಂದುಳಿದ ವರ್ಗಗಳ ಹರಿಕಾರರಾಗಿದ್ದ ಡಿ, ದೇವರಾಜ ಅರಸು ಅವರು ಮುಖ್ಯಮಂತ್ರಿಗಳಾಗಿ ಇದ್ದಾಗ ಅವರ ಮೇಲೆ ಭ್ರಷ್ಟಾಚಾರದ ಆರೋಪ ಬಂದಾಗ ನಡೆದ ತನಿಖಾ ವರದಿ, ನಾಡನ್ನು ಬೆಚ್ಚಿ ಬೀಳಿಸಿದ್ದ ಗಂಗಾರಾಮ್ ಬಿಲ್ಡಿಂಗ್ ಬಿದ್ದಿದ್ದ ವರದಿ, ರಾಮಕೃಷ್ಣ ಹೆಗಡೆ ಅವರ ಮಗ ಭರತ್ ಹೆಗಡೆ ಅವರ ಮೇಲಿನ ಭ್ರಷ್ಟಾಚಾರದ ಆರೋಪದ ತನಿಖಾ ವರದಿ, ಕಳ್ಳಭಟ್ಟಿ ಸಾರಾಯಿ ಕುಡಿದು ಅನೇಕ ಜನರು ಸತ್ತಿದ್ದ ದುರಂತದ ತನಿಖಾ ವರದಿ." ಅಂತ ಮಹಾದೇವಪ್ಪನವರು ನೆನಪಿಸಿಕೊಂಡರು.

'ಕನ್ನಡಪ್ರಭ' ಪತ್ರಿಕೆಯಲ್ಲಿ ಇಪ್ಪತ್ತು ವರ್ಷಗಳ ಕಾಲ ನಿರಂತರವಾಗಿ ದುಡಿದ ಇವರು ನಂತರದಲ್ಲಿ 'ವಿಜಯ ಕರ್ನಾಟಕ' ದಿನ ಪತ್ರಿಕೆಯ ಸಂಪಾದಕರಾಗಿ

ನೇಮಕಗೊಂಡು ಮಹತ್ವದ ಹೊಸ ಕೆಲಸಗಳನ್ನು ಮಾಡಿದರು. ರಾಜಕೀಯ ವರದಿಗಳು ಅಷ್ಟೇ ಅಲ್ಲದೆ ನೀರಾವರಿ ಮತ್ತು ವಿದ್ಯುತ್ ಕ್ಷೇತ್ರಗಳಿಗೆ ಸಂಬಂಧಿಸಿದ ಅಪರೂಪದ ವರದಿಗಳ ಮೂಲಕ ಅಂದಿನ ಸಮಯದಲ್ಲಿ ನಾಡಿನ ರೈತರ ಅನೇಕ ಸಮಸ್ಯೆಗಳನ್ನು ಸರಕಾರದ ಗಮನಕ್ಕೆ ತರುವುದರ ಮೂಲಕ ಅನ್ನದಾತರ ಬಾಳು ಬೆಳಗುವ ಮಹೋನ್ನತ ಕಾರ್ಯವನ್ನು ಮಾಡಿ ತಮ್ಮ ವೃತ್ತಿ ಜೀವನವನ್ನು ಸಾರ್ಥಕ ಮಾಡಿಕೊಂಡಿದ್ದಾರೆ.

ಆರ್ ಜಯಕುಮಾರ್

‘ಕಾಡು ಹಾದಿಯ ಬೆಳಕಿನ ಜಾಡು’

ನಾನು ಕೆ.ಪಿ.ಎಸ್.ಸಿ. ಹುದ್ದೆಯನ್ನು 80 ರ ದಶಕದ ಆಸುಪಾಸಿನಲ್ಲಿಯೇ ಸಂಪಾದಿಸಿದ್ದೆ ಅದೂ ಕಠಿಣಾತಿಕಠಿಣ ಪರೀಕ್ಷೆಯನ್ನು ಪಾಸು ಮಾಡುವುದರ ಮೂಲಕ. ಪ್ರತಿಯೊಬ್ಬ ತಂದೆ ತಾಯಿ ತಮ್ಮ ಮಗನಿಗಾಗಿ ಹಂಬಲಿಸುವ ಆರ್.ಟಿ.ಓ. ಕಛೇರಿಯಲ್ಲಿ ಎಲ್ಲರೂ ಹೇಳುವಂಥ ಬಂಗಾರದಂಥ ನೌಕರಿ ನನ್ನದು. ಆದರೆ ನನಗ್ಯಾಕೋ ಹಣದ ಚೀಲ ತುಂಬಿಸುವ ಯಂತ್ರದಂತಿದ್ದ ಆ ನೌಕರಿ ಮೊದಲಿಂದಲೂ ಹಿಡಿಸಲೇ ಇಲ್ಲ. ನನ್ನ ತಾಯಿ ಕುಂಞ್ಞಮ್ಮ ಮತ್ತು ಅಣ್ಣ ಪಿ ಕೆ ಚಂದ್ರಶೇಖರ ಅವರು ನನಗೆ ನೀಡಿದ್ದ ಅರಿವಿನ ಮದ್ದು ನನ್ನನ್ನು ಆಗಾಗ ಎಚ್ಚರಿಸುತ್ತಲೇ ಇತ್ತು. ಆ ಇಲಾಖೆಯಲ್ಲಿದ್ದ ಲಂಚಾವತಾರ ಹಾಗೂ ಭ್ರಷ್ಟಾಚಾರದ ಹೊಡೆತಕ್ಕೆ ನಲುಗಿದ್ದ ಬದುಕುಗಳ ಚಿತ್ರಣಗಳು ನನ್ನನ್ನು ಕಂಗೆಡಿಸಿದ್ದವು. ಎಷ್ಟೋ ಸಲ ಇದರ ಅಡ್ಡ ಪರಿಣಾಮದಿಂದ ಬೀದಿಗೆ ಬಿದ್ದಿದ್ದ ಸಂಸಾರಗಳ ನರಳುವಿಕೆ ಕಂಡು “ನಾನೂ ಕೂಡ ಆ ಘೋರಕ್ಕೆ ಪರೋಕ್ಷವಾಗಿ ಕಾರಣನಾದೇನಾ?” ಎಂಬ ನೋವು ಬಿಡದೇ ಕಾಡುತ್ತಿತ್ತು. ಇದೇ ಸಂದರ್ಭದಲ್ಲಿ ರಾಜ್ಯದ ಮಾರ್ಕ್ಸ್ ವಾದಿ ಕಮ್ಯೂನಿಸ್ಟ್ ಪಕ್ಷದ ಮುಖಂಡರಾಗಿದ್ದ ಎಂ.ಕೆ. ಭಟ್ ಅವರು ರಾಜ್ಯದಲ್ಲಿ ಎಡ ಚಳುವಳಿಯನ್ನು ಸಬಲಗೊಳಿಸಲು ನಿಷ್ಠುರವಾದ, ಬದ್ಧತೆಯುಳ್ಳ ಯುವಕರ ಹುಡುಕಾಟದಲ್ಲಿದ್ದರು. ಇನ್ನೇನು ಕರ್ನಾಟಕ ಮತ್ತು ಭಾರತದಲ್ಲಿ ಕ್ರಾಂತಿ ಆಗಿಯೇ ಬಿಡುತ್ತದೆ ಎಂಬ ವಾತಾವರಣವೂ ನಿರ್ಮಾಣವಾಗಿತ್ತು. ಈ ಎಲ್ಲಾ ಘಟನೆಗಳಿಂದ

ಪ್ರೇರಿತನಾದ ನಾನು ನನ್ನ ಸುರಕ್ಷಿತ ವಲಯದಿಂದ ಹೊರ ಬರಲು ನಿರ್ಧರಿಸಿ ಆರ್.ಟಿ.ಒ. ಕಛೇರಿಯ ಕೆಲಸಕ್ಕೆ ರಾಜೀನಾಮೆ ನೀಡಿ ಚಳುವಳಿಯಲ್ಲಿ ಧುಮುಕಿದೆ.

ಆನಂತರದ ದಿನಗಳಲ್ಲಿ ಸಂಯುಕ್ತ ಕರ್ನಾಟಕ, ವಿಜಯ ಕರ್ನಾಟಕ. ವಿಕ್ರಾಂತ ಕರ್ನಾಟಕ, ಟೈಮ್ಸ್ ಆಫ್ ಕರ್ನಾಟಕ ಮತ್ತು ಕೃಷಿ ಜಾಗರಣ ಪತ್ರಿಕೆಗಳಲ್ಲಿ ವರದಿಗಾರ, ಉಪ ಸಂಪಾದಕ ಮತ್ತು ಸಂಪಾದಕ ಹುದ್ದೆಯಲ್ಲಿ ಕಾರ್ಯನಿರ್ವಹಿಸಿ ರಾಜ್ಯದ ಪತ್ರಿಕಾ ಇತಿಹಾಸದಲ್ಲಿ ಮಹತ್ವದ ಕೆಲಸ ಮಾಡಿದ ಆರ್ ಜಯಕುಮಾರ್ ಅವರು 'ಗಾಂಧಿ ಮರೆತ ನಾಡಿನಲ್ಲಿ' ಹಾಗೂ 'ಕಾಡು ಹಾದಿಯ ಬೆಳಕಿನ ಜಾಡು' ಎಂಬ ಕೃತಿಗಳ ಲೇಖಕರೂ ಹೌದು. ಆತ್ಮಚರಿತ್ರೆ ಮಾದರಿಯ ಇವರ 'ಕಾಡು ಹಾದಿಯ ಬೆಳಕಿನ ಜಾಡು' ಕೃತಿ ಸಾಹಿತ್ಯ ವಲಯದಲ್ಲಿ ಬಹು ಚರ್ಚೆಗೆ ಒಳಗಾಗಿದೆ.

ಬದುಕಿಗಾಗಿ ನಾನು ಮಾಡಿದ ಯಾವ ಸಾಹಸವೂ ನನ್ನ ಕೈ ಹಿಡಿಯಲಿಲ್ಲ. ಕೊನೆಗೆ ಏನೂ ತೋಚದೇ ಇದ್ದಾಗ ಹೊಳೆದದ್ದು ಬರವಣಿಗೆ. ಆಗ 'ಸಂಯುಕ್ತ ಕರ್ನಾಟಕ'ಕ್ಕೆ ಅರ್ಜಿ ಹಾಕಿದೆ. ಉಪಸಂಪಾದಕನ ಹುದ್ದೆಗೆ ಆಯ್ಕೆಯಾದ ನೇಮಕಾತಿ ಪತ್ರ ಸಂಭ್ರಮವನ್ನು ಹೊತ್ತುಕೊಂಡು ಬಂತು. ನಂತರ ನನ್ನ ಬದುಕಿನಲ್ಲಿ ಹಲವಾರು ಬೃಹತ್ ಸವಾಲುಗಳ ಜೊತೆಗೆ ಗುದ್ದಾಡುವ ಪ್ರಸಂಗಗಳು ಬಂದವು.

ಹಾಸನಕ್ಕೆ ವರ್ಗವಾಯಿತು. ನನ್ನನ್ನು ಸುಮ್ಮನೇ ಕಳಿಸಿರಲಿಲ್ಲ ಜೊತೆಗೊಂದು ಮಾರಣಾಂತಿಕ ಷರತ್ತನ್ನೂ ಹಾಕಿದ್ದರು. ಅದೇನೆಂದರೆ ದೇವೇಗೌಡರ ವಿರುದ್ಧ

ದಿನಕ್ಕೆ 5 ಸ್ಟೋರಿ ಬರೆಯಬೇಕು ಮತ್ತು ಅವರ ಮಗ ರೇವಣ್ಣನ ವಿರುದ್ಧ ದಿನಕ್ಕೆ 3 ಸ್ಟೋರಿ ಬರೀಬೇಕು. ಗಾಯಗೊಂಡ ಹುಲಿಯನ್ನು ಅದರ ಕಾಡಿನೊಳಕ್ಕೆ ಹೊಕ್ಕು ಅದರ ಗುಹೆ ಮುಂದೆಯೇ ಅದನ್ನು ಎದುರಿಸುವ ದುಸ್ಸಾಹಸದ ಕೆಲಸವದು. ನನಗೆ ಬೇರೆ ದಾರಿಯೇ ಇರಲಿಲ್ಲ. ಶಾಮರಾಯರು ಹೇಳಿದಂತೆ 'ಸಂಶೋಧನಾ' ಮತ್ತು 'ತನಿಖಾ' ಮಾದರಿಯ ವರದಿಗಳನ್ನು ಪ್ರತಿ ದಿನವೂ ಬರೆಯಲಾರಂಭಿಸಿದೆ.

ಬೆಂಬಲಿಗರು ನನ್ನ ಮನೆ ಮೇಲೆ ದಾಳಿ ಮಾಡಲು ಆರಂಭಿಸಿದರು. ಇದು ಇಷ್ಟಕ್ಕೇ ನಿಲ್ಲಲಿಲ್ಲ "ನಿನ್ನ ಗಂಡನನ್ನು ಕರೆದುಕೊಂಡು ಹಾಸನ ಬಿಡತಕ್ಕದ್ದು ಇಲ್ಲದಿದ್ದರೆ ಅವನ ಹೆಣವನ್ನು ನಿನ್ನ ಮನೆಗೇ ಪಾರ್ಸಲ್ ಮಾಡುತ್ತೇವೆ" ಎಂಬ ಜೀವ ಬೆದರಿಕೆಯ ಪತ್ರಗಳನ್ನು ನನ್ನ ಹೆಂಡತಿಗೆ ಕಳಿಸತೊಡಗಿದರು. ಆದರೆ ಇದಾವುದಕ್ಕೂ ಬಗ್ಗದ ನಾನು ಮಾತ್ರ ನನ್ನ ಕೆಲಸವನ್ನು ಮತ್ತಷ್ಟು ರಭಸದಿಂದ ಮುಂದುವರೆಸಿದ್ದೆ.

ದೇವೇಗೌಡರು ಪ್ರಧಾನಿ ಹುದ್ದೆಯಿಂದ ಕೆಳಗಿಳಿದರು. ನನ್ನನ್ನು ಬೆಂಗಳೂರಿಗೆ ಕರೆಸಿಕೊಂಡರು. ಜೊತೆಗೆ ಪ್ರಧಾನ ಉಪಸಂಪಾದಕ ಹುದ್ದೆಗೆ ಬಡ್ತಿಯೂ ನೀಡಿದರು.

ಆನಂತರ ವಿಜಯ ಕರ್ನಾಟಕ, ಉದಯ ಟಿವಿಯಲ್ಲೂ ಇವರು ಕೆಲಸ ಮಾಡುತ್ತಾರೆ.

ಆರ್ ಜಯಕುಮಾರ್ ಅವರು ಇತ್ತೀಚೆಗೆ ನಮ್ಮನ್ನು ಅಗಲಿದರು.

ಸಿದ್ಧರಾಜು

ಕ್ರೀಡಾ ವರದಿಗೂ ಸೈ!

“ನೋಡಿ ಪತ್ರಕರ್ತನಾದವನು ಯಾವತ್ತೂ ನಿಖರವಾದ, ಸತ್ಯವಾದ ಮತ್ತು ವಾಸ್ತವದ ವರದಿಗಳನ್ನು ನೀಡಬೇಕು. ಯಾವ ಕಾರಣಕ್ಕೂ ಪ್ರಶ್ನೆಗಳನ್ನು ಕೇಳುವಾಗ ಸೌಜನ್ಯದ ಗೆರೆಯನ್ನು ದಾಟಬಾರದು. ಬದ್ಧತೆ, ನಿಷ್ಠುರತೆ ಹಾಗೂ ತಾಳ್ಮೆ ಅವನ ಮೂಲ ಮಂತ್ರಗಳಾಗಿರಬೇಕು” ಸಿದ್ದರಾಜು ಅವರು ಹೇಳುತ್ತಾರೆ.

“ಯಾವುದೇ ಸುದ್ದಿ ಕೊಡುವ ಮುನ್ನ ಅದರ ಮೂಲಗಳನ್ನು ಎಷ್ಟೇ ಕಷ್ಟವಾದರೂ ಸರಿ ಖಾತರಿ ಮಾಡಿಕೊಂಡೇ ಕೊಡಬೇಕು ಎನ್ನುವುದನ್ನು ಪತ್ರಕರ್ತ ಯಾವತ್ತೂ ಮರೆಯಬಾರದು” ಅಂತಾನೂ ಒತ್ತಿ ಹೇಳುತ್ತಾರೆ. ಹಿಂದಿ ಚಿತ್ರ ನಟ ಸಂಜಯ್ ಖಾನ್ ಅವರು ಮರಣ ಹೊಂದಿದ ಸುದ್ದಿ ಬೆಂಗಳೂರಿನ ಕಚೇರಿಗೆ ತಲುಪುತ್ತದೆ. ಆದರೆ ಅದನ್ನು ಕನ್ಫರ್ಮ್ ಮಾಡುವ ಕೆಲಸ ಇವರ ಪಾಲಿಗೆ ಬರುತ್ತದೆ. ಆಗ ಅವರು ಎಲ್ಲ ರೀತಿಯ ಸಂಪರ್ಕಗಳನ್ನು ಸಾಧಿಸಿದರೂ ಯಾವ ಮಾಹಿತಿಯೂ ಸಿಗುವುದಿಲ್ಲ. ಕೊನೆಗೆ ಅವರು ಉಳಿದುಕೊಂಡಿದ್ದ ರೆಸಾರ್ಟ್‌ಗೆ ಕಾಲ್ ಮಾಡಿ ಅವರ ಸಂಬಂಧಿಯೆಂದು ಸುಳ್ಳು ಹೇಳಿಕೊಂಡು ಅವರ ಮರಣದ ಸುದ್ದಿಯನ್ನು ಕನ್ಫರ್ಮ್ ಮಾಡಿಕೊಳ್ಳುತ್ತಾರೆ. ಹೀಗೆ ಸುದ್ದಿ

ಮೂಲಗಳನ್ನು ಹುಡುಕುವುದೇ ಪತ್ರಕರ್ತರಿಗೆ ಅತಿ ಕಷ್ಟದ ಕೆಲಸ. ಸಂಜೀವ ರೆಡ್ಡಿ ಅವರ ಮರಣದ ಸುದ್ದಿ ಬಂದಾಗಲೂ ಖುದ್ದು ಇವರೇ ಮನೆಗೆ ಹೋಗಿ ಅದು ಸುಳ್ಳು ಸುದ್ದಿ ಅಂತ ತಿಳಿಸುತ್ತಾರೆ.

ಕ್ರೀಡಾ ವಿಭಾಗದ ಪತ್ರಕರ್ತನೊಬ್ಬ ಬಹಳ ದಿನಗಳವರೆಗೆ ರಜೆ ಹಾಕಿದ್ದಾಗ. ಅದರ ಕುರಿತು ಎಳ್ಳಷ್ಟೂ ಮಾಹಿತಿಯೂ ಇರದ ಇವರು ಕುದುರೆ ರೇಸ್‌ನ ವರದಿ ಮಾಡುವಾಗ ಪೇಚಿಗೆ ಸಿಲುಕುತ್ತಾರೆ ಆದರೂ ವರದಿ ಮಾಡುತ್ತಾರೆ. ಕೊನೆಗೆ 'Sports and Games' ಎನ್ನುವ ಪುಸ್ತಕ ಖರೀದಿಸಿ ಅದನ್ನು ಅಧ್ಯಯನ ಮಾಡಿ ಕ್ರೀಡಾ ವರದಿಗಳನ್ನು ಮಾಡುತ್ತಾರೆ ಮತ್ತು ಅದರಲ್ಲಿ ಬೇಗ ಯಶಸ್ವಿಯಾಗುತ್ತಾರೆ.

ಯಾವುದೇ ರೀತಿಯ ಸಾಧನ ಸಂಪರ್ಕಗಳು ಇರದಿದ್ದಾಗಲೂ, ಯಾವುದೇ ರೀತಿಯ ಸಹಾಯ ಸಿಗದಿದ್ದಾಗಲೂ ತಮ್ಮ ಸಂಸ್ಥೆಯ ಗೌರವವನ್ನು ಕಾಪಾಡುವುದಕ್ಕಾಗಿ ಎಂಥದ್ದೇ ಸಾಹಸ ಮಾಡಲು ಇವರು ಸದಾ ಸಿದ್ಧರಾಗಿರುತ್ತಿದ್ದರು. ಬೆಂಗಳೂರಿನ IISCಯಲ್ಲಿ ಒಮ್ಮೆ ಭೀಕರ ಅಗ್ನಿ ದುರಂತ ಸಂಭವಿಸುತ್ತದೆ. ಆದರೆ ಅದರ ಕುರಿತು ಒಂದು ಸಣ್ಣ ಮಾಹಿತಿಯೂ ಕೂಡ ಪತ್ರಕರ್ತರಿಗೆ ನೀಡದಂತೆ ಗಾಯಾಳುಗಳಿಗೆ ಮತ್ತು ಸಿಬ್ಬಂದಿಗಳಿಗೆ ಆದೇಶ ಮಾಡಲಾಗಿರುತ್ತದೆ. ಇದು ಎಲ್ಲ ಪತ್ರಕರ್ತರಿಗೂ ದೊಡ್ಡ ಸವಾಲಾಗಿ

ಪರಿಣಮಿಸುತ್ತದೆ. ಆಗ ಇವರು ಧೈರ್ಯ ಮಾಡಿ ಮಾರುವೇಷದಲ್ಲಿ ಆಸ್ಪತ್ರೆ ಒಳಗೆ ಹೋಗಿ ಯಾರಿಂದಲೂ ತರಲು ಸಾಧ್ಯವಾಗದಿದ್ದ ಸುದ್ದಿಯನ್ನು ತರುತ್ತಾರೆ.

ಬಂಗಾರಪ್ಪನವರು ಮುಖ್ಯಮಂತ್ರಿಯಾಗಿದ್ದಾಗ ಇವರು ಮಾಡಿದ್ದ ಸಂದರ್ಶನದ ರೆಕಾರ್ಡ್ ಇದ್ದ ಕ್ಯಾಸೆಟ್ ಆಗಿನ ರಾಜ್ಯ ರಾಜಕಾರಣದ ವಲಯದಲ್ಲಿ ಚಂಡಮಾರುತವನ್ನೇ ಎಬ್ಬಿಸಿತ್ತು. ಸ್ವತಃ ಬಂಗಾರಪ್ಪನವರೆ ಅದು ಯಾರಿಗೂ ಕೊಡದಂತೆ ಇವರ ಬಳಿ ಮನವಿ ಮಾಡುತ್ತಾರೆ. ಅತ್ಯಂತ ಕಡಿಮೆ ಸಮಯದಲ್ಲಿ ವರದಿಯನ್ನು ಕೇಂದ್ರ ಕಚೇರಿಗೆ ಓದಿ ಹೇಳುವುದಕ್ಕಾಗಿ ಇವರು ಅಪಾರವಾದ ಕಷ್ಟವನ್ನು ಅನುಭವಿಸುತ್ತಿದ್ದರು. ವಿ ಪಿ ಸಿಂಗ್ ಅವರು ಪ್ರಧಾನಿಗಳಾಗಿದ್ದಾಗ ಉದ್ಘಾಟಿಸಿದ್ದ 'ಮೊದಲ ಹಂತದ ವಾರಾಹಿ ವಿದ್ಯುತ್ ಯೋಜನೆ' ಸುದ್ದಿಯನ್ನು ಅವರು ಎಲ್ಲಾ ರೀತಿಯ ಕಡು ಕಷ್ಟದ ಹಾದಿಯನ್ನು ದಾಟಿ 6 ತಾಸು ಆಗಬೇಕಿದ್ದ ಸಮಯದ ಕಡೆ ಕೇವಲ ಮೂರುವರೆ ತಾಸುಗಳಲ್ಲಿ ಕಚೇರಿಗೆ ಓಡಿ ತಲುಪಿಸುತ್ತಾರೆ.

ಹಳೇಬೀಡು ಕೃಷ್ಣಮೂರ್ತಿ

ಜನತೆಯ ತೀರ್ಪಿನ ಅಂಗಳದಲ್ಲಿ...

ಇಂದಿರಾ ಗಾಂಧಿ ಅವರು ಚಿಕ್ಕಮಗಳೂರು ಲೋಕಸಭಾ ಕ್ಷೇತ್ರದಿಂದ ಸ್ಪರ್ಧೆ ಮಾಡಿದ್ದ ಕಾಲವದು. ಇಡೀ ದೇಶದ ಹದ್ದಿನ ಕಣ್ಣು ಆ ಕ್ಷೇತ್ರದ ಮೇಲೆಯೇ ಇತ್ತು. ರಾಜ್ಯ, ರಾಷ್ಟ್ರ ಹಂತದ ಪತ್ರಿಕೆಗಳು ಅಲ್ಲಿಯೇ ತಾತ್ಕಾಲಿಕವಾಗಿ ಬಿಡಾರ ಹೂಡಿದ್ದವು. ಎಲ್ಲರಿಗೂ ಚುನಾವಣಾ ಸಮೀಕ್ಷೆ ಮಾಡುವ ಅಗ್ನಿ ಪರೀಕ್ಷೆಯ ಸಂದರ್ಭ. ನಾನು ಆಗ ದಾವಣಗೆರೆಯ ಜಿಲ್ಲಾ ಹಂತದ ಪತ್ರಿಕೆಯಾದ 'ನಗರ ವಾಣಿ' ಯಲ್ಲಿ ಕೆಲಸ ಮಾಡುತ್ತಿದ್ದೆ. ನಮ್ಮ ಸಂಪಾದಕರಾದ ಕೇಶವಮೂರ್ತಿ ಅವರು ನನ್ನನ್ನು ಸಮೀಕ್ಷೆ ಮಾಡಲೆಂದು ಅಲ್ಲಿಗೆ ಕಳಿಸಿದ್ದರು. ಘಟಾನುಘಟಿ ವರದಿಗಾರರ ನಡುವೆ ಆನೆಗಳ ಮಧ್ಯೆ ಇರುವೆಯಂತೆ ನಾನು ಓಡಾಡುತ್ತಿದ್ದೆ. ಇಡೀ ದೇಶವೇ ಇಂದಿರಾ ಗಾಂಧಿ ಸೋಲುತ್ತಾರೆ ಅಂತ ಮಾತಾಡಿಕೊಳ್ಳುತ್ತಿತ್ತು. ನಾನು ಮಾತ್ರ "ಇಂದಿರಾ ಗಾಂಧಿ ಅವರನ್ನು ಸೋಲಿಸಲು ಜಗತ್ತಿನ ಯಾವ ಶಕ್ತಿಯಿಂದಲೂ ಸಾಧ್ಯವಿಲ್ಲ" ಅಂತ ಬರೆದಿದ್ದೆ. ಇದನ್ನು ಓದಿದ ಹಲವಾರು ರಾಜಕೀಯ ಪರಿಣಿತರು ಹಾಗೂ ದೊಡ್ಡ ಪತ್ರಿಕೆಗಳ ವರದಿಗಾರರು ನನ್ನನ್ನು "ಇಂದಿರಾ ಗಾಂಧಿ ಅವರ ಬಾಲ ಬಡಕ, ಚಮಚಾ ಹಾಗೂ ಅವರಿಂದ ಏನೋ ದೊಡ್ಡ ಉಡುಗೊರೆ ಹೊಡಕೊಂಡು ಅವರನ್ನು ಹೊಗಳಿ ಬರೆದಿದ್ದೇನೆ." ಅಂತ ಬಾಯಿಗೆ ಬಂದ ಹಾಗೆ ಮಾತಾಡಿಕೊಂಡರು. ನಮ್ಮ ಸಂಪಾದಕರಿಗೆ ಮಾತ್ರ ನನ್ನ ಮೇಲೆ ಭರವಸೆ ಇತ್ತು. ಚುನಾವಣಾ ಫಲಿತಾಂಶ ಬಂದಾಗ ಲೋಕವೇ

ಬೆರಗಾಗಿತ್ತು. ಇಂದಿರಾ ಗಾಂಧಿ ಅವರ ಗೆಲುವು ಅವರ ರಾಜಕೀಯ ಜೀವನದ ಮಹತ್ವದ ತಿರುವು ಎಂದು ದಾಖಲಾಯಿತು. ನಮ್ಮ ಸಂಪಾದಕರು "ಅಲ್ಲಾ ಅದು ಹೇಗೆ ಅಷ್ಟು ನಿಖರವಾಗಿ ಅವರೇ ಗೆಲ್ಲುತ್ತಾರೆ ಅಂತ ಬರೆದೆ?" ಎಂದು ಕೇಳಿದರು. "ಸರ್ ನಾನು ಅಲ್ಲಿ ಓಡಾಡಿದ ಅಷ್ಟೂ ದಿನಗಳಲ್ಲಿ ಕ್ಷೌರದ ಅಗಡಿಗಳಿಗೆ, ಸಣ್ಣಪುಟ್ಟ ಹೋಟೆಲುಗಳಿಗೆ, ಕುಲುಮೆಗಳಿಗೆ, ಕುಂಬಾರಿಕೆಯ ಜಾಗಗಳಿಗೆ, ರೈತರ ಹೊಲಗಳಿಗೆ, ಹೊಳೆ ದಂಡೆ, ಕೆರೆ ದಂಡೆ, ಹಳ್ಳದ ದಂಡೆಯ ಬಳಿ ಬಟ್ಟೆ ತೊಳೆಯುತ್ತಿದ್ದ ಹೆಂಗಸರ ಗುಂಪುಗಳಿರುತ್ತಿದ್ದ ಜಾಗಗಳಿಗೆ, ಅಡುಗೆ ಮಾಡುತ್ತಿದ್ದ ಗೃಹಿಣಿಯರ ಮನೆ ಬಾಗಿಲುಗಳಿಗೆ, ಕೂಲಿ ಕಾರ್ಮಿಕರು ಹೆಚ್ಚಾಗಿ ಸೇರುತ್ತಿದ್ದ ಸ್ಥಳಗಳಿಗೆ ಹೀಗೆ ಇಂಥ ಜಾಗಗಳಲ್ಲಿ ಓಡಾಡಿ ಮಾಹಿತಿ ಸಂಗ್ರಹಿಸಿದೆ. ನನ್ನ ಪ್ರಕಾರ ಜನ ಸಾಮಾನ್ಯನೇ ಫಲಿತಾಂಶದ ರಾಜ" ಅಂತ ಹೇಳಿದೆ.

ಹಳೇಬೀಡು ಕೃಷ್ಣಮೂರ್ತಿ ಅವರು ತಮ್ಮ ಪತ್ರಿಕಾ ಜೀವನದ ಮಹತ್ವದ ವರದಿಗಾರಿಕೆಯ ಘಟನೆಯನ್ನು ಹೇಳುತ್ತಾ ತಮ್ಮ ವೃತ್ತಿ ಜೀವನದ ತಿರುವುಗಳ ಕುರಿತು ಮೆಲುಕು ಹಾಕಿದರು. 1950 ರಲ್ಲಿ 'ತಾಯಿನಾಡು' ಮೂಲಕ ಪತ್ರಕರ್ತರಾಗಿ ಬದುಕು ಆರಂಭಿಸಿದ ಇವರು ನಂತರದ ದಿನಗಳಲ್ಲಿ 'ನಗರವಾಣಿ' 'ಜನಮಿತ್ರ' 'ಇಂಡಿಯನ್ ಎಕ್ಸ್‌ಪ್ರೆಸ್'ಗಳಲ್ಲಿ ಕೆಲಸ ಮಾಡಿ ಅಗಾಧವಾದ ಅನುಭವವನ್ನು ಸಂಪಾದಿಸಿದವರು.

"ಒಬ್ಬ ಶಾಲಾ ಮೇಷ್ಟ್ರು ನಾಲ್ಕು ಗೋಡೆಗಳ ನಡುವೆ ನಾಲ್ಕಾರು ಮಕ್ಕಳಿಗೆ ಪಾಠ ಮಾಡಿದರೆ, ಪತ್ರಕರ್ತನಾದವನು ಬಯಲಲ್ಲಿ ಲಕ್ಷಾಂತರ ಜನರಿಗೆ ಪಾಠ ಮಾಡುತ್ತಾನೆ. ಇದು ಅತ್ಯಂತ ಪವಿತ್ರವಾದ ಹುದ್ದೆ. ಎಲ್ಲ ರೀತಿಯಿಂದಲೂ ನೀನು ಶುದ್ಧವಾಗಿರಬೇಕು. ಪತ್ರಿಕೋದ್ಯಮದ ಘನತೆಯನ್ನು ಎತ್ತಿ ಹಿಡಿಯಬೇಕು" ಎಂದು ತಿ.ತಾ. ಶರ್ಮರು ಹೇಳಿದ್ದ ಮಾತುಗಳನ್ನು ಕೃಷ್ಣಮೂರ್ತಿಯವರು ಇವತ್ತಿಗೂ ಮರೆತಿಲ್ಲ.

"ಪತ್ರಕರ್ತರು ನ್ಯಾಯನಿಷ್ಠುರಿಗಳಾಗಿರಬೇಕು, ಯಾವುದೇ ಸಿದ್ಧಾಂತಗಳಿಗೆ ಬಲಿಯಾಗಬಾರದು, ಆಮಿಷಗಳನ್ನು ಸೋಲಿಸಿ ಸತ್ಯವನ್ನು ಗೆಲ್ಲಿಸಬೇಕು, ನಿರಂತರವಾಗಿ ಶ್ರಮಿಸಬೇಕು, ಎಷ್ಟೇ ದೊಡ್ಡವರಾಗಿದ್ದರೂ ಸರಿ ಅವರ ತಪ್ಪುಗಳ ವಿರುದ್ಧ ತಪ್ಪದೇ ಬರೆಯಬೇಕು, ಜನ ಸಾಮಾನ್ಯರನ್ನು ಆದರಿಸಬೇಕು" ಎಂದು ಇಂದಿನ ಪತ್ರಕರ್ತರಿಗೆ ಸಲಹೆ ನೀಡುತ್ತಾರೆ.

ಕೆ ಗೋಪಿನಾಥ್

ಪ್ರಿಂಟಿಂಗ್ ಟೆಕ್ನಾಲಜಿಯಿಂದ ಫೋಟೋಗ್ರಫಿಗೆ...

90ರ ದಶಕದಲ್ಲಿ One-Eyed-Jack ಎಂಬ ಪದ ಕೇಳಿದ ಕೂಡಲೇ ಎಂಥವರ ದೇಹವೂ ಕಂಪಿಸುತ್ತಿತ್ತು. ದೇಶದಾದ್ಯಂತ ಈ ಹೆಸರಿನಿಂದ ಶಿವರಾಸನ್‌ನನ್ನು ಕರೆಯಲಾಗುತ್ತಿತ್ತು. ರಾಜೀವ್ ಗಾಂಧಿ ಹತ್ಯೆಯ ನಂತರ ಇವರ ತಂಡ ಬೆಂಗಳೂರು ಸಮೀಪದ ಕೋಣನಕುಂಟೆಯ ಮನೆಯೊಂದರಲ್ಲಿ ಅಡಗಿದ್ದಾಗ ನಡೆದ ಪೊಲೀಸ್ ಕಾರ್ಯಾಚರಣೆ ಅಂತಾರಾಷ್ಟ್ರೀಯ ಮಟ್ಟದಲ್ಲಿ ಗಮನ ಸೆಳೆದಿತ್ತು. ಆಗ ತಮ್ಮ ಪ್ರಾಣದ ಹಂಗು ತೊರೆದು ಅಲ್ಲಿನ ದೃಶ್ಯಗಳನ್ನು ಸೆರೆ ಹಿಡಿದವರು ಫೋಟೋ ಜರ್ನಲಿಸ್ಟ್ ಆಗಿದ್ದ ಕೆ. ಗೋಪಿನಾಥ್ ಅವರು. ಇವರ ಧೈರ್ಯವನ್ನು ಕೊಂಡಾಡದ ಮನಸುಗಳೇ ಇರಲಿಲ್ಲ.

“ನಾನು ಪ್ರಿಂಟಿಂಗ್ ಟೆಕ್ನಾಲಜಿಯಲ್ಲಿ ಡಿಪ್ಲೋಮಾ ಓದುತ್ತಿದ್ದಾಗ ನನ್ನ ಗೆಳೆಯನೊಬ್ಬನನ್ನು ಭೇಟಿಯಾದೆ. ಆತನಿಗೆ ಕ್ಯಾಮರಾ ಎಂದರೆ ವಿಪರೀತ ಮೋಹ. ಸದಾ ಒಂದಿಲ್ಲೊಂದು ಫೋಟೋ ಸೆರೆ ಹಿಡಿಯಲೆಂದು ಆತ ಚಡಪಡಿಸುತ್ತಲೇ ಇರುತ್ತಿದ್ದ. ಈತನ ಈ ದುಬಾರಿ ಹವ್ಯಾಸ ನನ್ನನ್ನು ಅತಿಯಾಗಿ ಪ್ರಭಾವಿಸಿತು. ಆ ಗೆಳೆಯನ ಸಹವಾಸದಿಂದ ನನಗೂ ಕ್ಯಾಮರಾದ ಮೇಲಿದ್ದ ಪ್ರೀತಿ ದುಪ್ಪಟ್ಟಾಯಿತು. ಆ ಗೆಳೆಯನೇ ನನ್ನನ್ನು ಒಂದು ದಿನ ಶ್ರೇಷ್ಠ ಛಾಯಾಗ್ರಾಹಕರಾದ ಸಿ. ರಾಜಗೋಪಾಲ್ ಅವರನ್ನು ಪರಿಚಯಿಸಿದರು. ಛಾಯಾಗ್ರಹಣ ಕ್ಷೇತ್ರದ

ದ್ರೋಣರಂತಿದ್ದ ರಾಜಗೋಪಾಲ್ ಅವರೊಂದಗಿನ ಸಂವಾದ ನನಗೆ ಹೊಸತೇ ಲೋಕವೊಂದನ್ನು ಕಣ್ಣ ಮುಂದೆ ತಂದು ನಿಲ್ಲಿಸಿದಂತಾಯಿತು. ಅವರೊಂದಿಗಿನ ನಿರಂತರ ಸಂಪರ್ಕ ಫೋಟೋಗ್ರಫಿಯನ್ನು ಗಂಭಿರವಾಗಿ ತೆಗೆದುಕೊಳ್ಳುವಂತೆ ಮಾಡಿತು. ಬೇರೆ ಫೋಟೋಗ್ರಾಫರ್ಸ್ ಅವರಿಗಿಂತ ನಾನು ಅದು ಹೇಗೆ ಭಿನ್ನವಾಗಿ ಕೆಲಸ ಮಾಡಬೇಕು? ಅದಕ್ಕಾಗಿ ಹೇಗೆ ಪೂರ್ವ ತಯಾರಿ ಮಾಡಿಕೊಳ್ಳಬೇಕು? ನನಗೆ ಇದರಲ್ಲಿ ಭವಿಷ್ಯ ಇದೆಯೇ? ಎಂಬೆಲ್ಲ ಪ್ರಶ್ನೆಗಳಿಗೆ ನನಗೆ ನಾನೇ ಯೋಚಿಸಿಕೊಂಡು ಉತ್ತರಕ್ಕಾಗಿ ಕಾಯುತ್ತಿದ್ದೆ. ಕೊನೆಗೆ ನನಗೊಂದು ಸ್ಪಷ್ಟತೆ ಸಿಕ್ಕಿತು. ಅಂದಿನಿಂದ ನಾನು ಈ ವೃತ್ತಿಯನ್ನು ಆಯ್ಕೆ ಮಾಡಿಕೊಂಡೆ." ಅಂತ ಗೋಪಿನಾಥ ಅವರು ತಮ್ಮ ಯಶಸ್ಸಿನ ಪಯಣದ ಮೊದಲ ಹೆಜ್ಜೆಗಳ ಕುರಿತು ಮನ ಬಿಚ್ಚಿ ಮಾತಾಡಿದರು.

ಪ್ರಧಾನಮಂತ್ರಿ ಇಂದಿರಾ ಗಾಂಧಿ ಅವರು ಬೆಂಗಳೂರಿಗೆ ಭೇಟಿ ನೀಡಿದ್ದಾಗ ಅರಮನೆ ಮೈದಾನದಲ್ಲಿ ಜರುಗಿದ ಸಮಾರಂಭದಲ್ಲಿ ಪಾಲ್ಗೊಂಡಿದ್ದರು. ಕಾರ್ಯಕ್ರಮ ಮುಗಿದು ಇನ್ನೇನು ಹೊರಡಬೇಕು ಅನ್ನುವಷ್ಟರಲ್ಲಿ ಅಲ್ಲಿದ್ದ ಮಹಿಳಾ ಅಭಿಮಾನಿಗಳು ತಮ್ಮ ಇಷ್ಟದೇವತೆಯನ್ನು ಕಣ್ತುಂಬಿಕೊಳ್ಳಲು ನೂಕುನುಗ್ಗಲು ಆರಂಭಿಸುತ್ತಾರೆ. ಆಗ ಇಂದಿರಾ ಗಾಂಧಿಯವರು ಆ ಮಹಿಳಾ ಅಭಿಮಾನಿಗಳನ್ನು ತಮ್ಮ ಸನ್ನೆಗಳ ಮೂಲಕವೇ ಸಮಾಧಾನ ಮಾಡುತ್ತಾರೆ. ಈ ಸನ್ನಿವೇಶವನ್ನು ಮಿಂಚಿನ ವೇಗದಲ್ಲಿ ಸೆರೆ ಹಿಡಿಯುವಲ್ಲಿ ಗೋಪಿನಾಥ್ ಅವರು ಯಶಸ್ವಿಯಾಗುತ್ತಾರೆ. ಆ ಫೋಟೋ ಅಂದಿನ 'ದಿ ಸಿಟಿ ಟ್ಯಾಬ್'ನಲ್ಲಿ ಪ್ರಕಟವಾಗಿದ್ದೇ ತಡ ರಾಜ್ಯದಾದ್ಯಂತ ಚರ್ಚೆಗೆ ಗ್ರಾಸವಾಗುತ್ತದೆ. ಅನೇಕ ಓದುಗರು ಬಂಗಾರದ ಪದಕದಂತೆ ಆ ಪತ್ರಿಕೆಯ ತುಣುಕನ್ನು ಸಂಗ್ರಹಿಸಿಟ್ಟುಕೊಂಡಿದ್ದು ಈಗ ಇತಿಹಾಸ. ಏಕೆಂದರೆ ಇಂದಿರಾ ಗಾಂಧಿಯವರ ಜೀವನದಲ್ಲಿ ಅವರು ಬೆಂಗಳೂರಿಗೆ ನೀಡಿದ ಕೊನೆಯ ಭೇಟಿ ಅದಾಗಿತ್ತು.

1985ರಲ್ಲಿ ಇವರು 'ಇಂಡಿಯನ್ ಎಕ್ಸ್‌ಪ್ರೆಸ್' ಪತ್ರಿಕೆಗೆ ಸೇರಿದರು. ಅಲ್ಲಿನ ಅನುಭವ ಇವರಿಗೆ ಮತ್ತಷ್ಟು ಸಾಧಿಸುವ ಉಮೇದನ್ನು ನೀಡಿತು. 'ಇಂಡಿಯನ್ ಎಕ್ಸ್‌ಪ್ರೆಸ್' ಪತ್ರಿಕೆಯಲ್ಲಿ ಇವರು ನಿರ್ವಹಿಸುತ್ತಿದ್ದ 'ವಿಥೌಟ್ ಕಾಮೆಂಟ್ಸ್' ಅಂಕಣವೂ ಕೂಡ ಇವರಿಗೆ ಬಹು ಬೇಗ ಜನಪ್ರಿಯತೆನ್ನು ತಂದು ಕೊಟ್ಟಿತು. ಸುದೀರ್ಘವಾಗಿ ಒಂದು ದಶಕ ಕಾಲ ಇಲ್ಲಿ ಸೇವೆ ಸಲ್ಲಿಸಿದ ಇವರು ನಂತರ 1994 ರಲ್ಲಿ 'ದಿ ಹಿಂದೂ' ಪತ್ರಿಕೆಯನ್ನು ಸೇರುತ್ತಾರೆ. ಕೇವಲ ಆಕರ್ಷಕವಾದ ಫೋಟೋಗಳನ್ನು ತೆಗೆಯುವುದಷ್ಟೇ ಅಲ್ಲ ಬದಲಾಗಿ ಸುದ್ದಿ ಬೇಟೆ, ಕ್ರೀಡೆ, ಮನೋರಂಜನೆ, ಸಾಂಸ್ಕೃತಿಕ ಚಟುವಟಿಕೆಗಳು, ತನಿಖಾ ವರದಿ, ರಾಜಕೀಯ, ಔದ್ಯೋಗಿಕ, ಆರ್ಥಿಕ, ವಿನೋದ, ಪ್ರಕೃತಿ ಮತ್ತು ವನ್ಯಜೀವಿ ಸಂಪತ್ತು ಹೀಗೆ ಗಮನಾರ್ಹ ಕೆಲಸಗಳನ್ನು ಮಾಡಿದ್ದಾರೆ. 'ಬೆಂಗಳೂರಿನ "ಫೋಟೋ ಜರ್ನಲಿಸ್ಟ್

ಅಸೋಸಿಯೇಷನ್"ನ ಸ್ಥಾಪಕ ಅಧ್ಯಕ್ಷರು ಹೌದು ಎಂಬುದು ಹೆಮ್ಮೆಯ ಸಂಗತಿ. ಇವರು ಏಷ್ಯನ್ ಫೋಟೋಗ್ರಫಿ ಮ್ಯಾಗಝಿನ್ ನಲ್ಲಿ ಕಾಣಿಸಿಕೊಂಡ ಭಾರತದ ಟಾಪ್ ಟೆನ್ ಫೋಟೋ ಜರ್ನಲಿಸ್ಟ್ ಗಳಲ್ಲಿ ಒಬ್ಬರಾಗಿದ್ದಾರೆ. ಅತ್ಯುತ್ತಮ ಫೋಟೋ ಜರ್ನಲಿಸ್ಟ್ ಗಳಿಗೆ ನೀಡುವ 'ಸತ್ಯನ್ ಅವಾರ್ಡ್' ವಿಜೇತರಾದ ಇವರು ಈಗಲೂ ಫೋಟೋಗ್ರಫಿಯಲ್ಲಿ ತಲ್ಲೀನರಾಗಿದ್ದಾರೆ.

ಎಚ್ ಆರ್ ಶ್ರೀಶ

ಪತ್ರಿಕೋದ್ಯಮವೇ ಕನಸು...

"ನಮ್ಮದು ಬಹಳ ಅನುಕೂಲಸ್ಥ ಕುಟುಂಬ. ಸ್ವಾತಂತ್ರ್ಯ ಪೂರ್ವ ಕಾಲಕ್ಕೇನೆ ನಮ್ಮದು ಇಂಜಿನಿಯರಗಳ ಕುಟುಂಬವಾಗಿತ್ತು. ಹಾಗಾಗಿ ಬಾಲ್ಯವೂ ಕೂಡ ಸಂಪದ್ಭರಿತವಾಗಿತ್ತು. ನನ್ನ ಪದವಿ ಓದು ಮುಗಿಸಿದ ನಾನು ಮೈಸೂರಿನ ಮಾನಸಗಂಗೋತ್ರಿಯಲ್ಲಿ MA ಸ್ನಾತಕೋತ್ತರ ಪದವಿ ಮುಗಿಸಿದೆ. ನಮ್ಮ ಫಲಿತಾಂಶ ಬರುವುದಕ್ಕೂ ನಮ್ಮ ರಾಜ್ಯದಲ್ಲಿ ಪ್ರಪ್ರಥಮವಾಗಿ ಪದವಿ ಪೂರ್ವ ಕಾಲೇಜುಗಳು ಆರಂಭವಾಗುವುದಕ್ಕೂ ಸರಿ ಹೋಯಿತು. ನನ್ನ ಜೊತೆ ಕಲಿತ ಎಲ್ಲಾ ಗೆಳೆಯರು ಉಪನ್ಯಾಸಕರಾಗಿ ನೌಕರಿ ಸೇರಿಕೊಂಡರು. ನಾನೂ ಕೂಡ ದಕ್ಷಿಣ ಕನ್ನಡ ಜಿಲ್ಲೆಯ ಬಂಟ್ವಾಳದ ಪದವಿ ಪೂರ್ವ ಕಾಲೇಜಿಗೆ ಉಪನ್ಯಾಸಕನಾಗಿ ಆಯ್ಕೆಗೊಂಡೆ ಆದರೆ ನನಗೆ ಮೊದಲಿನಿಂದಲೂ ಇದ್ದ ಬರವಣಿಗೆಯ ಮೇಲಿನ ವ್ಯಾಮೋಹದ ಕಾರಣ ನಾನು ಆ ನೌಕರಿಗೆ ಹೋಗಲಿಲ್ಲ. ಮನೆಯವರೂ ಕೂಡ ಅದಕ್ಕೆ ವಿರೋಧಿಸದೆ ನಿನ್ನಿಷ್ಟ ಬಂದಂತೆ ಮಾಡು ಎಂದರು."

"ಆಗ ಬೆಂಗಳೂರಿನಲ್ಲಿ ಮೊಟ್ಟ ಮೊದಲ ಜರ್ನಲಿಸಂ ಕೋರ್ಸ್ ಆರಂಭವಾಯಿತು ಮತ್ತು ಅದಕ್ಕೆ ಯಾವುದೇ ಪದವಿ ಹೊಂದಿದ ವಿದ್ಯಾರ್ಥಿಗಳಿಗೆ ಮಾತ್ರ ದಾಖಲಾಗಲು ಅವಕಾಶ ನೀಡಲಾಯಿತು. ಈ ಸುದ್ದಿ ತಿಳಿದ ನಾನು MA ಆಗಿದ್ದರೂ ಪತ್ರಿಕೋದ್ಯಮದ ಮೇಲಿದ್ದ ನನ್ನ ಬಾಲ್ಯದ ಆಸೆಯಂತೆ ಕಾಲೇಜಿಗೆ

ಸೇರಿಕೊಂಡೆ. ಖಾದ್ರಿ ಶಾಮಣ್ಣ ಅವರು ನಮಗೆ ಪಾಠ ಮಾಡುತ್ತಿದ್ದರು. ಅವರನ್ನೇ ಗುರುಗಳಾಗಿ ಪಡೆದ ನಾನು ಅದೃಷ್ಟವಂತನೆಂದು ಭಾವಿಸಿದೆ. ನಾವು ಆ ಮೊದಲ ಬ್ಯಾಚಿನಲ್ಲಿ ಕೇವಲ 18 ಜನರಿದ್ದೆವು. ನಮ್ಮ ಕೋರ್ಸು ಮುಗಿದ ನಂತರ ಗುರುಗಳಾದ ಖಾದ್ರಿ ಶಾಮಣ್ಣ ಅವರೇ ನನ್ನನ್ನು ಪ್ರಜಾವಾಣಿಗೆ ಸೇರಿಸಿಕೊಂಡರು.” ಎಂದರು ಎಚ್ ಆರ್ ಶ್ರೀಶ ಅವರು.

“ಪತ್ರಕರ್ತರಾಗಿ ನೀವು ಮರೆಯದ ಯಾವುದಾದರೂ ಘಟನೆಗಳಿವೇ ಸರ್.?” ಅಂತ ನಾನು ಕೇಳಿದಾಗ.” ‘ಗಿಡ ನೆಡಿ, ನರ ಕಡಿ’ ಕಾರ್ಯಕ್ರಮ ಜೋರಾಗಿದ್ದ ಸಂದರ್ಭವದು. ಆಗ ಈ ಸಂತಾನಹರಣ ಚಿಕಿತ್ಸೆಗೆ ದಾಖಲಾಗಿದ್ದ ಯುವಕನೊಬ್ಬ ಔರಾದ್‌ನ ಆಸ್ಪತ್ರೆಯಲ್ಲಿ ತೀರಿಕೊಳ್ಳುತ್ತಾನೆ. ಇದರಿಂದ ಬೆಚ್ಚಿಬಿದ್ದ ಸುತ್ತಮುತ್ತಲಿನ ಯುವಕರು ರಾತ್ರೋರಾತ್ರಿ ರೈಲಿನ ಮೂಲಕ ಹೈದರಾಬಾದ್ ಓಡಿ ಹೋಗುತ್ತಾರೆ ಆಗ ಸ್ಟೇಷನ್‌ನಲ್ಲಿದ್ದ ಮುದ್ರಿತ ಟಿಕೇಟುಗಳೇ ಖಾಲಿಯಾಗಿ ಕೊನೆಗೆ ಸ್ಟೇಷನ್ ಮಾಸ್ಟರ್ ಅಕ್ಷರಶಃ ತನ್ನ ಕೈಯಾರೇ ಬರೆದು ಟಿಕೇಟುಗಳನ್ನು ಕೊಟ್ಟಿದ್ದು ಈಗ ಇತಿಹಾಸ.

ಆಗಿನ ಸಚಿವರಾಗಿದ್ದ ಅಬ್ದುಲ್ ನಜೀರಸಾಬ್ ಅವರು ತಮ್ಮನ್ನು ಕಾಣಲೆಂದು ಕೇರಳದಿಂದ ಬಂದಿದ್ದ ಸಚಿವರೊಬ್ಬರನ್ನು ಸೌಜನ್ಯಕ್ಕಾಗಿಯೂ ಭೇಟಿಯಾಗದೆ ಅವರನ್ನು ಕಾಯಲು ಬಿಟ್ಟು ಹೋಗುತ್ತಾರೆ. ಆಗ ಶ್ರೀಶ ಅವರು “ಶಿಸ್ತು ಉಲ್ಲಂಘಿಸಿದ ಸಚಿವ”. ಎಂದು ಅವರ ವಿರುದ್ಧ ವರದಿ ಬರೆಯುತ್ತಾರೆ. ಇದರಿಂದ ಕೋಪಗೊಂಡ ನಜೀರಸಾಬರು ತಮ್ಮ ಆತ್ಮೀಯ ಗೆಳೆಯರಾಗಿದ್ದ ಮತ್ತು ಆಗಿನ ಕನ್ನಡಪ್ರಭದ ಸಂಪಾದಕರೂ ಆಗಿದ್ದ ಖಾದ್ರಿ ಶಾಮಣ್ಣ ಅವರ ಬಳಿ ಶ್ರೀಶರ ಮೇಲೆ

ದೂರು ಹೇಳುತ್ತಾರೆ ಆದರೆ ಸಂಪಾದಕರು ತಮ್ಮ ವರದಿಗಾರರನ್ನು ಬಿಟ್ಟು ಕೊಡದೇ ಗೆಳೆಯನಿಗೇ ಬುದ್ಧಿವಾದ ಹೇಳುತ್ತಾರೆ.

'ಗೋಕಾಕ್ ಚಳುವಳಿ'ಯ ಉತ್ತುಂಗದ ಕಾಲವದು. ಆಗ ಇಡೀ ಮೈಸೂರು ಹೋರಾಟಗಾರರ ಘೋಷಣೆಗಳಿಂದ ತುಂಬಿ ತುಳುಕುತ್ತಿತ್ತು. ಹೋರಾಟ ನಡೆಯುವ ಸಂದರ್ಭದಲ್ಲಿ ಶ್ರೀಶ ಮತ್ತು ಅವರ ಗೆಳೆಯರಾದ ಆಂದೋಲನ ಪತ್ರಿಕೆಯ ಸಂಪಾದಕ ರಾಜಶೇಖರ ಕೋಟಿ ಅವರು ವರದಿಗೆಂದು ಹೋಗಿರುತ್ತಾರೆ. ಅಲ್ಲಿ ನಡೆದ ಗಲಾಟೆಯಲ್ಲಿ ಪೊಲೀಸರು ರಾಜಶೇಖರ ಅವರನ್ನು ಯಾವುದೋ ಕಾರಣಕ್ಕೆ ಬಂಧಿಸುತ್ತಾರೆ. ಇದರಿಂದ ವಿಚಲಿತರಾಗದ ಕೋಟಿ ಅವರು ಪೊಲೀಸ್ ಜೀಪ್ ಹತ್ತುವ ಮುನ್ನ "ರೀ ಶ್ರೀಶ ಅವರೆ ನನ್ನ ಪತ್ರಿಕೆ ಯಾವುದೇ ಕಾರಣಕ್ಕೂ ನಿಲ್ಲಬಾರದು. ಇವತ್ತಿನ ಸುದ್ದಿನ ನೀವೇ ಬರಿತೀರಾ" ಅಂತ ಕೇಳಿದಾಗ. ಅದಕ್ಕೆ 'ಯೆಸ್' ಎನ್ನುವ ಇವರು ಸಂಪಾದಕ ಮಿತ್ರನ ಪತ್ರಿಕೆಗೂ 'ಲೀಡ್' ಕೊಟ್ಟು 'ಗೆಳೆತನಕ್ಕೆ ಗಡಿಗಳಿಲ್ಲ' ಎಂಬುದನ್ನು ಸಾಬೀತು ಮಾಡುತ್ತಾರೆ.

ಪ್ರಹ್ಲಾದ ಡಿ ಕುಳಲಿ

“ಎಲ್ಲಾ ಸರಿ. ಈ 'ಬಾತ್ಮೀದಾರ' ಎಂದರೆ ಯಾರು?”

ಐವತ್ತರ ದಶಕದಲ್ಲಿ ಶಾಲೆ ಮೆಟ್ಟಿಲು ಹತ್ತುವುದೇ ಕನಸಿನ ಮಾತಾಗಿತ್ತು. ಹಲವಾರು ಜನರಿಗೆ ಶಾಲೆ ಎಂಬ ವ್ಯವಸ್ಥೆಯೊಂದು ಇದೇ ಎಂಬುದೇ ಗೊತ್ತಿರಲಿಲ್ಲ. ಇನ್ನೂ ಕೆಲವರಿಗೆ ಅದರ ಬಗ್ಗೆ ಗೊತ್ತಿದ್ದರೂ ಶಾಲೆ ಕಲಿತರೆ ಏನುಪಯೋಗ? ಎಂಬ ಭಾವನೆಯೂ ಇತ್ತು. ಮೇಷ್ಟ್ರುಗಳು ದಿನವೂ ಒಂದಲ್ಲ ಒಂದು ಕತೆಯನ್ನು ಹೇಳುವುದರ ಮೂಲಕವೂ ನಮ್ಮನ್ನು ಅಚ್ಚರಿಗಳ ಲೋಕದೊಳಗೆ ಕೆರೆದುಕೊಂಡು ಹೋಗುತ್ತಿದ್ದರು. ಆಗೆಲ್ಲ ನನಗೆ ನಾನೂ ಕೂಡ ಮೇಷ್ಟ್ರುಗಳ ಹಾಗೆ ನನ್ನ ಗೆಳೆಯರಿಗೆ ಕತೆಗಳನ್ನು ಹೇಳಿ ರಂಜಿಸಬೇಕೆಂದು ಅನಿಸುತ್ತಿತ್ತು. ಆದರೆ ಈ ಕತೆಗಳು ನನಗೆ ಯಾರೂ ಹೇಳಿ ಕೊಡ್ತಾರೆ ಅಂತ? ಯೋಚನೆ ಆಗಿತ್ತು. ಆಗ ಯಾರೋ ಒಬ್ರು ನಮ್ಮೂರಿನ ಗ್ರಂಥಾಲಯದಲ್ಲಿ ಸಾಕಷ್ಟು ಕತೆಗಳ ಪುಸ್ತಕಗಳು ಇವೆ ಎಂದು ಅವುಗಳನ್ನು ಓದಿ ತಿಳಿದುಕೊಂಡರೆ ನಾನೂ ಕೂಡ ಕತೆ ಹೇಳಬಹುದೆಂದು ಮನದಟ್ಟು ಮಾಡಿದರು. ಆಗ ನಾನು ದಿನವೂ ಗ್ರಂಥಾಲಯಕ್ಕೆ ಹೋಗುವ ಅಭ್ಯಾಸ ಮಾಡಿಕೊಂಡೆ. ಆದರೆ ನನಗೆ ಪುಸ್ತಕಗಳಿಗಿಂತಲೂ ದಿನ ಪತ್ರಿಕೆಗಳ ಮೇಲೆ ಆಸಕ್ತಿ ಹೆಚ್ಚಾಗತೊಡಗಿತು. ಆ ಪತ್ರಿಕೆಗಳಲ್ಲಿ ಬರುತ್ತಿದ್ದ 'ಬಾತ್ಮೀದಾರರು' ಎನ್ನುವ ಪದ ನನ್ನನ್ನು ಬಹಳ ಕಾಡತೊಡಗಿತು. “ಮಂತ್ರಿಗಳು ನಮ್ಮ ಬಾತ್ಮೀದಾರರಿಗೆ ತಿಳಿಸಿದರು.”, “ನಮ್ಮ ಬಾತ್ಮೀದಾರರ ಮಾಹಿತಿಯಂತೆ” ಎನ್ನುವ ವಾಕ್ಯಗಳನ್ನು

ಓದುವಾಗ ಈ 'ಬಾತ್ಮೀದಾರ, ಅಂದರೆ ಯಾರು? ಆತ ಯಾಕೆ ಎಲ್ಲರಿಗೂ ಎಲ್ಲ ವಿಷಯ ಮುಟ್ಟಿಸುತ್ತಾನೆ? ಹೇಗೆ ಸುದ್ದಿ ಮುಟ್ಟಿಸುತ್ತಾನೆ? ಎನ್ನುವ ಕುತೂಹಲ ಉಂಟಾಯಿತು. ಆಗಲೇ ನನಗೆ 'ಪತ್ರಕರ್ತ'ನ ಕೆಲಸದ ಬಗ್ಗೆ ತೀವ್ರ ಆಸಕ್ತಿ ಹುಟ್ಟಿತು.

ನಮ್ಮೂರಿ ಸ್ವಾತಂತ್ರ್ಯ ಹೋರಾಟಗಾರರಾದ ಮಾಧವರಾವ್ ಎನ್ನುವವರಿಗೆ ನನ್ನ ಮೇಲೆ ವಿಶೇಷ ಪ್ರೀತಿ ಇತ್ತು. ನಾನು ಓದಿನಲ್ಲಿ ಮುಂದೆ ಇದ್ದೆ ಎನ್ನುವುದು ಅದಕ್ಕೆ ಮುಖ್ಯ ಕಾರಣ. ಈ ಪ್ರೀತಿಯ ಕಾರಣಕ್ಕೆ ಅವರು ನನ್ನನ್ನು ಒಂದು ದಿನ ಹುಬ್ಬಳ್ಳಿ ಶಹರಕ್ಕೆ ಕರೆದುಕೊಂಡು ಹೋಗಿದ್ದರು. ಅಲ್ಲಿ ಇಲ್ಲಿ ಸುತ್ತಾಡಿದ ನಂತರ ನಮ್ಮ ಸವಾರಿ ಅಲ್ಲಿನ 'ಸಂಯುಕ್ತ ಕರ್ನಾಟಕ' ಪತ್ರಿಕೆ ಕಡೆಗೆ ಹೋಯಿತು. 'ಸಂಯುಕ್ತ ಕರ್ನಾಟಕದ ಭೀಷ್ಮ' ಎಂಬ ಖ್ಯಾತಿಯ ಮೊಹರೆ ಹಣಮಂತರಾಯರ ದರ್ಶನದೊಂದಿಗೆ ನನ್ನ ಕನಸೊಂದು ಮರು ಜೀವ ಪಡೆದಂತಾಯಿತು. ಅವರಿಗೆ ನನ್ನನ್ನು ಪರಿಚಯಿಸಿದ ಮಾಧವರಾಯರು ನನ್ನ ಬದುಕಿನ ದಿಕ್ಕನೇ ಬದಲಾಯಿಸಿದರು. ಆ ಭೇಟಿಯಾದ ಕೆಲವು ತಿಂಗಳ ನಂತರ ನಾನು ಸೀದಾ ಬೆಂಗಳೂರಿನ ಸಂಯುಕ್ತ ಕರ್ನಾಟಕ ಕಚೇರಿಯ ಹೆಬ್ಬಾಗಿಲ ಮುಂದೆ ಪ್ರತ್ಯಕ್ಷನಾದೆ. ಕೆ. ಶಾಮರಾಯರು ನನ್ನನ್ನು ಪತ್ರಕರ್ತನಾಗಿ ಸೇವೆಗೆ ಸೇರಿಸಿಕೊಂಡರು. ಅಲ್ಲಿಂದ ನನ್ನ ಕನಸು ನನಸಾದ ಪ್ರಯಾಣ ಆರಂಭವಾಯಿತು. ಎಂದು ಹೇಳುತ್ತ ಹಿರಿಯ ಪತ್ರಕರ್ತರಾದ ಪ್ರಹ್ಲಾದ ಡಿ. ಕುಳಲಿ ಅವರು ತಮ್ಮ ವೃತ್ತಿ ಜೀವನದ ಮೊದಲ ಹೆಜ್ಜೆಗಳ ಕುರಿತು ಸುದೀರ್ಘವಾದ ಹಿನ್ನೆಲೆ ಕತೆಯನ್ನು ಹೇಳಿ ಹಗುರಾದರು.

1993ರ ಸೆಪ್ಟೆಂಬರ್ 30ರಂದು ಲಾತೂರಿನಲ್ಲಿ ಭೂಕಂಪ ದುರಂತ ಸಂಭವಿಸಿತು. ಅದು ಭಾರತದಾದ್ಯಂತ ಶೋಕಕ್ಕೆ ಕಾರಣವಾಯಿತು. ಆ ಘಟನೆಯ ವರದಿ ಮಾಡಲೆಂದು ಪ್ರಹ್ಲಾದರನ್ನು ಅಲ್ಲಿಗೆ ಸಂಯುಕ್ತ ಕರ್ನಾಟಕದ ಬಾತ್ಮೀದಾರರನ್ನಾಗಿ ಕಳಿಸಿಕೊಡಲಾಯಿತು.

"ಮಹತ್ವದ ವರದಿಗಾರನಾಗುವ ನನ್ನ ಕನಸು ಹೀಗೆ ದುರಂತ ಘಟನೆಯೊಂದರಿಂದ ನನಸಾಗುತ್ತದೆ ಅಂತ ನಾನಂದುಕೊಂಡಿರಲಿಲ್ಲ" ಎಂದು ಅವರು ಆ ದಿನಗಳನ್ನು ನೆನೆಸಿಕೊಂಡು ಭಾವುಕರಾದರು.

"ಆ ದುರಂತದಲ್ಲಿ ಸುಮಾರು 10 ಜನರು ಪ್ರಾಣ ಕಳೆದುಕೊಂಡಿದ್ದರು ಮತ್ತು ಸುಮಾರು 30 ಸಾವಿರ ಜನರು ಗಾಯಗೊಂಡರು. ಇದರ ವರದಿಗೆಂದು ಹೋಗಿದ್ದ ನಾನು ಅಲ್ಲಿನ ಭೂಕಂಪ ಪೀಡಿತ ಎಲ್ಲ ಪ್ರದೇಶಗಳಿಗೂ ಕಷ್ಟಪಟ್ಟು ಭೇಟಿ ನೀಡುತ್ತ ನಿರಂತರವಾಗಿ ಕನ್ನಡಿಗರಿಗೆ ಸುದ್ದಿ ಮುಟ್ಟಿಸಿದೆ. ಅಲ್ಲಿನ ರಸ್ತೆಗಳು ಬಹುತೇಕ ನಾಶಗೊಂಡಿದ್ದವು. ಭಾರತೀಯ ರಕ್ಷಣಾ ಇಲಾಖೆಯ ವಿಮಾನದ ಮೂಲಕ ಸಂಚರಿಸಿ ಅಲ್ಲಿನ ಭಯಾನಕ ದೃಶ್ಯಗಳಿಗೆ ಸಾಕ್ಷಿಯಾಗಿದ್ದು ಇನ್ನೂ ಕಣ್ಣ ಮುಂದೆ ಬರುತ್ತಿದೆ." ಎಂದು ಪ್ರಹ್ಲಾದರು ಆ ಘಟನೆಯನ್ನು ನೆನೆಪಿಸಿಕೊಳ್ಳುತ್ತಾರೆ.

ತಮ್ಮ ಹದಿ ಹರೆಯದ ವಯಸ್ಸಿನಲ್ಲಿಯೇ ಸಂಯುಕ್ತ ಕರ್ನಾಟಕ ಸೇರಿದ ಸುಮಾರು 45 ವರ್ಷಗಳ ಸುದೀರ್ಘ ಸೇವೆಯನ್ನು ಆ ಪತ್ರಿಕೆಯಲ್ಲೇ ಕಳೆದರು. ನಿವೃತ್ತಿಯ ನಂತರವೂ ಇವರು ಸಮಯವನ್ನು ವ್ಯರ್ಥ ಮಾಡಲು ಬಯಸದೇ ದೂರದರ್ಶನ ಮತ್ತು ಆಕಾಶವಾಣಿಯಲ್ಲಿ ಸೇವೆ ಸಲ್ಲಿಸಿದ್ದಾರೆ.

ಆರ್ ಪಿ ವೆಂಕಟೇಶ್ ಮೂರ್ತಿ

ಗೌರಿ ಹಬ್ಬದ ರಾತ್ರಿ ರೌಡಿಗಳು ಕಛೇರಿಗೆ ನುಗ್ಗಿದ್ದರು..

"ನನಗೆ ಬಾಲ್ಯದಿಂದಲೂ ಜನರೊಡನೆ ಬೆರೆಯುವುದೆಂದರೆ ತುಂಬಾ ಇಷ್ಟ, ನಾನು ಅದನ್ನು ಇನ್ನಿಲ್ಲದಂತೆ ಆನಂದಿಸುತ್ತಿದ್ದೆ. ನನ್ನ ತಂದೆ ಎಚ್ ಎಸ್ ಪರಮೇಶ್ವರಗೌಡರು ನನಗೆ ಅದಕ್ಕೆ ಪೂರಕವಾದ ವಾತಾವರವಣವನ್ನು ನನಗೆ ಗೊತ್ತಿಲ್ಲದಂತೆ ಕಟ್ಟಿಕೊಡುತ್ತಿದ್ದರು. ಅಂದ ಹಾಗೆ ನಾನು ವಿಜ್ಞಾನದ ವಿದ್ಯಾರ್ಥಿ. ಬಿಎಸ್ಸಿ ಪದವವೀಧರನಾದ ನಾನು ಮುಂದೆ ಅದರಲ್ಲಿ ಮುಂದುವರೆಯಲು ಆಸಕ್ತಿ ತೋರದೆ ನನ್ನೊಳಗೆ ಮಿಡಿಯುತ್ತಿದ್ದ ಸಾಮಾಜಿಕ ಜೀವನ ಪರವಾದ ಕನಸುಗಳಿಗೆ ರೆಕ್ಕೆ ಕಟ್ಟಿಕೊಳ್ಳಲು ವಕೀಲ ಆಗಬೇಕೆಂದುಕೊಂಡೆ. ಹೊಸದಾಗಿ ಶುರುವಾಗಿದ್ದ ಹಾಸನದ ಲಾ ಕಾಲೇಜಿನ ಮೊದಲ ಬ್ಯಾಚಿನ ವಿದ್ಯಾರ್ಥಿಯಾಗಿ ಅಧ್ಯಯನವೂ ಆರಂಭಿಸಿದೆ. ಆಗ ದೇಶದಾದ್ಯಂತ ಪಸರಿಸಿದ್ದ ಚಳುವಳಿಯೊಂದು ಯುವಕರನ್ನು ತನ್ನೆಡೆಗೆ ಸೆಳೆದುಕೊಳ್ಳುತ್ತಿತ್ತು ನಾನೂ ಸಹ ಅದರ ಫಲಾನುಭಾವಿಯಾದೆ. ಆ ಚಳುವಳಿ ಜೆ ಪಿ ಚಳುವಳಿ ಎಂದೇ ಇತಿಹಾಸದಲ್ಲಿ ದಾಖಲಾದ ಜಯಪ್ರಕಾಶ ನಾರಾಯಣ ಅವರ ನೇತೃತ್ವದ ನವನಿರ್ಮಾಣ ಚಳುವಳಿ. ನಾನು ಜೆಪಿ ಮತ್ತು ಲೋಹಿಯಾ ಅವರ ಪ್ರಭಾವಕ್ಕೆ ತರೆದುಕೊಂಡಿದ್ದೆ."

ನಾಡಿನ ಮಹತ್ವದ ಚಳುವಳಿಗಾರ, ಪರಿಸರ ಪ್ರೇಮಿ ಹಾಗೂ ಪತ್ರಕರ್ತರೂ ಆಗಿರುವ ಆರ್ ಪಿ ವೆಂಕಟೇಶ್ ಮೂರ್ತಿ ಅವರು. ಹೀಗೆ ತಾವು ನಡೆದು ಬಂದ ಹಾದಿಯನ್ನು ಬಣ್ಣಿಸಲು ಆರಂಭಿಸಿದರು.

"ಆ ಕಾರಣಕ್ಕೆ ಅನ್ಯಾಯ, ಭ್ರಷ್ಟಾಚಾರ, ವರದಕ್ಷಿಣೆ ಕಿರುಕುಳದ ವಿರುದ್ಧ ಅಸಾಧ್ಯ ಕೋಪವನ್ನು ಬೆಳೆಸಿಕೊಂಡೆ. ನನ್ನ ಹಾಗೆಯೇ ಯೋಚಿಸುವ ಗೆಳೆಯರ ತಂಡವೊಂದು ಬಲಿಷ್ಠವಾಗಿ ರೂಪಗೊಳ್ಳತೊಡಗಿತು, ಈ ಎಲ್ಲ ಪಿಡುಗುಗಳ ವಿರುದ್ಧ ಹೋರಾಡಲು ನಮಗೆ ವೇದಿಕಯೊಂದು ಬೇಕಿತ್ತು ಆಗ ನಾವು ಆಯ್ದುಕೊಂಡದ್ದೇ ಪತ್ರಿಕೆ ಎಂಬ ನಿಗಿ ನಿಗಿ ಕೆಂಡವನ್ನು."

"ಕಾನೂನು ವಿದ್ಯಾರ್ಥಿಗಳಾದ ನಿಮ್ಮಿಂದ ಪತ್ರಿಕೆ ಹೇಗೆ ಹುಟ್ಟಿಕೊಳ್ತು?" ಅಂತ ಮತ್ತೊಂದು ಪ್ರಶ್ನೆ ಕೇಳಿದೆ ಅದಕ್ಕೆ ಅವರು ನಾನು ಈ ಮೊದಲೇ ಹೇಳಿದಂತೆ ಜೆಪಿ ಚಳುವಳಿ, ರೈತ ಚಳುವಳಿ ಸೇರಿದಂತೆ ಹಲವಾರು ಚಳುವಳಿಗಳು ನಮ್ಮ ಮೇಲೆ ಪ್ರಭಾವ ಬೀರಿದವು. ಶೋಷಣೆಯ ವಿರುದ್ಧ ಹೋರಾಟ ಆರಂಭಿಸಿದ್ದ ಸಮಾನಮನಸ್ಕ ಗೆಳೆಯರೆಲ್ಲ ಸೇರಿ ಯೋಜನೆ ರೂಪಿಸಿ ಪತ್ರಿಕೆ ಶುರು ಮಾಡಿದೆವು.

1977ರ ಸಮಯದಲ್ಲಿ ತಮ್ಮ ಹೋರಾಟಗಳಿಗೆ ಸಶಕ್ತ ವೇದಿಕೆ ಹುಡುಕುತ್ತಿದ್ದ ಘಳಿಗೆಯಲ್ಲಿ ತಮ್ಮದೇ ಆದ 'ಜನತಾ ಮಾಧ್ಯಮ' ಎಂಬ ಪತ್ರಿಕೆಯನ್ನು ಹುಟ್ಟು ಹಾಕುತ್ತಾರೆ. ಪಾಲುದಾರಿಕೆಯಲ್ಲಿ ಆರಂಭವಾದ ಈ ಪತ್ರಿಕೆಗೆ ವೆಂಕಟೇಶ್ ಮೂರ್ತಿ ಅವರು ಉಪಸಂಪಾದಕರಾಗಿಯೂ ಕೆಲಸ ಮಾಡುತ್ತಾರೆ.

ಜನತಾ ಮಾಧ್ಯಮ ದಲ್ಲಿ ದುಡಿಯುತ್ತಿದ್ದ ಗೆಳೆಯರೆಲ್ಲ ಯಾವ ಮುಜುಗರವೂ ಇಲ್ಲದೇ ಎಲ್ಲ ಹಂತದ, ಎಲ್ಲ ವಿಧದ ಕೆಲಸಗಳನ್ನು ಹಂಚಿಕೊಂಡು ಮಾಡುತ್ತಿದ್ದದ್ದು ಆ ಪತ್ರಿಕೆಯ ವಿಶೇಷ. ತಮ್ಮ 23ನೇ ವಯಸ್ಸಿಗೇನೆ ವೆಂಕಟೇಶ್ ಮೂರ್ತಿ ಅವರು ಸಂಪಾದಕ ಹುದ್ದೆಯ ಜವಾಬ್ದಾರಿಗಳನ್ನು ಹೊತ್ತುಕೊಳ್ಳುತ್ತಾರೆ. ಹಾಸನ ಜಿಲ್ಲೆಗೆ

ತುಂಬಾ ಅಪರಿಚಿತವಾಗಿದ್ದ ಹಲವಾರು ಚಿಂತನೆಗಳನ್ನು ಜನರ ಮನಸುಗಳಿಗೆ ದಾಟಿಸುವಲ್ಲಿ ಇವರು ಯಶ ಕಾಣುತ್ತಾರೆ. 46 ವರ್ಷಗಳ ಸುದೀರ್ಘ ಪತ್ರಿಕಾ ಜೀವನದಲ್ಲಿ ಇವರು ಎದುರಿಸಿದ ಸವಾಲುಗಳಿಗೆ ಲೆಕ್ಕವೇ ಇಲ್ಲ.

ಸರ್, ನಿಮ್ಮ ವೃತ್ತಿ ಜೀವನದ ಮರೆಯಲಾಗದ ಘಟನೆಗಳು ಯಾವುವು? ಎಂದು ಕೇಳಿದೆ. ಆಗ ಅವು ಸಂಘರ್ಷದ ದಿನಗಳು. ಅದು 1982ರ ಗೌರಿ ಹಬ್ಬದ ಸಂದರ್ಭದ ಒಂದು ರಾತ್ರಿ, ಇಡೀ ರಾಜ್ಯ ಸಂಭ್ರಮವನ್ನು ಅನುಭವಿಸುತ್ತ ಸಂತಸದಲ್ಲಿತ್ತು. ಆದರೆ ನಮಗೆ ಆ ರಾತ್ರಿ ಕರಾಳ ರಾತ್ರಿಯಾಗುತ್ತದೆಂದು ನಾವು ಎಣಿಸಿರಲಿಲ್ಲ. ಪ್ರಭಾವಿ ರಾಜಕಾರಣಿಯೊಬ್ಬರ ಮುಖವಾಡ ಬಯಲು ಮಾಡಿದ್ದಕ್ಕೆ ಆತನ ರೌಡಿ ಪಡೆ ನಮ್ಮ ಕಛೇರಿ ಮೇಲೆ ಭೀಕರವಾಗಿ ದಾಳಿ ಮಾಡಿತ್ತು.

ಇಡೀ ಕಛೇರಿಯನ್ನು ಧ್ವಂಸ ಮಾಡಿದ್ದ ಆ ರೌಡಿ ಪಡೆ ಅಂದಿನ ಪತ್ರಿಕೆ ಪ್ರಕಟವಾಗದಂತೆ ನೋಡಿಕೊಳ್ಳುತ್ತು. ನಾವು ಹೆದರಲಿಲ್ಲ ತಕ್ಷಣ ಪತ್ರಿಕಾ ಕಛೇರಿಗೆ ಬಂದೆವು. ನಮ್ಮ ಮೇಲೆ ಆಗಿದ್ದ ದಾಳಿಯ ವಿರುದ್ಧ ಪ್ರತಿಭಟನೆ ಆರಂಭಿಸಿದೆವು.

ಮುಂದೆ ಪತ್ರಿಕೆ ಎಂದಿನಂತೆ ತನ್ನ ಕೆಲಸ ಶುರು ಮಾಡಿತು. ಇಷ್ಟು ಹೇಳಿ ಅವರು ಆ ದಿನಗಳ ಹೋರಾಟದ ಚರಿತ್ರೆಯ ಕಥನಕ್ಕೆ ವಿರಾಮ ನೀಡಿದರು. ಈ ಕ್ಷಣಕ್ಕೂ ಕೂಡ ಸಮಾಜ ವಿರೋಧಿ ಶಕ್ತಿಗಳ ವಿರುದ್ಧದ ಅವರ ಹೋರಾಟ ಮುಂದುವರೆದಿದೆ.

ಡಿ ಎಮ್ ಭಟ್

ಕ್ರೀಡೆಯ ಹಸಿವು...

ಅಸಲಿಗೆ ಅದು ಕ್ರಿಕೆಟ್ ಕ್ರೀಡಾಂಗಣ ಆದರೆ ಅಲ್ಲಿ ಕ್ರಿಕೆಟ್ ಜ್ವರಕ್ಕಿಂತಲೂ ಪ್ರತಿಷ್ಠೆಯ ಬೆಂಕಿ ಧಗ್ಗನೇ ಹೊತ್ತುಕೊಂಡು ಮೈದಾನದ ತುಂಬ ಕುಣಿಯುತ್ತಿತ್ತು. ಎರಡೂ ತಂಡದ ಅತ್ಯುಗ್ರ ಅಭಿಮಾನಿಗಳು ಉಸಿರು ಬಿಗಿ ಹಿಡಿದು ಕಣ್ಣುಗಳಲ್ಲಿ ಆ ಬೆಂಕಿಯನ್ನು ಇಟ್ಟುಕೊಂಡು ರೋಷಾವೇಶದಿಂದ ಪಂದ್ಯವನ್ನು ನೋಡುತ್ತಿದ್ದರು. ಜಿ ಆರ್ ವಿಶ್ವನಾಥ್ ಎಂಬ ಯುವಕರ ಪಾಲಿನ ಸಿಂಹವೊಂದು ಅಲ್ಲಿ ಓಡಾಡುತ್ತಿತ್ತು. ಅಂಪೈರ್ ಆ ಸಿಂಹ ಔಟ್ ಎಂಬ ತೀರ್ಪು ಕೊಟ್ಟಿದ್ದೇ ತಡ ಆ ಅತ್ಯುಗ್ರ ಅಭಿಮಾನಿಗಳು ಇದ್ದಕ್ಕಿದ್ದ ಹಾಗೆ ಮೈ ಮೇಲೆ ಬಂದವರಂತೆ ಕಲ್ಲುತೂರಾಟ ಶುರು ಹಚ್ಚಿಕೊಂಡರು. ಕ್ರೀಡಾಂಗಣವೆಂಬುದು ಕ್ಷಣಮಾತ್ರದಲ್ಲಿ ರಣಾಂಗಣ ಆಗಿ ಮಾರ್ಪಟ್ಟಿತ್ತು. ಮರುದಿನ ಆ ಪಂದ್ಯದ ವರದಿಯನ್ನು ಎಲ್ಲ ಪತ್ರಿಕೆಗಳೂ ಬರೆದವು ಆದರೆ ಅದನ್ನು ತೀವ್ರವಾಗಿ ಬರೆದು ಕನ್ನಡಿಗರ ಮುಂದೆ ಇಟ್ಟದ್ದು ತಜ್ಞ ಕ್ರೀಡಾ ವರದಿಗಾರ ಎಂದೇ ಹೆಸರಾಗಿದ್ದ ಡಿ ಎಮ್ ಭಟ್– ದತ್ತಾತ್ರೇಯ ಮಹಾಬಲೇಶ್ವರ ಭಟ್. ಕನ್ನಡಪ್ರಭದಲ್ಲಿ 37 ವರ್ಷಗಳ ಕಾಲ ದುಡಿದ ಹಿರಿಯ ಪತ್ರಕರ್ತ ಇವರು. ದೂರದ ಕರಾವಳಿ ತೀರದ ಹೊನ್ನಾವರದಿಂದ ಬೆಂಗಳೂರಿಗೆ ಬಂದವರು.

1977ರ ಕಾಲಘಟ್ಟವದು ಎಮರ್ಜೆನ್ಸಿಯ ಬಿಸಿ ಇನ್ನೂ ಅಲ್ಪಸ್ವಲ್ಪ ಉಳಿದುಕೊಂಡಿದ್ದ ದಿನಗಳವು ಆಗ ತಾನೆ ನಾನು ಬೆಂಗಳೂರಿಗೆ ಬಂದಿದ್ದೆ. ಕನ್ನಡಪ್ರಭ ಪತ್ರಿಕೆಯಲ್ಲಿ

ಕೆಲಸ ಆರಂಭಿಸಿದೆ. ಖಾದ್ರಿ ಶಾಮಣ್ಣ ಅವರ ಜೊತೆಗೆ ನಾನು ಹದಿನೈದು ವರ್ಷಗಳ ಕಾಲ ಕೆಲಸ ಮಾಡಿದೆ.

ಭಟ್ಟರು ತಮ್ಮ ಬರವಣಿಗೆ ಮತ್ತು ವರದಿಗಳಿಂದ ಮನೆಮಾತಾಗಿದ್ದರು. ಆಗ ಇಡೀ ದೇಶವನ್ನು ವಿಶ್ವಕಪ್ ಕ್ರಿಕೆಟ್ ಆವರಿಸಿಕೊಂಡಿದ್ದ ಸಮಯ. ಅದರ ವರದಿಗಾರಿಕೆಗೆಂದು ಭಟ್ಟರು ತಮ್ಮ ಎಲ್ಲಾ ಸಮಯವನ್ನು ಮೀಸಲಿಟ್ಟು ದುಡಿಯುತ್ತಿದ್ದರು. ಸೋದರ ಪತ್ರಿಕೆಯಾದ ಇಂಡಿಯನ್ ಎಕ್ಸಪ್ರೆಸ್‌ನಲ್ಲಿ ಪ್ರಕಟವಾಗುತ್ತಿದ್ದ ಬರಹಗಳನ್ನು ಸಹ ಒಮ್ಮೊಮ್ಮೆ ಅನುವಾದ ಮಾಡುವ ಸಂದರ್ಭ ಒದಗಿ ಬರುತ್ತಿತ್ತು. ಅಂಥ ಸವಾಲಿನ ಸಮಯದಲ್ಲಿ ಭಟ್ಟರು ಒಮ್ಮೆ ಬಿಷನ್ ಸಿಂಗ್ ಬೇಡಿ, ಚಂದ್ರಶೇಖರ್, ಪ್ರಸನ್ನ, ವೆಂಕಟ್ ರಾಘವನ್ ಮತ್ತು ಸುನಿಲ್ ಗವಾಸ್ಕರ್ ಸೇರಿದಂತೆ ಐದು ಜನ ಕ್ರಿಕೆಟಿಗರ ಕುರಿತ ಲೇಖನಗಳನ್ನು ಅನುವಾದ ಮಾಡಿದ್ದರು. ಇದನ್ನು ಓದಿದ ಕನ್ನಡಿಗ ಕ್ರೀಡಾಪ್ರೇಮಿಗಳು ಕನ್ನಡಪ್ರಭದ ಮೇಲೆ ಅಭಿಮಾನದ ಮಳೆಯನ್ನೇ ಸುರಿಸಿದ್ದರು. ಇವರ ಈ ಸಾಧನೆಯನ್ನು ಗುರುತಿಸಿ ಅವರಿಗೆ ಆಗಿನ ಕಾಲಕ್ಕೆ ರೂಪಾಯಿ 6000 ಬಹುಮಾನವನ್ನು ಪತ್ರಿಕೆ ನೀಡಿತ್ತು. ಇದನ್ನು ಬಹು ಸಂಭ್ರಮದಿಂದಲೇ ನನ್ನ ಬಳಿ ಹಂಚಿಕೊಂಡರು. ಬಿಜಾಪುರದಲ್ಲಿ ಜರುಗಿದ್ದ ಗ್ರಾಮೀಣ ಕ್ರೀಡಾಕೂಟದಲ್ಲಿಯೂ ಇವರ ವರದಿಗಳು ಮಹತ್ವದ ಪಾತ್ರವನ್ನು ವಹಿಸಿದ್ದವು.

ಕೃಷ್ಣಪ್ಪ

ಬೆಚ್ಚಿ ಬೀಳಿಸಿದ ಕಂಬಾಲಪಲ್ಲಿ ಹತ್ಯಾಕಾಂಡ

1972ರಲ್ಲಿ 'ಸುಧಾ' ಪತ್ರಿಕೆಗೆ ಪ್ರೂಫ್ ರೀಡರ್ ಆಗಿ ಸೇರಿಕೊಂಡ ಕೃಷ್ಣಪ್ಪ ಅವರು ಮುಂದೆ ಕೋಲಾರ, ಮೈಸೂರು ಸೇರಿದಂತೆ ವಿವಿಧ ಕಡೆಗಳಲ್ಲಿ ಪ್ರಜಾವಾಣಿ ಜಿಲ್ಲಾ ವರದಿಗಾರರಾಗಿ ಸೇವೆ ಸಲ್ಲಿಸಿದರು. 'ಪ್ರಜಾವಾಣಿ'ಯಲ್ಲಿಯೇ ನಿರಂತರ 41 ವರ್ಷಗಳ ಕಾಲ ದುಡಿದ ದಾಖಲೆ ಇವರದ್ದಾಗಿದೆ.

"ನಾನು ಪತ್ರಕರ್ತ ಆಗುತ್ತೇನೆ ಮತ್ತು ಆಗಬೇಕು ಎಂಬ ಯಾವ ಹಂಬಲವೂ ನನಗಿರಲಿಲ್ಲ. ನನ್ನ ಬದುಕಿನ ಕುರಿತ ಅನೇಕ ಕನಸುಗಳು ಇದ್ದದ್ದು ನಿಜ ಆದರೆ ಪ್ರಜಾವಾಣಿ ಬಳಗ ಸೇರಿ ನಾನೊಬ್ಬ ಪತ್ರಕರ್ತನಾಗುತ್ತೇನೆ ಅಂತ ನಾನು ಖಂಡಿತವಾಗಿಯೂ ಅಂದುಕೊಂಡಿರಲಿಲ್ಲ. ಹಿರಿಯರಾದ ನೆಟ್ಟಕಲ್ಲಪ್ಪ ಅವರೇ ನನ್ನನ್ನು ಬಲು ಪ್ರೀತಿಯಿಂದ ಕರೆದು ನಮ್ಮಲ್ಲಿಯೇ ಕೆಲಸ ಮಾಡಪ್ಪ ಅಂತ ಹೇಳಿ ನನಗೆ ತರಬೇತಿ ನೀಡಿ ಉದ್ಯೋಗ ನೀಡಿದರು. ಅವರ ತಾಯಿಪ್ರೀತಿಯ ಫಲದಿಂದ ನಾನು ಇಂದು ಇಷ್ಟೆಲ್ಲಾ ನೋಡುವಂತಾಯಿತು" ಎಂದು ಭಾವುಕರಾಗಿ ಹೇಳಿದರು.

ಕೋಲಾರ ಇವರ ವೃತ್ತಿ ಬದುಕಿನ ಮಹತ್ವದ ಅಧ್ಯಾಯವಾಗಿ ಉಳಿಯಲು ಅಲ್ಲಿ ಜರುಗಿದ ಕೆಲವು ಮಹತ್ವದ ಘಟನೆಗಳು ಕಾರಣವಾದವು. ಅದು 2000ನೇ ಇಸವಿಯ ಮಾರ್ಚ್ ತಿಂಗಳ 11ನೇ ತಾರೀಕು. ಅವಿಭಜಿತ ಕೋಲಾರ ಜಿಲ್ಲೆಯ

ಚಿಂತಾಮಣಿ ತಾಲೂಕಿನ ಕಂಬಾಲಪಲ್ಲಿ ಗ್ರಾಮದಲ್ಲಿ ಹತ್ಯಾಕಾಂಡವೊಂದು ಜರುಗಿತು ಅದನ್ನು ಕಂಬಾಲಪಲ್ಲಿ ನರಮೇಧ ಅಂತಲೇ ಇತಿಹಾಸ ಕೆಂಪು ಅಕ್ಷರಗಳಿಂದ ದಾಖಲು ಮಾಡಿತು. ಕಂಬಾಲಪಲ್ಲಿ ಹೆಸರು ಕೇಳಿದರೆ ಈಗಲೂ ಅಲ್ಲಿನ ಹಿರಿಯರ ಎದೆಗಳಲ್ಲಿ ಭಯ ಹೆಡೆ ಎತ್ತುತ್ತದೆ. ಅಲ್ಲಿನ ದಲಿತರಿಗೂ ಮತ್ತು ಸವರ್ಣೀಯರಿಗೂ ಮೊದಲಿನಿಂದಲೂ ಜಗಳಗಳಾಗುತ್ತಿದ್ದವು. ದಲಿತರ ಮೇಲಿನ ದ್ವೇಷ ಆಗಾಗ ಹೊರಗೇ ಬರುತ್ತಲೇ ಇತ್ತು. ಆದರೆ ಸವರ್ಣೀಯರು ಮತ್ತು ದಲಿತರ ನಡುವೆ ನಡೆದ ಸಂಘರ್ಷದಲ್ಲಿ ಸವರ್ಣೀಯರು ದಲಿತರ ಗುಡಿಸಲಿಗೆ ಬೆಂಕಿ ಇಟ್ಟರು. ಆ ದ್ವೇಷದ ಬೆಂಕಿಯಲ್ಲಿ 7 ಜನ ದಲಿತರು ಜೀವಂತವಾಗಿ ಸುಟ್ಟು ಕೊಲೆಯಾದರು.

ಭಾರತವನ್ನೇ ನಡುಗಿಸಿದ ಈ ಹತ್ಯಾಕಾಂಡವನ್ನು ಕೃಷ್ಣಪ್ಪ ಅವರು ಪ್ರಜಾವಾಣಿಗಾಗಿ ವರದಿ ಮಾಡುವ ಮನಕಲಕುವ ಸಂದರ್ಭ ಎದುರಾಯಿತು. ಯಾರ ಬೆದರಿಕೆಗಳಿಗೂ ಅಂಜದ ಕೃಷ್ಣಪ್ಪ ಅವರು ಎದೆಯೊಳಗೆ ನೋವನ್ನು ತುಂಬಿಕೊಂಡು ಕಣ್ಣೀರಿಡುತ್ತಲೇ ಆ ದಲಿತರ ಸಾಮೂಹಿಕ ಕೊಲೆಯನ್ನು ವರದಿ ಮಾಡಿದ್ದರು. ಸೋನಿಯಾ ಗಾಂಧಿ, ರಾಮ್ ವಿಲಾಸ್ ಪಾಸ್ವಾನ್, ಶರದ್ ಯಾದವ್ ಸೇರಿದಂತೆ ದೇಶದ ಮುಂಚೂಣಿ ನಾಯಕರು ಆ ನರಮೇಧದ ಜಾಗಕ್ಕೆ ಬರುವಂತೆ ಮಾಡುವಲ್ಲಿ ನಾಡಿನ ಎಲ್ಲ ಪತ್ರಿಕೆಗಳು ಹಗಲಿರುಳು ಕೆಲಸ ಮಾಡಿದ್ದವು. ಈ ಘಟನೆಯಲ್ಲದೇ ಮುಳಬಾಗಿಲು ಪಟ್ಟಣದಲ್ಲಿ ಜರುಗಿದ್ದ ಗೋಲಿಬಾರ್ ಒಂದರ ಭಯಾನಕ ವರದಿಯನ್ನು ಕೃಷ್ಣಪ್ಪ ಅವರು ದಿಟ್ಟತನದಿಂದ ಮಾಡಿದ್ದರು.

"ನಾವು ಕೆಲಸ ಮಾಡುತ್ತಿದ್ದ ದಿನಗಳಲ್ಲಿ ಎಂಥ ಸಣ್ಣ ಸುದ್ದಿಯೇ ಆದರೂ ಅದನ್ನು ಪ್ರಕಟಿಸುವ ಮೊದಲು ಹತ್ತಾರು ಸಲ ಯೋಚಿಸುತ್ತಿದ್ದೆವು. ಈಗ ವೇಗವಾಗಿ ಸುದ್ದಿ ಕೊಡಬೇಕು ಎಂಬ ಹಪಾಹಪಿಯಲ್ಲಿ ಯಾವುದನ್ನೂ ಪರಿಶೀಲಿಸದೆ ಸುದ್ದಿಯನ್ನು ಕೊಡುತ್ತಿದ್ದಾರೆ ಅದರಿಂದ ಹಲವಾರು ಅನಾಹುತಗಳು ಸಂಭವಿಸಿದ್ದನ್ನು ನಾನು ನೋಡಿದ್ದೇನೆ. ಅವಸರ ಮಾಡದೇ ಸತ್ಯಾಸತ್ಯತೆಯನ್ನು ಪರಿಶೀಲಿಸಿ ವರದಿಗಳನ್ನು ಬರೆದರೆ ಸಮಾಜಕ್ಕೆ ಅನುಕೂಲವಾಗುತ್ತದೆ. ಅದನ್ನು ಬಿಟ್ಟು ಅಂತೆಕಂತೆಗಳಲ್ಲಿ ಮುಳಿಗಿದರೆ ಪತ್ರಿಕಾ ಧರ್ಮದ ಉಲ್ಲಂಘನೆಯಾಗುತ್ತದೆ. ಅವಸರದಲ್ಲಿ ಏನೇನೋ ಹೇಳಿ ಜನರಲ್ಲಿ ಭಯ ಬಿತ್ತುವುದನ್ನು ನಿಲ್ಲಿಸಬೇಕು" ಎಂದರು.

ಕೆ ಸತ್ಯನಾರಾಯಣ

ಪತ್ರಿಕೋದ್ಯಮ ಗರಡಿಯ ಗುರು

‘ಕನ್ನಡಪ್ರಭ ಸತ್ಯ’ ಎಂದರೆ ಕೇವಲ ವ್ಯಕ್ತಿಯಲ್ಲ ನಾಡಿನ ಪ್ರಮುಖ ಪತ್ರಕರ್ತರೆಲ್ಲ ಇವರ ಗರಡಿಯಲ್ಲೇ ತಾಲೀಮು ನಡೆಸಿದವರು.

ನಿಮ್ಮ ವೃತ್ತಿ ಬದುಕಿನ ಆರಂಭ ಹೇಗಾಯಿತು ಸರ್? ಅಂತ ನಾನು ಹೇಳಿದೆ.

1956–57ರ ಸಮಯದಲ್ಲಿ ಸತ್ಯನಾರಾಯಣರು ‘ಸ್ವತಂತ್ರ’ ಎಂಬ ಪತ್ರಿಕೆಯ ಮೂಲಕ ತಮ್ಮ ವೃತ್ತಿ ಜೀವನವನ್ನು ಆರಂಭಿಸುತ್ತಾರೆ ಅಲ್ಲಿ ಮೂರು ನಾಲ್ಕು ವರ್ಷಗಳ ಕಾಲ ದುಡಿದು ನಂತರ 1970ರಲ್ಲಿ ಪಿ ರಾಮಯ್ಯರ ‘ತಾಯಿನಾಡು’ ಪತ್ರಿಕೆಗೆ ಸೇರಿಕೊಂಡು ಅಲ್ಲಿ ಸಹ ಕೆಲವು ಪ್ರಯೋಗಗಳನ್ನು ಮಾಡುತ್ತಾರೆ. ಮುಂದೆ 1965ರಲ್ಲಿ ‘ಇಂಡಿಯನ್ ಎಕ್ಸ್‌ಪ್ರೆಸ್’ ಗ್ರೂಪ್‌ನ ಭಾಗವಾಗುವ ಇವರು ತಮ್ಮ ಪ್ರತಿಭೆ ಮತ್ತು ವಿದ್ವತ್ತಿನಿಂದ ‘ಕನ್ನಡಪ್ರಭ’ ಮತ್ತು ‘ಇಂಡಿಯನ್ ಎಕ್ಸ್‌ಪ್ರೆಸ್’ ಎರಡೂ ಪತ್ರಿಕೆಗಳಿಗೂ ಸಂಪಾದಕರಾಗಿ ಸೇವೆ ಸಲ್ಲಿಸಿದರು.

ಇವರ ಅಂಕಣಗಳಾದ ವ್ಯಕ್ತಿ ವಿಶೇಷ, ಪೇಟೆ ಮಾತು ಮತ್ತು ನಗರ ಪ್ರದಕ್ಷಿಣೆ ಅಂಕಣಗಳು ಅಭೂತಪೂರ್ವ ಜನಮನ್ನಣೆ ಗಳಿಸಿದ್ದವು. ತಮ್ಮ ನಿಖರವಾದ ಅಂಕಿಅಂಶ, ಮೊನಚಾದ ಬರಹ, ಹದವಾದ ವ್ಯಂಗ್ಯ ಹಾಗೂ ವಿಶಿಷ್ಟ ನಿರೂಪಣಾ ಕೌಶಲದಿಂದ ಸತ್ಯ ಅವರ ಬರಹಗಳು ಓದುಗರನ್ನು ಸೂಜಿಗಲ್ಲಿನಂತೆ ಸೆಳೆಯುತ್ತಿದ್ದವು.

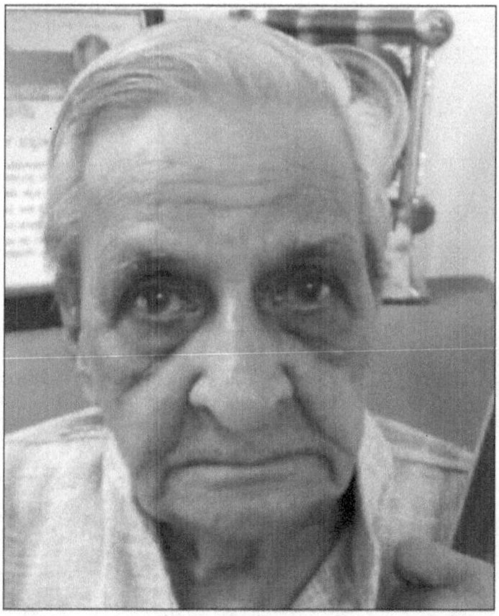

ಸ್ಥಳೀಯ, ರಾಜ್ಯ, ರಾಷ್ಟ್ರ ಹಾಗೂ ಅಂತಾರಾಷ್ಟ್ರೀಯ ವಿದ್ಯಮಾನಗಳ ಕುರಿತು ವಿಸ್ತೃತ ಪಾಂಡಿತ್ಯ ಹೊಂದಿದ್ದ ಇವರು ಆ ಎಲ್ಲಾ ವಿದ್ಯಮಾನಗಳ ಕುರಿತು ಕರಾರುವಾಕ್ಕಾಗಿ ಬರೆಯಬಲ್ಲವರಾಗಿದ್ದರು. ಅಧಿವೇಶನಕ್ಕೆ ತೆರಳುತ್ತಿದ್ದ ರಾಜಕಾರಣಿಗಳು ಹೋಮ್ ವರ್ಕ್ ಮಾಡುವ ಶಾಲಾ ಮಕ್ಕಳಂತೆ ಇವರ ಬರಹಗಳನ್ನು ಓದಿಕೊಂಡು ಹೋಗುತ್ತಿದ್ದರೆಂದರೆ ಮತ್ತು ಅಲ್ಲಿ ಇವರ ಬರಹಗಳನ್ನು ಉಲ್ಲೇಖಿಸಿ ಚರ್ಚೆ ಮಾಡುತ್ತಿದ್ದರೆಂದರೆ ಇವರ ಬರವಣಿಗೆಗೆ ಇರುವ ಶಕ್ತಿಯ ಪರಿಚಯವಾಗುತ್ತದೆ. ಎಚ್ ಡಿ ದೇವೇಗೌಡರು, ಎಸ್ ಎಂ ಕೃಷ್ಣ, ಸಿದ್ದರಾಮಯ್ಯ, ಎಚ್ ಡಿ ಕುಮಾರಸ್ವಾಮಿ ಮುಂತಾದ ರಾಜಕೀಯ ನೇತಾರರು ಇವರ ಬರಹಗಳನ್ನು ಕಾದು ಓದುತ್ತಿದ್ದರು. ಅದರಲ್ಲೂ ಹಣಕಾಸಿನ ವಿಚಾರಗಳನ್ನು ಬರೆಯುವಲ್ಲಿ ಇವರು ತಜ್ಞರಾಗಿದ್ದರು. ರಾಜ್ಯ ರಾಷ್ಟ್ರ ಬಜೆಟ್ ವಿಷಯಗಳ ಕುರಿತ ಇವರ ಬರಹಗಳು ನಾಡಿಗೆ ದಿಕ್ಸೂಚಿಯಾಗುವಂತಿರುತ್ತಿದ್ದವು.

ಸರ್ ಇಂದಿನ ಯುವ ಪತ್ರಕರ್ತರಿಗೆ ಏನೆಂದು ಹೇಳ ಬಯಸುತ್ತೀರಿ? ಅಂತ ಕೇಳಿದಾಗ "ನೋಡಿ ನಾನು ಆಗಲೇ ಹೇಳಿದಂತೆ ಪತ್ರಕರ್ತ ಎಂದ ಮೇಲೆ ಹಿರಿಯ-ಕಿರಿಯ ಅಂತ ಇರೋದಿಲ್ಲ. ಪತ್ರಕರ್ತರಾದವರು ಯಾವ ಮತ್ತು ಯಾರ ಮುಲಾಜಿಗೂ ಒಳಗಾಗದೆ ಸುಮ್ಮನೆ ಕೆಲಸ ಮಾಡುತ್ತ ಇರಬೇಕು. ಯಾರ ಪ್ರಭಾವಕ್ಕೂ ಸಿಕ್ಕಿಕೊಳ್ಳದೇ ತಮ್ಮನ್ನು ಕಾಪಾಡಿಕೊಳ್ಳಬೇಕು. ಧೈರ್ಯ ಮತ್ತು ಬದ್ಧತೆ ಪತ್ರಕರ್ತರ ಮೂಲ ಮಂತ್ರವಾಗಬೇಕು. ಸರಕಾರಗಳು ಅಷ್ಟೇ, ಪತ್ರಕರ್ತರ ವಿಷಯದಲ್ಲಿ ಅನಗತ್ಯವಾಗಿ ಮೂಗು ತೂರಿಸಲು ಹೋಗಬಾರದು. ಎಲ್ಲಕ್ಕಿಂತ ಹೆಚ್ಚಾಗಿ ಪತ್ರಕರ್ತರು ತಮ್ಮ ಕೌಶಲ್ಯಗಳನ್ನು ವೃದ್ಧಿಗೊಳಿಸಿಕೊಳ್ಳಬೇಕು." ಆ ಹಿರಿಯ ಚೇತನದೊಂದಿಗೆ ಕಳೆದ ಘಳಿಗೆಗಳು ಇಂದಿಗೂ ನನ್ನನ್ನು ಕಾಡುತ್ತಿವೆ.

ಕೆ ಸತ್ಯನಾರಾಯಣ ಅವರು ಇತ್ತೀಚೆಗೆ ನಮ್ಮನ್ನು ಅಗಲಿದರು.

ಕೆ ಶೇಷಾದ್ರಿ

ಹೋರಾಟದ ಅಂಗಳದಲ್ಲಿ...

ಸಣ್ಣ ಪತ್ರಿಕೆಗಳ ಜನಕ ಎಂದೇ ಖ್ಯಾತರಾಗಿದ್ದ ಹಾಸನದ ಕೃ.ನಾ. ಮೂರ್ತಿ ಅವರು ತಮ್ಮ 'ಜನಮಿತ್ರ' ಪತ್ರಿಕೆಯ ಮೂಲಕ ಮಾಡಿದ ಕ್ರಾಂತಿ ಕನ್ನಡ ಪತ್ರಿಕೋದ್ಯಮದ ಇತಿಹಾಸದಲ್ಲಿ ಅಜರಾಮರವಾಗಿದೆ. ಆ ಜನಮಿತ್ರ ಪತ್ರಿಕೆಯ ಅಂಗಳದಲ್ಲಿ ಸುದ್ದಿಗಳೊಂದಿಗೆ ಆಡುತ್ತ ಬೆಳೆದು, ಅಲ್ಲಿಯೇ ಪತ್ರಿಕೋದ್ಯಮದ ಆರಂಭಿಕ ಪಾಠಗಳನ್ನು ಕಲಿತು ಪತ್ರಕರ್ತರಾಗಿ ಬೆಳೆದವರು ನಮ್ಮ ನಾಡಿನ ಹಿರಿಯ ಪತ್ರಕರ್ತರಲ್ಲಿ ಒಬ್ಬರಾದ ಕೆ ಶೇಷಾದ್ರಿ ಅವರು.

"ನಾನು ನನ್ನ ಪತ್ರಿಕಾ ಜೀವನವನ್ನು ಶುರು ಮಾಡಿದ್ದು 70ರ ದಶಕದ ಆರಂಭಿಕ ದಿನಗಳಲ್ಲಿ. ನಮ್ಮ ಜಿಲ್ಲೆಯವರೇ ಆದ ಕೃ.ನಾ. ಮೂರ್ತಿ ಅವರ ಬಳಿಯಲ್ಲಿ. ಜನಮಿತ್ರ ಎಂಬುದು ನನಗೆ ಕೇವಲ ಪತ್ರಿಕೆಯಾಗಿರಲಿಲ್ಲ ನನ್ನನ್ನೂ ಸೇರಿಸಿ ಅಲ್ಲಿ ದುಡಿಯುತ್ತಿದ್ದ ಎಲ್ಲರ ಪಾಲಿಗೂ ಅದು ಅರಿವಿನ ವಿಶ್ವವಿದ್ಯಾಲಯವಾಗಿತ್ತು. ಪತ್ರಿಕೋದ್ಯಮದ ಮೊದಲ ಹೆಜ್ಜೆಗಳು ಅಷ್ಟು ದೃಢವಾಗಿ ನೆಲೆಯೂರಲು ಅವರ ಮಾರ್ಗದರ್ಶನವೇ ಕಾರಣ. ಅವರು ನೀಡಿದ ಪ್ರೇರಣೆ ಮಹತ್ವದ್ದು." ಅಂತ ತಮ್ಮ ಪತ್ರಿಕಾ ಪ್ರವೇಶದ ದಿನಗಳನ್ನು ನೆನಪಿಸಿಕೊಂಡರು.

ನಂತರದ ಮಹತ್ವದ ಯೋಜನೆಯೇ ಅವರ ಸ್ವಂತ ಪತ್ರಿಕೆ 'ಹಾಸನ ಮಾಧ್ಯಮ'. ಶೇಷಾದ್ರಿ ಅವರಿಗೆ ತಾವು ಏನು ಮಾಡುತ್ತಿದ್ದೇನೆ ಎಂಬುದರ ಕುರಿತು ತುಂಬ

ಸ್ಪಷ್ಟತೆ ಇತ್ತು. ಹಾಸನ ನೆಲದ ಅಂದಿನ ಸಾಮಾಜಿಕ, ರಾಜಕೀಯ, ಆರ್ಥಿಕ ಮತ್ತು ಸಾಂಸ್ಕೃತಿಕ ಸನ್ನಿವೇಶಗಳನ್ನು ಸೂಕ್ಷ್ಮವಾಗಿ ಅಧ್ಯಯನ ಮಾಡುತ್ತಲೇ ಅದಕ್ಕೆ ಪೂರಕವಾಗಿ ತಮ್ಮ ಪತ್ರಿಕೆಯನ್ನು ರೂಪಿಸುತ್ತಿದ್ದರು.

ಬಾಗೂರು ನವಿಲೆ ಚಳುವಳಿಯ ವರದಿ ಮಾಡಲೆಂದು ಪತ್ರಕರ್ತರು ಸುರಂಗ ಪ್ರದೇಶಕ್ಕೆ ಹೋಗಿದ್ದರು. ಆಗ ಪ್ರತಿಭಟನಾಕಾರರು ಮತ್ತು ಪೊಲೀಸರ ನಡುವೆ ಮಾತಿಗೆ ಮಾತು ಬೆಳೆದು ಚಳುವಳಿ ಹಿಂಸೆಗೆ ತಿರುಗಿಕೊಂಡಿತು. ಕೋಪಗೊಂಡ ಆಡಳಿತ ವರ್ಗ ಲಾಠಿ ಚಾರ್ಜ್ ಮಾಡಿತು. ಆದರೆ ಆ ಸಮಯದಲ್ಲಿ ಪೊಲೀಸರು ಕರ್ತವ್ಯನಿರತ ಪತ್ರಕರ್ತರ ಮೇಲೆಯೂ ಏಕಾಏಕಿ ಹಲ್ಲೆ ಮಾಡಿದ್ದಲ್ಲದೇ ಕೆಲವು ಪತ್ರಕರ್ತ ಮಿತ್ರರ ಮೇಲೆ ಕೇಸುಗಳನ್ನು ದಾಖಲಿಸಿದರು.

ಆ ಆಘಾತಕಾರಿ ಘಟನೆಯ ಸಂದರ್ಭದಲ್ಲಿ ನಾನೇ ಹಾಸನ ಜಿಲ್ಲಾ ಪತ್ರಕರ್ತರ ಸಂಘದ ಅಧ್ಯಕ್ಷನಾಗಿದ್ದೆ. ಪತ್ರಕರ್ತರ ವಿರುದ್ಧದ ಪೊಲೀಸರ ದೌರ್ಜನ್ಯವನ್ನು ಖಂಡಿಸಿ ಬಾಗೂರು ನವಿಲೆಯಲ್ಲಿ ಹೋರಾಟಕ್ಕೆ ಜಿಲ್ಲೆಯ ಪತ್ರಕರ್ತರು ಹೋರಾಟಕ್ಕೆ ಧುಮುಕಿದರು. ಕೊನೆಗೂ ನಮ್ಮ ಹೋರಾಟ ಯಶಸ್ವಿಯಾಯಿತು ಎಂಬುದೇ ದೊಡ್ಡ ಸಂಭ್ರಮ. ಎಂದು ಹಾಸನ ನಗರದಲ್ಲಿ ಹಲವಾರು ಸಮಾಜಮುಖಿ ಕಾರ್ಯಗಳಲ್ಲಿ ತೊಡಗಿಸಿಕೊಂಡಿರುವ ಶೇಷಾದ್ರಿ ಅವರ ಕ್ರಿಯಾಶೀಲತೆ ಮತ್ತು ಮಾನವೀಯ ತುಡಿತ ಎಲ್ಲರಿಗೂ ಮಾದರಿ.

ಆರ್ ಪಿ ಜಗದೀಶ್

ಪತ್ರಕರ್ತರನ್ನು ಅರಬ್ಬಿ ಸಮುದ್ರಕ್ಕೆ ಎಸೆಯಿರಿ..

ಹಿರಿಯ ಪತ್ರಕರ್ತರಾದ ಆರ್ ಪಿ ಜಗದೀಶ್ ಅವರು ತಮ್ಮ ಮೂವತ್ತೆರೆಡು ವರ್ಷಗಳ ಸುದೀರ್ಘ ವೃತ್ತಿ ಜೀವನದಲ್ಲಿ ವರದಿಗಾರನ ಹುದ್ದೆಯಿಂದ ಹಿಡಿದು 'ಪ್ರಜಾವಾಣಿ'ಯ ಕಾರ್ಯನಿರ್ವಾಹಕ ಸಂಪಾದಕ ಹುದ್ದೆಯವರೆಗೂ ಎಲ್ಲ ಹುದ್ದೆಗಳನ್ನು ನಿರ್ವಹಿಸಿದವರು.

ಸ್ನಾತಕೋತ್ತರ ಪದವಿ ಮುಗಿಸಿದ ಕೂಡಲೇ ಬೆಂಗಳೂರಿಗೆ ಬಂದ ಇವರು ಆರ್ ಕೆ ಜೋಶಿ ಎಂಬ ಸಂಪಾದಕರು ನಿರ್ವಹಿಸುತ್ತಿದ್ದ 'ಲೋಕವಾಣಿ' ಪತ್ರಿಕೆಗೆ ವರದಿಗಾರರಾಗಿ ಸೇರಿಕೊಳ್ಳುತ್ತಾರೆ ತುಂಬ ಚಿಕ್ಕ ಪತ್ರಿಕೆಯಾದರೂ ಆ ಪತ್ರಿಕೆಯಿಂದ ಅತ್ಯಂತ ಶ್ರೀಮಂತ ಅನುಭವಗಳನ್ನು ಪಡೆದುಕೊಳ್ಳುತ್ತಾರೆ. ಇರೋದೆ ಇಬ್ಬರು ವರದಿಗಾರರಾದ್ದರಿಂದ ಬೀದಿಯಿಂದ ಹಿಡಿದು ವಿಧಾನಸೌಧದವರೆಗೂ ಓಡಾಡಿ ಇವರು ಸುದ್ದಿ ಮಾಡುತ್ತಿದ್ದರು. ಸುಮಾರು ಹತ್ತು ತಿಂಗಳುಗಳವರೆಗೆ ಲೋಕವಾಣಿಯಲ್ಲಿ ದುಡಿದ ಇವರು ಅಲ್ಲಿಂದ ನೇರವಾಗಿ ಬರುವುದೇ ಪ್ರಜಾವಾಣಿಯ ಸುದ್ದಿಮನೆಗೆ.

"ಪ್ರಜಾವಾಣಿಯಲ್ಲಿದ್ದಾಗಿನ ನಿಮ್ಮ ಒಂದೆರೆಡು ಅನುಭವಗಳನ್ನು ಹಂಚಿಕೊಳ್ಳಿ" ಅಂತ ಕೇಳಿದಾಗ "ಅದು ಆರ್ ಗುಂಡೂರಾವ್ ಅವರು ಮುಖ್ಯಮಂತ್ರಿ ಆಗಿದ್ದಾಗಿನ ಕಾಲ. ಗುಲ್ಬರ್ಗಾದಲ್ಲಿ ಆಯೋಜಿಸಿದ್ದ ಸಾರ್ವಜನಿಕ ಸಮಾರಂಭವೊಂದರಲ್ಲಿ

ಮುಖ್ಯಮಂತ್ರಿಗಳಾಗಿದ್ದ ಗುಂಡೂರಾವ್ ಅವರು ಭಾಷಣ ಮಾಡುತ್ತಿದ್ದಾಗ ಯಾರೋ ಒಬ್ಬ ಅಪರಿಚಿತ ವ್ಯಕ್ತಿ ಅವರು ಭಾಷಣ ಮಾಡುತ್ತಿದ್ದ ವೇದಿಕೆ ಮೇಲೆ ಚಪ್ಪಲಿ ಎಸೀತಾನೆ. ಆ ಚಪ್ಪಲಿ ಗುಂಡುರಾಯರಿಗೇ ಬಿತ್ತೋ? ಇಲ್ಲ ಪಕ್ಕದವನಿಗೆ ಬಿತ್ತೋ? ಇಲ್ಲ ಅವರ ಹಿಂದಿನವನಿಗೆ ಬಿತ್ತೋ? ಇದು ಯಾರಿಗೂ ಖಾತರಿ ಇರಲಿಲ್ಲ ಆದರೆ ಆ ಚಪ್ಪಲಿ ಪ್ರಕರಣ ಆದ ಮರುದಿನ ನಾಡಿನ ಎಲ್ಲ ಪತ್ರಿಕೆಗಳಲ್ಲಿ 'ಸಿಎಂ ಗುಂಡೂರಾಯರ ಮೇಲೆ ಚಪ್ಪಲಿ ಎಸೆತ' ಅಂತ ವರದಿಗಳು ಪ್ರಕಟವಾಗುತ್ತವೆ. ಈ ಸುದ್ದಿಯನ್ನು ಓದಿದ್ದೇ ತಡ ಗುಂಡೂರಾಯರು ಸಿಟ್ಟಿನಿಂದ ಕುದಿಯತೊಡಗುತ್ತಾರೆ."

"ಅದಾದ ಮರುದಿನ ಮಂಗಳೂರಿನ ನೆಹರೂ ಮೈದಾನದಲ್ಲಿ ಸಾರ್ವಜನಿಕ ಸಮಾರಂಭವೊಂದು ಏರ್ಪಾಡಾಗುತ್ತದೆ. ಆ ಸುದ್ದಿ ಇವರ ಮೈಮನಸುಗಳನ್ನು ಆವರಿಸಿಕೊಂಡು ಮತ್ತಷ್ಟು ವ್ಯಗ್ರರಾಗಿರುತ್ತಾರೆ ಅದೇ ಲಹರಿಯಲ್ಲಿ ಮಾತಾಡುತ್ತ ಇಲ್ಲಿ ನೆರೆದಿರುವ ಎಲ್ಲಾ ಸಭಿಕರೇ ಗಮನವಿಟ್ಟು ಕೇಳಿ, ಮೊನ್ನೆ ಯಾರೋ ಒಬ್ಬ ವೇದಿಕೆ ಕಡೆಗೆ ಚಪ್ಪಲಿ ಎಸೆದಿದ್ದ ಅದು ನಂಗಂತೂ ಬಿದ್ದಿರಲಿಲ್ಲ ಆದರೆ ಆ ಅಪರಿಚಿತ ನನ್ನ ಮೇಲೇಯೇ ಚಪ್ಪಲಿ ಎಸೆದಿದ್ದಾನೆ ಅಂತ ಯಾವನೋ ಹೇಳಿದ್ದನ್ನ ಕೇಳಿಸಿಕೊಂಡು ಈ ರಾಜ್ಯದ ಎಲ್ಲಾ ಪತ್ರಕರ್ತರೂ ಪತ್ರಿಕೇಲಿ ಬರೆದಿದ್ದಾರೆ. ಅದನ್ನು ಇವರು ಯಾರಾದರೂ ಕಣ್ಣಾರೆ ನೋಡಿದ್ದಾರಾ? ಅದಕ್ಕೆ ಸಾಕ್ಷಿ ಏನಾದರೂ ಇದೆಯಾ? ಅಂತ ನೋಡಿದರೆ ಯಾವ ಸಾಕ್ಷಿಯೂ ಇಲ್ಲಾ. ಅವನು ಎಸೆದ ಅದು ಎಲ್ಲೋ ಹೋಗಿ ಬಿತ್ತು ಅಷ್ಟೆ. ಆದರೆ ಹಿಂದೆ ಮುಂದೆ ಯೋಚನೆ ಮಾಡದೆ ಈ ಪತ್ರಕರ್ತರೆಲ್ಲಾ ಸೇರ್ಕೊಂಡು ದುರಹಂಕಾರದಿಂದ ಹಾಗೆ ಬರೆದಿದ್ದಾರೆ. ಇವರಿಗೆ

ಕಣ್ಣೂ ಕಾಣ್ಸಲ್ಲ ಕಿವಿನೂ ಕೇಳ್ಸಲ್ಲ. ಅದಕ್ಕೆ ಈ ರಾಜ್ಯದ ಎಲ್ಲಾ ಪತ್ರಕರ್ತರನ್ನು ಪಕ್ಕದ ಅರಬ್ಬಿ ಸಮುದ್ರಕ್ಕೆ ಎಸೀಬೇಕು ಅಂತ ಹೇಳುತ್ತಾರೆ."

"ಆಮೇಲೆ ಏನಾಯ್ತು ಸರ್?" ಅಂತ ನಾನು ಕುತೂಹಲದಿಂದ ಕೇಳಿದೆ. ನೋಡಿ ಅವರು ಆವೇಶದಲ್ಲಿ ಹಾಗೆ ಹೇಳಿದ ನಂತರ ಅದು ಸುದ್ದಿಯಾಗಿ ಇಡೀ ಪತ್ರಿಕಾ ಮಾಧ್ಯಮದವರನ್ನು ಎದರು ಹಾಕಿಕೊಳ್ಳುವ ಗಂಡಾಂತರ ಒದಗಿ ಬರುತ್ತದೆ, ಅದರಿಂದ ತಮ್ಮ ಸರಕಾರದ ಬುಡಕ್ಕೇ ಬೆಂಕಿ ಬೀಳುತ್ತದೆ ಎಂಬ ಯೋಚನೆ ಅವರನ್ನು ಕಾಡುತ್ತದೆ. ಕೂಡಲೇ ಆ ಗಂಡಾಂತರದಿಂದ ಪಾರಾಗಲು ಜಿಲ್ಲೆಯ ಡಿಸಿ ಮತ್ತು ಎಸ್ ಪಿ ಅವರ ಮುಖಾಂತರ ಎಲ್ಲಾ ಪತ್ರಿಕೆಗಳ ವರದಿಗಾರರನ್ನು ಕರೆಸಿ ಅವರ ಹೇಳಿಕೆಯ ಕುರಿತು ವರದಿ ಮಾಡಕೂಡದೆಂದು ಏನೋ ಆವೇಶದಲ್ಲಿ ಹಾಗೆ ಹೇಳಿದ್ದಾರೆಂದೂ ಸಮಜಾಯಿಶಿ ನೀಡುತ್ತಾರೆ. ಆಗ ಆ ಪತ್ರಕರ್ತರೆಲ್ಲೂ ಸಹ ಮಾನವೀಯತೆಯ ಕಾರಣಕ್ಕೆ ಮತ್ತು ಸಿಎಂ ಅವರನ್ನ ಎದುರು ಹಾಕಿಕೊಳ್ಳಬಾರದು ಎನ್ನುವ ಕಾರಣಕ್ಕೆ ಒಪ್ಪುತ್ತಾರೆ.

ಆದರೆ ಆರ್ ಪಿ ಜಗದೀಶ್ ಅವರು ಅಂದು ಸಂಜೆ ರೂಮಿಗೆ ಹೋದವರೆ ಫೋನ್ ಕಾಲ್ ಮೂಲಕವೇ ಗುಂಡೂರಾಯರು ಆಡಿದ್ದ ಮಾತುಗಳ ವರದಿಯನ್ನು ಕಳಿಸಿರುತ್ತಾರೆ. ಡಿಸಿ ಮತ್ತು ಎಸ್‌ಪಿ ಅವರ ಮಾತುಗಳಿಗೂ ರಾಜಿಯಾಗದ ಅವರು ಒಂದು ವೇಳೆ ತಾವು ವರದಿ ಮಾಡದಿದ್ದರೆ ಅದು ಪತ್ರಿಕಾ ಧರ್ಮಕ್ಕೆ ಅವಮಾನ ಮಾಡಿದಂತೆ ಅಂತ ಉತ್ತರಿಸುತ್ತಾರೆ. ಈ ಸುದ್ದಿ ಗುಂಡೂರಾಯರಿಗೆ ತಲುಪುತ್ತದೆ. ಮರುದಿನ ನಾಡಿನ ಎಲ್ಲಾ ಪತ್ರಿಕಾ ಕಛೇರಿಗಳಿಗೂ ಅವರ ಪಕ್ಷದ ಕಾರ್ಯಕರ್ತರು ಬೀಗ ಜಡಿಯುತ್ತಾರೆ. ಯಾವ ಪತ್ರಿಕೆಯೂ ಹೊರ ಜಗತ್ತಿಗೆ ಬರುವುದಿಲ್ಲ ಒಂದು ರೀತಿಯಲ್ಲಿ ಅಘೋಷಿತ ರೌಡಿ ಆಡಳಿತ ಶುರು ಆಗಿರುತ್ತದೆ. ಆದರೂ ಆ ಸುದ್ದಿ ಪ್ರಜಾವಾಣಿಯಲ್ಲಿ ಮಾತ್ರ ಪ್ರಕಟವಾಗಿರುತ್ತದೆ.

ಇದು ಪತ್ರಿಕಾರಂಗದ ಇತಿಹಾಸದಲ್ಲಿ ದಾಖಲೆಯಾಗುತ್ತದೆ. ಅದರ ಮರುದಿನವೇ ಪತ್ರಿಕಾರಂಗದ ಮೇಲೆ ಸರಕಾರದ ದೌರ್ಜನ್ಯ, ಪತ್ರಿಕಾ ರಂಗದ ಕರಾಳ ದಿನ ಅಂತ ರಾಷ್ಟ್ರ ಮತ್ತು ಅಂತಾರಾಷ್ಟ್ರೀಯ ಮಟ್ಟದಲ್ಲಿ ಬಹು ದೊಡ್ಡ ಕ್ರಾಂತಿಯಾಗುತ್ತದೆ. ದೇಶದ ಎಲ್ಲಾ ಪತ್ರಿಕೆಗಳೂ ತಮ್ಮ ಸಂಪಾದಕೀಯ ಪುಟವನ್ನು ಖಾಲಿ ಬಿಟ್ಟು ಪ್ರತಿಭಟನೆ ದಾಖಲು ಮಾಡುತ್ತವೆ." ಎಂದು ತಮ್ಮ ಹಲವಾರು ಮರೆಯಲಾಗದ ಘಟನೆಗಳನ್ನು ಹಂಚಿಕೊಂಡರು.

ಲೀಲಾವತಿ

ಪತ್ರಿಕೆಯ ಅಂಗಳದಲ್ಲಿ ಅರ್ಧ ಶತಮಾನ

ಹಾಸನ ಜಿಲ್ಲೆಯ ಕನ್ನಡ ಪತ್ರಿಕೋದ್ಯಮದಲ್ಲಿ ಲೀಲಾವತಿ ಅವರು 'ಅಮ್ಮ' ಎಂದೇ ಹೆಸರುವಾಸಿ. ಜಿಲ್ಲೆಯ ಪತ್ರಿಕೋದ್ಯಮ ಇತಿಹಾಸದಲ್ಲಿ ಏಕಮೇವಾದ್ವಿತೀಯ ಮಹಿಳಾ ಪತ್ರಿಕೋದ್ಯಮಿ ಇವರು. ಕನ್ನಡ ಪತ್ರಿಕೋದ್ಯಮಕ್ಕಾಗಿಯೇ ತಮ್ಮ ಅರ್ಧ ಶತಮಾನವನ್ನು ಸವೆಸಿದ ಈ ಹಿರಿಯ ಜೀವ ಈ ಕ್ಷಣಕ್ಕೂ ಸುದ್ದಿಮನೆಯಲ್ಲಿ ದಣಿವರಿಯದಂತೆ ದುಡಿಯುತ್ತಿದೆ. 'ಜನಮಿತ್ರ' ಪತ್ರಿಕೆಯಿಂದ ಆರಂಭವಾದ ಇವರ ಪತ್ರಿಕಾ ಪಯಣ ಸುದೀರ್ಘ ಐವತ್ತು ವರ್ಷಗಳನ್ನು ಪೂರೈಸುತ್ತಾ ಈಗ ಇವರದ್ದೇ ಆದ 'ಹಾಸನ ವಾಣಿ'ವರೆಗೆ ಬಂದು ನಿಂತಿದೆ. ಈ ಅರ್ಧ ಶತಮಾನದ ಅವಧಿಯಲ್ಲಿ ಸತ್ಯ ಹಂಚುವ ಈ ಅಪಾಯಕಾರಿ ವೃತ್ತಿಯಲ್ಲಿ ಇವರು ಎದುರಿಸಿದ ಗಂಡಾತರಗಳು ಒಂದೆರಡಲ್ಲ. ಹೆಣ್ಣು ಮಗಳೊಬ್ಬಳು ಮನೆಯ ಹೊಸ್ತಿಲನ್ನು ದಾಟುವುದೇ ಅಪಚಾರ ಎಂಬಂಥ ಭೀಕರ ಸನ್ನಿವೇಶದಲ್ಲಿ ಪತ್ರಕರ್ತೆಯಾಗಿ ದುಡಿಯಲು ತೊಡಗಿದ ಇವರ ಬದುಕೇ ಒಂದು ಕ್ರಾಂತಿ ಗೀತೆ.

ನಮ್ಮದು ತೀರ ಸಂಪ್ರದಾಯಸ್ಥ ಕುಟುಂಬ. ನನ್ನ ತಂದೆಯವರು ಶಾನುಭೋಗರಾಗಿದ್ದವರು. ಅವರು ಕನ್ನಡ ಇಂಗ್ಲೀಷ್ ವಿದ್ವಾಂಸರಾಗಿದ್ದವರು.

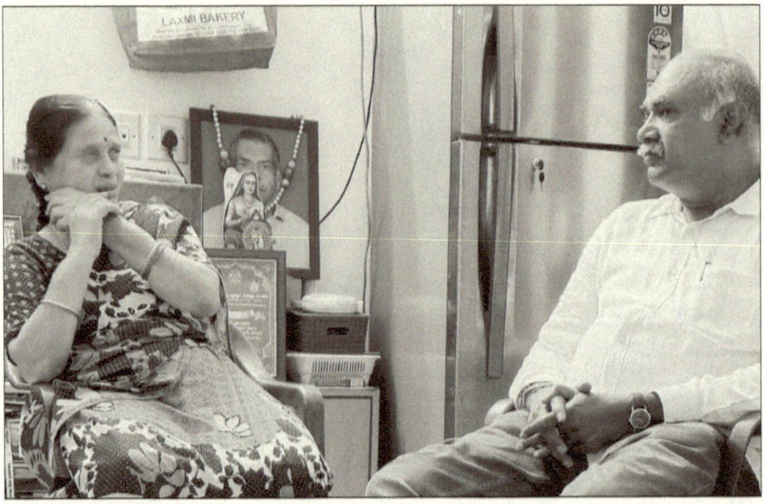

ನನ್ನ ತಂದೆಯವರನ್ನು ಊರವರು ಇಂಗ್ಲೀಷ್ ಶಾನುಭೋಗರು ಅಂತಾನೆ ಕರೀತಾ ಇದ್ದರು. ಆದರೆ ಸಮಯ ಬದಲಾದಂತೆ ನಾವು ಎಲ್ಲವನ್ನೂ ಕಳೆದುಕೊಳ್ಳಬೇಕಾಯಿತು! ಹಾಗೆ ಎಲ್ಲವನ್ನೂ ಕಳೆದುಕೊಂಡು ಎಳೆ ವಯಸ್ಸಿನಲ್ಲೇ ಮದುವೆಯಾಗಿ ಎರಡು ಮಕ್ಕಳು, ತಂಗಿ, ತಮ್ಮ ಮತ್ತು ನಾದಿನಿಯರು ಇದ್ದ ತುಂಬು ಸಂಸಾರದ ಜವಾಬ್ದಾರಿ ಹೊತ್ತುಕೊಂಡು ಅನ್ನ ಹುಡುಕುವ ಸಲುವಾಗಿ ಹಾಸನಕ್ಕೆ ಬಂದೆ. ಅಂತ ಅವರು ಹೇಳುತ್ತಿದ್ದಾಗ ನನ್ನ ಕಣ್ಣುಗಳು ಕಿರಿದಾದವು.

ಹೀಗೆ ಹಾಸನಕ್ಕೆ ಬಂದ ಲೀಲಾವತಿಯವರು 'ಜನಮಿತ್ರ' ಪತ್ರಿಕೆಯಯನ್ನು ಸೇರಿದರು.

ಕೇವಲ ಹತ್ತನೇ ತರಗತಿ ಓದಿಕೊಂಡಿದ್ದ ಲೀಲಾವತಿ ತಮ್ಮ ಕಠೋರ ಶ್ರಮದಿಂದಲೇ ನಾಡಿನ ಹೆಸರಾಂತ ಪತ್ರಕರ್ತೆಯಾಗಿ ಬೆಳೆದದ್ದು ರೋಚಕ ಇತಿಹಾಸ. ಅವರ ತಂದೆಯಿಂದ ಬಳುವಳಿಯಾಗಿ ಬಂದಿದ್ದ ಇಂಗ್ಲೀಷೇ ಇವರ ಕೈ ಹಿಡಿಯಿತು. ಜನಮಿತ್ರ ಪತ್ರಿಕೆಯಲ್ಲಿ ಸುಮಾರು 13 ವರ್ಷಗಳ ಸೇವೆ ಸಲ್ಲಿಸಿದ ನಂತರ ಖಾದ್ರಿ ಶಾಮಣ್ಣ ಅವರ ಗಮನ ಸೆಳೆದ ಇವರು ಕನ್ನಡಪ್ರಭ ದ ಕರಸ್ಪಾಂಡೆಂಟ್ ಆಗಿ ನೇಮಕ ಆಗುತ್ತಾರೆ. ಅವರ ಅಣತಿಯಂತೆ ಆಗ ಹಾಸನದಲ್ಲಿ ಜರುಗಿದ್ದ ಸಂಗೀತ ಸಮ್ಮೇಳನದ ಕುರಿತು ಇವರು ಬರೆದಿದ್ದ ವರದಿ ಅಪಾರ ಜನಮನ್ನಣೆಗಳಿಸಿತ್ತು. ಅದರ ಜೊತೆಗೆ ಇಂಡಿಯನ್ ಎಕ್ಸ್ ಪ್ರೆಸ್ ನಲ್ಲೂ ಇವರ ಬರಹಗಳು ಪ್ರಕಟವಾಗತೊಡಗಿದವು. ಲೀಲಾವತಿಯವರು ಅಧ್ಯಯನಶೀಲತೆ ಅವರನ್ನು ಬಹು ಎತ್ತರಕ್ಕೆ ಕೊಂಡೊಯ್ತು. ನಿರಂತರವಾಗಿ ಕನ್ನಡಪ್ರಭದಲ್ಲಿ ದುಡಿದ ಇವರು 2005ರಿಂದ ಸ್ವಂತ ಪತ್ರಿಕೆ ಆರಂಭಿಸುತ್ತಾರೆ.

ವೃತ್ತಿ ಜೀವನದ ಮರೆಯಲಾಗದ ಘಟನೆಗಳ ಬಗ್ಗೆ ನಗುತ್ತಲೇ ಹೇಳಿಕೊಂಡರು. ಆಗ ಹಾಸನದ ಪ್ರಭಾವಿ ರಾಜಕಾರಣಿಯೊಬ್ಬರ ಮಗ ಬಡ ದಲಿತ ರೈತನಾಗಿದ್ದ ರಂಗಪ್ಪ ಎಂಬುವರ ಮನೆಯನ್ನು ನೆಲಸಮ ಮಾಡಿ ಅವರ ಜಮೀನನ್ನು ಒತ್ತುವರಿ ಮಾಡಿಕೊಂಡಿದ್ದ. ಈ ವಿಷಯ ಗೊತ್ತಾದ ಕೂಡಲೇ ನಾನು ಆ ದಲಿತ ರೈತನ ಪರವಾಗಿ ವರದಿಯೊಂದನ್ನು ಬರೆದಿದ್ದೆ. ಆ ಸಂಗತಿ ಗೊತ್ತಾದ ಕೂಡಲೇ ಆ ರಾಜಕಾರಣಿಯ ಹಿಂಬಾಲಕರು ನನ್ನ ವಿರುದ್ಧ ರೌಡಿಗಳನ್ನು ಛೂ ಬಿಟ್ಟರು. ಸಾರ್ವಜನಿಕವಾಗಿ ನನಗೆ ಕೊಲೆ ಬೆದರಿಕೆ ಕೂಡ ಹಾಕಿದ್ದರು ಎಂದರೆ ಅವರ ದೌರ್ಜನ್ಯದ ಪರಮಾವಧಿ ಹೇಗಿತ್ತು ಅಂತ ಊಹಿಸಿಕೊಳ್ಳಿ. ಆದರೆ ನಾನು ಯಾರಿಗೂ ಹೆದರದೆ ನನ್ನ ಕೆಲಸ ಮುಂದುವರೆಸಿದ್ದೆ. ಅಂತ ಹೇಳಿ ನಿರುಮ್ಮಳರಾದರು.

ಹೀಗೆ ಇವರ ವೃತ್ತಿ ಬದುಕು ಸಂಕಟ ಮತ್ತು ಸಂಭ್ರಮಗಳಿಂದ ತುಂಬಿದೆ. 2005ರಲ್ಲಿ ತಮ್ಮದೇ ಹಾಸನ ವಾಣಿ ಪತ್ರಿಕೆ ಆರಂಭಿಸಿ ಇಂದಿಗೆ ಇಪ್ಪತ್ತು ವರ್ಷಗಳಾಗಿವೆ. ಈಗಲೂ ಇವರ ಸಂಪಾದಕತ್ವದ ಈ ಪತ್ರಿಕೆ ಸುದ್ದಿ ಕೊಡುವುದನ್ನು ನಿಲ್ಲಿಸಿಲ್ಲ. ಈ ನಡುವೆ 1996ರಿಂದ 2005ರವರೆಗೂ ಪತ್ರಿಕೆ ನಡೆಸಿದ ದಾಖಲೆಯೂ ಇವರದ್ದಾಗಿದೆ.

ಸತ್ಯನಾರಾಯಣ ನಾಡಿಗ್

ಜನರ ಬಳಿ ಸಾಗಲು...

ಅವಿಭಜಿತ ಶಿವಮೊಗ್ಗ ಜಿಲ್ಲೆಯ ಚನ್ನಗಿರಿ ತಾಲೂಕಿನ ಸಂತೆಬೆನ್ನೂರಿನಲ್ಲಿ ಜನಿಸಿದ ಸತ್ಯನಾರಾಯಣ ನಾಡಿಗ್ ಅವರು ತಮ್ಮ ವಿದ್ಯಾರ್ಥಿ ದಿನಗಳಿಂದಲೇ ಸಾರ್ವಜನಿಕ ಬದುಕಿನಲ್ಲಿ ಅಪಾರ ಆಸಕ್ತಿ ಇಟ್ಟುಕೊಂಡಿದ್ದರು. ಆ ಆಸಕ್ತಿಯ ಪರಿಣಾಮವೇ ಅವರು ಪತ್ರಿಕೋದ್ಯಮದಲ್ಲಿ ಭವಿಷ್ಯ ಕಂಡುಕೊಳ್ಳಲು ಕಾರಣವಾಯಿತು. "ನಾನು ಆಗ ತಾನೇ ಕಾಲೇಜು ವಿದ್ಯಾಭ್ಯಾಸವನ್ನು ಮುಗಿಸಿದ್ದೆ. ಆಗ ನಾನು ಏನಾದರೂ ಉದ್ಯೋಗ ಮಾಡಬೇಕು ಯಾರ ಮುಲಾಜಿಗೂ ಒಳಗಾಗದೇ ಸ್ವಂತವಾಗಿ ಬದುಕನ್ನು ಕಟ್ಟಿಕೊಳ್ಳಬೇಕು ಅಂತ ಕನಸು ಕಾಣುತ್ತಿದ್ದೆ. ಜನಸಾಮಾನ್ಯರು ತಮಗೆ ಆಗುತ್ತಿದ್ದ ಅನ್ಯಾಯವನ್ನು ನೆನೆದು ಒಳಗೊಳಗೆ ನೋಯುತ್ತಿದ್ದರು. ಅವರ ಪರಿಸ್ಥಿತಿ ಬಡವನ ಕೋಪ ದವಡೆಗೆ ಮೂಲ ಎಂಬಂತಿತ್ತು. ಅಂಥ ಹಲವಾರು ಜನಸಮಾನ್ಯರಿಗೆ ಹೇಗಾದರೂ ಸರಿ ಸಹಾಯ ಮಾಡಲೇಬೇಕೆಂದು ನಾನು ನಿರ್ಧರಿಸಿದೆ ಆಗ ನನಗೆ ಹೊಳೆದದ್ದೇ ಪತ್ರಕರ್ತ ಆಗಬೇಕೆಂಬ ಯೋಚನೆ. ನಾನು ಪತ್ರಕರ್ತ ಆದರೆ ಇಂಥ ಜನಸಾಮಾನ್ಯರ ಬದುಕಿಗೆ ಸ್ವಲ್ಪವಾದರೂ ಸಹಾಯ ಮಾಡಬಹುದು ಎಂಬ ಮಹತ್ತರ ಉದ್ದೇಶ ನನ್ನದಾಗಿತ್ತು. ನನ್ನ ಉದ್ದೇಶಕ್ಕೆ ಅನುಗುಣವಾಗಿ 'ಜನವಾಣಿ' ಪತ್ರಿಕೆಗೆ ಸೇರಿಕೊಂಡೆ.

ಜನವಾಣಿ ಪತ್ರಿಕೆಯಲ್ಲಿ ಹಲವಾರು ವರ್ಷಗಳ ಕಾಲ ದುಡಿದ ನಂತರ ಪಿ.ಬಿ. ಶ್ರೀನಿವಾಸನ್ ಅವರ ಸಂಪರ್ಕಕ್ಕೆ ಬರುವ ಇವರು ಅವರ ಸಂಪಾದಕತ್ವದ

'ತಾಯಿನಾಡು' ಪತ್ರಿಕೆಗೆ ಸೇರಿಕೊಳ್ಳುತ್ತಾರೆ. ಅಲ್ಲಿಂದ ಶುರುವಾದ ಇವರ ಪ್ರಯಾಣ ಮುಂದೆ ಸಂಯುಕ್ತ ಕರ್ನಾಟಕ, ಕನ್ನಡಪ್ರಭ, ಪ್ರಜಾವಾಣಿ, ನಗರವಾಣಿ, ನಾವಿಕ, ಡೆಕ್ಕನ್ ಹೆರಾಲ್ಡ್, ದಿ ಹಿಂದೂ, ಇಂಡಿಯನ್ ಎಕ್ಸ್‌ಪ್ರೆಸ್‌ನಂತ ನಾಡಿನ ಹಲವಾರು ಪತ್ರಿಕೆಗಳವರೆಗೆ ಯಶಸ್ವಿಯಾಗಿ ಮುನ್ನೆಡೆಯುತ್ತದೆ. ಅಷ್ಟೇ ಅಲ್ಲ ನಂತರ ಇವರು ಉದ್ಯೋಗ ನೋಟ ಮತ್ತು ಗ್ರಾಮೀಣ ವಾಣಿ ಎಂಬ ಸ್ವಂತ ಪತ್ರಿಕೆಗಳನ್ನೂ ನಡೆಸುತ್ತಾರೆ. ಸುಮಾರು ಐವತ್ತು ವರ್ಷಗಳ ಸುದೀರ್ಘ ಸೇವೆ ಮಾಡುತ್ತ ಸಮಾಜಕ್ಕಾಗಿಯೂ ಮಿಡಿದಿದ್ದಾರೆ.

ಆಗಿನ ಕಾಲದಲ್ಲಿ ಪತ್ರಕರ್ತರಿಗೆ ಈಗಿನಂತೆ ಯಾವುದೇ ಸೌಲಭ್ಯಗಳು ಇರಲಿಲ್ಲ. ಅವರಿಗೆ ಸಿಗುತ್ತಿದ್ದ ಸಂಬಳವೂ ಅಷ್ಟಕ್ಕಷ್ಟೇ. ಅಂಥ ಸಂದರ್ಭಲ್ಲಿ ಪತ್ರಕರ್ತರಿಗೆ ನೈತಿಕ ಸ್ಥೈರ್ಯ ತುಂಬಲೆಂದು ಸತ್ಯನಾರಾಯಣ ನಾಡಿಗ್ ಅವರು ಗೆಳೆಯರೊಂದಿಗೆ ಸಮಾಲೋಚಿಸಿ ಚನ್ನಗಿರಿ ತಾಲೂಕು ಪತ್ರಕರ್ತರ ಸಂಘವನ್ನು ಹುಟ್ಟುಹಾಕಿ ಅದರ ಅಧ್ಯಕ್ಷರೂ ಆಗುತ್ತಾರೆ. ಇವರ ಈ ದಿಟ್ಟ ನಿರ್ಧಾರದಿಂದ ಪತ್ರಕರ್ತರು ನಿರುಮ್ಮಳವಾಗಿ ದುಡಿಯಲು ದೊಡ್ಡ ಪ್ರೇರಣೆ ಸಿಕ್ಕಿತ್ತು.

ಸರ್, ಇಂದಿನ ತಲೆಮಾರಿನ ಯುವ ಪತ್ರಕರ್ತರಿಗೆ ಯಾವ ಸಂದೇಶ ಕೊಡುತ್ತೀರಿ. ಅಂತ ನಾನು ಕೇಳಿದಾಗ ಅವರು ಸ್ವಲ್ಪ ಗಂಭೀರವಾದರು.ನಮ್ಮ ತಲೆಮಾರಿನ ಪತ್ರಕರ್ತರ ಪಾಲಿಗೆ ಪತ್ರಕರ್ತ ಕೆಲಸ ಎಂದರೆ ಕೇವಲ ಉದ್ಯೋಗವಲ್ಲ ಅದೊಂದು ಸಮಾಜಸೇವೆ ಎಂಬ ಭಾವನೆ ಇತ್ತು ಆದರೆ ಅದು ಈಗ ಬದಲಾಗಿ ತಮ್ಮ ಮನೆಯನ್ನು ಮಾತ್ರ ಉದ್ಧಾರ ಮಾಡಿಕೊಳ್ಳುವ ಕೆಲಸವಾಗಿ ಬದಲಾಗಿದೆ ಅಂತ ಹೇಳಿ ಬೇಸರಗೊಂಡರು. ಪತ್ರಕರ್ತರು ನಿರಂತರ ಅಧ್ಯಯನಶೀಲರಾಗಬೇಕು ಮತ್ತು ಸರಕಾರಗಳ ಕಿವಿ ಹಿಂಡುವ ಕೆಲಸವನ್ನು ಯುವ ಪತ್ರಕರ್ತರು ಮಾಡಬೇಕು. ಅಂತ ನಾಡಿಗ್ ಅವರು ನಿಷ್ಠುರವಾಗಿ ಹೇಳಿದರು.

ಎಸ್ ರಂಗನಾಥ್

ಮೊದಲ ಪತ್ರಿಕೆಯ ಹಲವು ನೆನಪು

ಮೈಸೂರಿನ ಸರಗೂರು ಎಂಬ ಹಳ್ಳಿಯ ಎಸ್ ಎಸ್ ಅಯ್ಯಂಗಾರ್ ಎಂಬ ವ್ಯಕ್ತಿಯೊಬ್ಬರು ಹಾಸನಕ್ಕೆ ಹೊಸ ಜೀವನವನ್ನು ಹುಡುಕಿಕೊಂಡು ಬರುತ್ತಾರೆ ಹಾಗೆ ಬಂದವರು ಹಾಸನಕ್ಕೆ ಏನಾದರೂ ಮಹತ್ವದ ಕೊಡುಗೆ ಕೊಡಬೇಕೆಂದು ಬಯಸುತ್ತಾರೆ. ಅವರು ಹಾಗೆ ಯೋಚನೆ ಮಾಡುತ್ತಿದ್ದಾಗ ಅವರಿಗೆ ಹೊಳೆಯುವುದೇ ಪತ್ರಿಕೆಯೊಂದನ್ನು ಯಾಕೆ ಮಾಡಬಾರದು? ಎಂಬ ಯೋಚನೆ.

ಪತ್ರಿಕೋದ್ಯಮದ ಯಾವ ಗಂಭೀರ ಹಿನ್ನೆಲೆಯೂ ಇಲ್ಲದ ಅಯ್ಯಂಗಾರರು ಹಾಸನಕ್ಕೆ ಪತ್ರಿಕೆಯೊಂದರ ಅಗತ್ಯ ಇದೆ ಎಂದು ಯೋಚಿಸಿ ಸುಮಾರು ದಿನಗಳವರೆಗೆ ಅಧ್ಯಯನ ಮತ್ತು ಸಂಶೋಧನೆ ನಡೆಸಿದ ಇವರು ಕೊನೆಗೂ 60ರ ದಶಕದಲ್ಲಿ ಹಾಸನದ ಮೊಟ್ಟ ಮೊದಲ ಪತ್ರಿಕೆಯಾದ 'ಪ್ರತಿನಿಧಿ' ಪತ್ರಿಕೆಯನ್ನು ಆರಂಭಿಸುತ್ತಾರೆ. ಆ ಪತ್ರಿಕೆ ಹಾಸನದ ಸಾಮಾಜಿಕ ಹಾಗೂ ಸಾಂಸ್ಕೃತಿಕ ರಂಗದಲ್ಲಿ ಮಹತ್ವದ ಬದಲಾವಣೆಗಳಿಗೆ ನಾಂದಿ ಹಾಡುತ್ತದೆ ಎಂದು ಯಾರೂ ಊಹಿಸಿರಲಿಲ್ಲ.

ಎಸ್ ಎಸ್ ಅಯ್ಯಂಗಾರರು ಈಗಿಲ್ಲವಾದರೂ ಅವರ ಮಗನಾದ ಎಸ್ ರಂಗನಾಥ್ ಅವರು ಪ್ರತಿನಿಧಿಯನ್ನು ನಿರ್ವಹಿಸುವ ಜವಾಬ್ದಾರಿಯನ್ನು ವಹಿಸಿಕೊಂಡಿದ್ದಾರೆ ಅವರಿಗೆ ಅವರ ಸಹೋದರ ಪ್ರಕಾಶ್ ಅವರು ಬೆನ್ನೆಲುಬಾಗಿ ಅದನ್ನು ಮುಂದುವರೆಸಿಕೊಂಡು ಹೋಗಲು ನೆರವಾಗಿದ್ದಾರೆ. ರಂಗನಾಥ್ ಅವರನ್ನು

ಮತಾನಾಡಿಸುವಾಗ ಅವರು ಪತ್ರಿಕೆಯ ಹುಟ್ಟಿನ ಕುರಿತು ಹೇಳಿದ ಕಥೆ ಕೇಳಿ ಅಯ್ಯಂಗಾರರ ಬಗ್ಗೆ ನನಗೆ ತೀವ್ರವಾದ ಅಭಿಮಾನ ಮೂಡಿತು. "ನಿಮ್ಮ ತಂದೆಯವರು ನಿಮಗೆ ಹೇಗೆ ಕೆಲಸ ಕಲಿಸಿದರು ಮತ್ತು ನೀವು ಹೇಗೆ ಪತ್ರಕರ್ತರಾಗಿ ರೂಪುಗೊಂಡಿರಿ?" ಅಂತ ನಾನು ಅವರನ್ನು ಕೇಳಿದಾಗ ಅವರು ಹೀಗೆ ಹೇಳಿದರು. "ನಮ್ಮದು ಹಾಸನ ಜಿಲ್ಲೆಯ ಮೊದಲ ಪತ್ರಿಕೆಯಾದ್ದರಿಂದ ಅದನ್ನು ನಿರ್ವಹಿಸುವುದು ಬಹು ದೊಡ್ಡ ಸವಾಲಾಗಿತ್ತು. ಪ್ರತಿ ದಿನವೂ ನಾವು ಹೊಸ ಲೀಡ್ ಹುಡುಕಬೇಕಾಗುತ್ತಿತ್ತು ಅನುಭವದ ಕೊರತೆ ಇದ್ದುದ್ದರಿಂದ ನಾನಾ ವಿಧದ ಪರಪಾಟಲು ಪಟ್ಟು ನಮ್ಮ ತಂದೆಯವರು ಕೆಲಸ ಮಾಡುತ್ತಿದ್ದರು, ಅವರ ಶ್ರದ್ಧೆ ಮತ್ತು ಕಠಿಣ ಪರಿಶ್ರಮದ ಕಾರಣದಿಂದ ನಮ್ಮ ಪತ್ರಿಕೆ ತುಂಬಾ ಚೆನ್ನಾಗಿಯೇ ಬರುತ್ತಿತ್ತು. 'ಪ್ರತಿನಿಧಿ' ಎಂಬ ಹೆಸರೂ ಕೂಡ ಹಾಸನದ ಜನರನ್ನು ಭಾವನಾತ್ಮಕವಾಗಿ ಸೆಳೆದಿತ್ತು."

ನಾನು ನಿತ್ಯವೂ ಕಾಲೇಜಿಗೆ ಹೋಗುವಾಗ ಪತ್ರಿಕಾ ಕಛೇರಿಗೆ ಭೇಟಿ ಕೊಟ್ಟೇ ಹೋಗುತ್ತಿದ್ದೆ ಆಗ ಹೋದಾಗಲೆಲ್ಲ ಪ್ರತಿದಿನವೂ ತಂದೆಯವರು ನನಗೆ ಮತ್ತು ನನ್ನ ಸಹೋದರನಾದ ಪ್ರಕಾಶನಿಗೆ ಹೊಸ ಹೊಸ ಕೆಲಸಗಳನ್ನು ಕಲಿಸಿಕೊಡುತ್ತಿದ್ದರು. ಆಗ ಪ್ರಿಂಟರ್ ಇರಲಿಲ್ಲವಲ್ಲ. ಅಚ್ಚುಮೊಳೆಗಳ ಸಹಾಯದಿಂದಲೇ ಎಲ್ಲವೂ ನಡೆಯುತ್ತಿತ್ತು. ನಾನು ಮತ್ತು ಸಹೋದರ ಇಬ್ಬರೂ ಸೇರಿ ಮೊಳೆಗಳನ್ನು ಜೋಡಿಸುವುದು, ಸುದ್ದಿಯ ಕರಡನ್ನು ತಿದ್ದುವುದು, ಅದರ ಮಾರಾಟ ನೋಡಿಕೊಳ್ಳುವುದು ಸೇರಿದಂತೆ ಸುದ್ದಿಮನೆಯ ಎಲ್ಲ ಕೆಲಸಗಳನ್ನೂ ಕ್ರಮೇಣವಾಗಿ

ಕರಗತ ಮಾಡಿಕೊಂಡೆವು. ಅಂತ ರಂಗನಾಥ್ ಅವರು ತಾವು ಪತ್ರಕರ್ತರಾಗಿ ರೂಪುಗೊಂಡ ಬಗೆಯನ್ನು ತುಂಬ ಖುಶಿಯಿಂದಲೇ ಹೇಳಿಕೊಂಡರು.

ಪ್ರತಿನಿಧಿಯಲ್ಲಿ ಕೆಲಸ ಮಾಡಿದ ಅನೇಕ ಯುವ ಪತ್ರಕರ್ತರು ಮುಂದೆ ರಾಜ್ಯದ ಪತ್ರಿಕೋದ್ಯಮದಲ್ಲಿ ದೊಡ್ಡ ಹೆಸರು ಮಾಡಿದರು ಹಾಗೂ ಅನೇಕರು ತಮ್ಮದೇ ಆದ ಸ್ವಂತ ಪತ್ರಿಕೆಗಳನ್ನೂ ತಂದರು ಎಂಬುದು ಮತ್ತೂ ಮಹತ್ವದ್ದು. ಸುದ್ದಿಮನೆಯ ಎಲ್ಲಾ ಹಂತದ ಹುದ್ದೆಗಳ ಕೆಲಸವನ್ನು ರಂಗನಾಥ್ ಒಬ್ಬರೇ ಅತ್ಯಂತ ಸಮರ್ಥವಾಗಿ ಮಾಡುತ್ತಿದ್ದರು ಎಂದರೆ ನೀವು ನಂಬಲೇಬೇಕು. ಅಯ್ಯಂಗಾರ್ ಎಂದರೆ ಕೇವಲ ಬೇಕರಿಗಳಿಗೆ ಹೆಸರಾದ ಹೆಸರು ಎಂದು ನಮಗೆಲ್ಲರಿಗೂ ಗೊತ್ತಿದೆ ಆದರೆ ರಂಗನಾಥ್ ಅಯ್ಯಂಗಾರರ ಮನೆತನ ಹಾಸನದ ಪತ್ರಿಕೋದ್ಯಮಕ್ಕೆ ಮಹತ್ವದ ಕೊಡುಗೆ ನೀಡುವುದರ ಮೂಲಕ ಸುದ್ದಿಮನೆಗೂ ಹೆಸರಾದ್ದದ್ದು ವಿಶೇಷ.

ತೋ ಚ ಅನಂತಸುಬ್ಬರಾವ್

ಪತ್ರಿಕೆ ಹಂಚಿದ ಹುಡುಗ ಪತ್ರಿಕೆಯನ್ನೇ ಆರಂಭಿಸಿದ

ಸಂಯುಕ್ತ ಕರ್ನಾಟಕ ಪತ್ರಿಕೆಯನ್ನು ಹಂಚುವ ಕೆಲಸ ಮಾಡುತ್ತಿದ್ದ ಹುಡುಗನೊಬ್ಬ ಹಾಗೆ ಹಂಚುವಾಗಲೆಲ್ಲ ಅಕ್ಷರಗಳೊಂದಿಗೆ ಒಬ್ಬನೇ ಮಾತಾಡುತ್ತಿದ್ದ. ಮುಂದೆ ದುರಾದೃಷ್ಟವಶಾತ್ ಆ ಹುಡುಗ ತನ್ನ ತಂದೆಯನ್ನು ಕಾಲೇಜು ಓದುವ ಸಮಯದಲ್ಲಿ ಕಳೆದುಕೊಳ್ಳುತ್ತಾನೆ. ಆಗ ಮತ್ತೆ ಆತ ಪತ್ರಿಕೆ ಹಂಚುವ ಕೆಲಸ ಮಾಡಬೇಕಾಗುತ್ತದೆ ಹಾಗೆ ಆತ ಪ್ರಜಾವಾಣಿ ಪತ್ರಿಕೆಯನ್ನು ಹಂಚುವ ಕೆಲಸ ಮಾಡುತ್ತಲೇ ತನ್ನ ವಿದ್ಯಾಭ್ಯಾಸ ಮುಂದುವರೆಸುತ್ತಾನೆ. ಈ ನಡುವೆ “ಚಂದ್ರು ಮಿಲ್ಕ್ ಬಾರ್ ಕ್ಯಾಂಟೀನ್” ಅಂತ ಆರಂಭ ಮಾಡಿ ಅಲ್ಲಿಯೂ ಸಹ ಕೂಲಿ ಕಾರ್ಮಿಕರಿಗೆ ಕಡಿಮೆ ಹಣದಲ್ಲಿ ಹಸಿವು ನೀಗಿಸುವ ಕೆಲಸ ಮಾಡುತ್ತಾನೆ. ಇಷ್ಟೆಲ್ಲಾ ಕಷ್ಟಗಳ ಮಧ್ಯೆಯೂ ಆತನೊಳಗಿನ ಅಕ್ಷರಗಳ ಹಸಿವು ಹಾಗೇ ಇರುತ್ತದೆ. ಹಾಸನದಲ್ಲಿ ವಿದ್ಯಾಭ್ಯಾಸ ಮುಗಿಸಿ ಬಂದ ನಂತರ ಈ ಹುಡುಗನಿಗಾಗಿಯೇ ಆರಂಭ ಮಾಡಿದರೋ ಏನೋ ಎಂಬಂತೆ ಹಿರೇಗುಪ್ಪೆ ಗಣೇಶರಾವ್ ಅವರು “ಭವ್ಯ ಭಾರತ” ಎಂಬ ಪಾಕ್ಷಿಕ ಪತ್ರಿಕೆ ಆರಂಭವಾಗುತ್ತದೆ ಆ ಪತ್ರಿಕೆಗೆ ವರದಿಗಾರನಾಗಿ ಸೇರಿಕೊಳ್ಳುವ ಆ ಹುಡುಗ ತನ್ನ ಬಾಲ್ಯದ ಕನಸನ್ನು ನನಸು ಮಾಡಿಕೊಳ್ಳುತ್ತಾನೆ. ಆ ಹುಡುಗನೇ ಈಗಿನ ಹಿರಿಯ ಪತ್ರಕರ್ತರು ಹಾಗೂ ಸಂಘಟನಾ ಚತುರರೂ ಆದ ತೋ.ಚ. ಅನಂತಸುಬ್ಬರಾಯರು.

"ಭವ್ಯ ಭಾರತ ಪತ್ರಿಕೆಯ ನಂತರದ ನಿಮ್ಮ ಮುಂದಿನ ಪತ್ರಿಕಾ ಪಯಣದ ಕುರಿತು ಏನೂ ಹೇಳುತ್ತೀರಿ ಸರ್?" ಅಂತ ನಾನು ಅಭಿಮಾನದಿಂದಲೇ ಅವರನ್ನು ಕೇಳಿದೆ. ತಮ್ಮ ವೃತ್ತಿ ಜೀವನದ ಆರಂಭಿಕ ದಿನಗಳನ್ನು ನೆನೆಯುತ್ತ ಅವರು ಮಾತನಾಡಲಾರಂಭಿಸಿದರು. "ಅಲ್ಲಿ ಕೆಲಸ ಮಾಡುತ್ತಲೇ ನಾನು ಆಗಿನ ಹಾಸನದ ಪತ್ರಿಕೆಗಳಾದ ಜನಮಿತ್ರ, ಜನತಾ ಮಾಧ್ಯಮ ಮತ್ತು ಪ್ರತಿನಿಧಿ ಪತ್ರಿಕೆಗಳ ಓದುಗರ ವಿಭಾಗಕ್ಕೆ ನಿರಂತರವಾಗಿ ಪತ್ರಗಳನ್ನು ಬರೆಯುತ್ತಿದ್ದೆ ಆ ಪತ್ರಗಳ ಮೂಲಕ ಸ್ಥಳೀಯ ಸಮಸ್ಯೆಗಳ ಕುರಿತು ದನಿ ಎತ್ತುವ ಕೆಲಸ ಮಾಡುತ್ತಿದ್ದೆ. ಆದರೆ ಕಾಲ ಹೇಗೆ ಬದಲಾಗುತ್ತೆ ನೋಡಿ ಶಿವಾನಂದ್ ಮುಂದೆ ನಾನು ಅದೇ ಪ್ರತಿನಿಧಿ ಪತ್ರಿಕೆಗೆ ಎಸ್ ಎಸ್ ಅಯ್ಯಂಗಾರ್ ಅವರ ಮಾರ್ಗದರ್ಶನದಲ್ಲಿ ವರದಿಗಾರನಾಗಿ ನೇಮಕಗೊಂಡೆ. ಅಲ್ಲಿ ಸುಮಾರು ನಾಲ್ಕು ವರ್ಷಗಳ ಕಾಲ ಕೆಲಸ ಮಾಡಿದೆ. ಅದರ ಜೊತೆ ಜೊತೆಗೆ ಕನ್ನಡಪ್ರಭ, ಇಂಡಿಯನ್ ಎಕ್ಸ್‌ಪ್ರೆಸ್ ಮತ್ತು ಮುಂಜಾನೆ ಪತ್ರಿಕೆಗಳಿಗೂ ವರದಿಗಳನ್ನು ಬರೆಯುತ್ತಿದ್ದೆ." ಅಂತ ಹೆಮ್ಮೆಯಿಂದಲೇ ಹೇಳಿದರು.

ಹಾಸನದಿಂದ ಮರಳುವ ಇವರು "ಚತುರ್ಮುಖ" ಎನ್ನುವ ದಿನಪತ್ರಿಕೆಗೆ ಸಹ ಸಂಪಾದಕರಾಗಿ ನೇಮಕವಾಗುತ್ತಾರೆ ಅದನ್ನು ಶುರು ಮಾಡಿದ್ದು ಅದೇ ಹಿರೇಗಪ್ಪೆ ಗಣೇಶರಾವ್ ಅವರು. ಅಲ್ಲಿಯೂ ಸಹ ಪರಿಣಾಮಕಾರಿಯಾಗಿ ಕೆಲಸ ಮಾಡುವ ಇವರು ತಮ್ಮದೇ ಸ್ವಂತ ಪತ್ರಿಕೆ ಆರಂಭಿಸುವ ಯೋಚನೆ ಮಾಡಿ 1985ರಲ್ಲಿ "ಮಾರ್ಗಪ್ರಭ" ಎಂಬ ವಾರಪತ್ರಿಕೆಯನ್ನು ಆರಂಭಿಸಿ ತಾವೇ ಪ್ರಧಾನ ಸಂಪಾದಕರಾಗಿಯೂ ಸೇವೆ ಸಲ್ಲಿಸುತ್ತಾರೆ. 1988ರಲ್ಲಿ ಮಾರ್ಗಪ್ರಭ ವಾರಪತ್ರಿಕೆಯು ದಿನಪತ್ರಿಕೆಯಾಗಿ ಬದಲಾಗುತ್ತದೆ. ತಮ್ಮ ಪತ್ರಿಕೆಯ ಮೂಲಕ ಬೇಲೂರು ತಾಲೂಕು ಮತ್ತು ಹಾಸನ ಜಿಲ್ಲೆಯ ಜ್ವಲಂತ ಸಮಸ್ಯೆಗಳಿಗೆ ಕನ್ನಡಿ ಹಿಡಿಯುವ ಕೆಲಸವನ್ನು ಇವರು ದಶಕಗಳಿಂದಲೂ ಮಾಡುತ್ತ ಬಂದಿದ್ದಾರೆ. ಒಮ್ಮೆ ಹಳೇಬೀಡಿನ ನರಸೀಪುರ ಎಂಬ ಗ್ರಾಮದಲ್ಲಿ ಬಹು ದೊಡ್ಡ ಪ್ರತಿಭಟನೆ ನಡೆಯುತ್ತದೆ. ಆ ಪ್ರತಿಭಟನೆಯನ್ನು ಹೇಗಾದರೂ ಮಾಡಿ ನಿಲ್ಲಿಸಬೇಕೆಂದು ಆಡಳಿತಯಂತ್ರ ನಿರ್ಧರಿಸಿ ಪೋಲೀಸರಿಗೆ ಸೂಚಿಸುತ್ತದೆ. ಆಗ ಪೊಲೀಸರು ನಿರ್ದಯವಾಗಿ ಅಲ್ಲಿನ ಜನರ ಮೇಲೆ ದಾಳಿ ಮಾಡುತ್ತಾರೆ. ಅದರ ಭೀಕರತೆ ಹೇಗಿತ್ತೆಂದರೆ ಅಲ್ಲಿನ ಮಹಿಳೆಯರ ಎದೆ ಮೇಲೆ ಪೋಲೀಸರ ಬೂಟುಗಾಲಿನ ಗುರುತುಗಳಿದ್ದವು. ಈ ಅಮಾನುಷ ಹಲ್ಲೆಯ ಕುರಿತು ತೋ.ಚ. ಅನಂತಸುಬ್ಬರಾಯರು ಬರೆದ ವರದಿ ರಾಜ್ಯದಲ್ಲಿ ತೀವ್ರ ಸಂಚಲನ ಉಂಟು ಮಾಡಿತ್ತು ಮತ್ತು ಅವರು ಪೋಲೀಸರ ಕೆಂಗಣ್ಣಿಗೆ ಗುರಿ ಆಗಬೇಕಾಯಿತು.

ತಮ್ಮ ವೃತ್ತಿ ಬದುಕಿನಲ್ಲಿ ಯಾವತ್ತೂ ಶೋಷಿತರ ಪರವಾಗಿಯೇ ಬದ್ಧತೆಯಿಂದ ಇವರು ಕೆಲಸ ಮಾಡುತ್ತಲೇ ಬಂದಿದ್ದಾರೆ. ಇವರ ಪತ್ರಿಕೆಯ ಮೂಲಕ ಹಲವಾರು ಯುವಕರು ಕೆಲಸ ಕಲಿತು ಈಗಿ ನಾಡಿನ ತುಂಬಾ ಹೆಸರಾಗಿದ್ದಾರೆ. ಇದರ ಜೊತೆಗೆ ಕಾರ್ಯನಿರತ ಪತ್ರಕರ್ತರ ಸಂಘಟನೆಯಲ್ಲೂ ಇವರದ್ದು ಬಹು ದೊಡ್ಡ ಸಾಧನೆ.

ಗುಲ್ಬರ್ಗ, ಕೊಪ್ಪಳ, ಬಾಗಲಕೋಟೆಯಲ್ಲಿ ಜರುಗಿದ ರಾಜ್ಯ ಸಮ್ಮೇಳನಗಳಲ್ಲಿ ಇವರು ತಮ್ಮ ಗೆಳೆಯರಾದ ಮುರುಗೇಶ್ ಮತ್ತು ಗೋಪಾಲ್ ರಾವ್ ಅವರೊಂದಿಗೆ ಸ್ವಂತ ಖರ್ಚಿನಲ್ಲಿ ವಸತಿ ವ್ಯವಸ್ಥೆ ಮಾಡುತ್ತಾರೆ. ಹಾಸನದಲ್ಲಿ ಯಶಸ್ವಿಯಾಗಿ ರಾಜ್ಯ ಸಮ್ಮೇಳನ ಮಾಡುತ್ತಾರೆ. ಈಗಲೂ ಕೂಡ ಸಂಘಟನೆಯಲ್ಲಿ ಸಕ್ರಿಯವಾಗಿ ತೊಡಗಿಸಿಕೊಂಡಿರುವ ಇವರ ಕೆಲಸ ಮಾಡುವ ಹುಮ್ಮಸ್ಸು ಹೆಚ್ಚುತ್ತಲೇ ಇದೆ.

ಶಿವಾನಂದ ತಗಡೂರು
ಹೇಳಿದ
ಕೋವಿಡ್ ಕಥೆಗಳು
ಇದು ಕಥೆಯಲ್ಲ, ಕಟು ವಾಸ್ತವ..
ಇದು ಇನ್ನಷ್ಟು ಮಾಹಿತಿಗಳನ್ನು ಒಳಗೊಂಡ ಪರಿಷ್ಕೃತ ಆವೃತ್ತಿ
Bahuroopi
ಬಹುರೂಪಿ

ನೋವಿನ ನೆನಪುಗಳು ಬಿಡುಗಡೆಯಾಯಿತು..

'ಕೋವಿಡ್ ಕಥೆಗಳು' ಕೃತಿಯನ್ನು ಬೆಂಗಳೂರಿನಲ್ಲಿ ಗಾಂಧಿ ಭವನದ ಸಭಾಂಗಣದಲ್ಲಿ ಫೆಬ್ರವರಿ 4, 2022 ರಂದು ಮಾಜಿ ಮುಖ್ಯಮಂತ್ರಿಗಳಾದ ಬಿ ಎಸ್ ಯಡಿಯೂರಪ್ಪ ಅವರು ಬಿಡುಗಡೆ ಮಾಡಿದರು.

ಖ್ಯಾತ ವೈದ್ಯ, ಜಯದೇವ ಆಸ್ಪತ್ರೆಯ ನಿರ್ದೇಶಕರಾದ ಡಾ ಸಿ ಎನ್ ಮಂಜುನಾಥ್, ವಿಜಯವಾಣಿ ಸಂಪಾದಕರಾದ ಕೆ ಎನ್ ಚನ್ನೇಗೌಡ ಅವರು ಪ್ರಾಸ್ತಾವಿಕ ಮಾತುಗಳನ್ನಾಡಿದರು. ಕನ್ನಡ ಪ್ರಭ ಹಾಗೂ ಸುವರ್ಣ ಟಿವಿ ಸಮೂಹ ಸಂಪಾದಕರಾದ ರವಿ ಹೆಗಡೆ, ವಿಶ್ವವಾಣಿ ಸಂಪಾದಕರಾದ ವಿಶ್ವೇಶ್ವರ ಭಟ್, ಮಾಧ್ಯಮ ಅಕಾಡೆಮಿಯ ಅಧ್ಯಕ್ಷ ಸದಾಶಿವ ಶೆಣೈ, ನಟಿ ಚಲನಚಿತ್ರ ಅಕಾಡೆಮಿ ಸದಸ್ಯೆ ಸೋನು ಗೌಡ ಅವರು ಮುಖ್ಯ ಅತಿಥಿಗಳಾಗಿದ್ದರು.

ಕರ್ನಾಟಕ ಗಾಂಧಿ ಸ್ಮಾರಕ ನಿಧಿ ಅಧ್ಯಕ್ಷರಾದ ವೂಡೇ ಪಿ ಕೃಷ್ಣ, ವಾರ್ತಾ ಇಲಾಖೆಯ ಜಂಟಿ ನಿರ್ದೇಶಕರಾದ ಎಚ್ ಬಿ ದಿನೇಶ್ 'ಬಹುರೂಪಿ'ಯ ಜಿ ಎನ್ ಮೋಹನ್, ಶ್ರೀಜಾ ವಿ ಎನ್ ಹಾಗೂ ಧೀರಜ್ ಎಂ ಎಚ್ ಅವರು ಅವರು ಉಪಸ್ಥಿತರಿದ್ದರು.

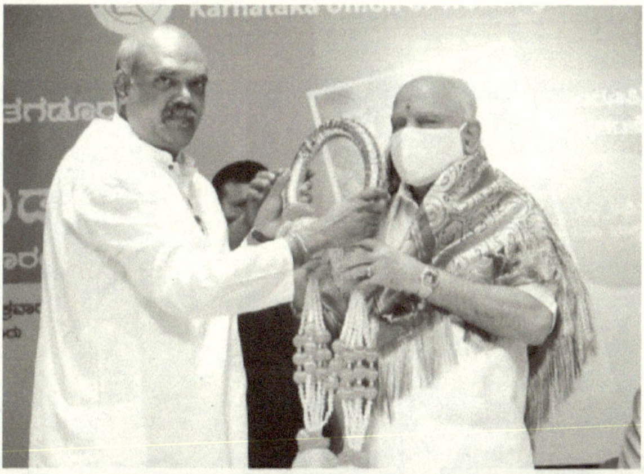

ಕೋವಿಡ್ ಕಥೆಗಳು
ಗಾಂಧಿ ಭವನ
GANDHI BHAVANA

ಗಾಂಧಿ ಭವನ
GANDHI BHAVANA

ಪ್ರಜಾವಾಣಿ

‘ನೊಂದವರಿಗೆ ನೆರವಾದ ನೆಮ್ಮದಿ ಇದೆ’

ಪ್ರಜಾವಾಣಿ ವಾರ್ತೆ

ಬೆಂಗಳೂರು: ‘ಕೋವಿಡ್ ಸಮಯದಲ್ಲಿ ಪತ್ರಕರ್ತರ ಸಂಕಷ್ಟಗಳಿಗೆ ಸ್ಪಂದಿಸಿದ್ದೇನೆ. ಮೃತರ ಹಲವು ಕುಟುಂಬಗಳಿಗೆ ನೆರವಾದ ನೆಮ್ಮದಿ ಇದೆ’ ಎಂದು ಶಾಸಕ ಬಿ.ಎಸ್. ಯಡಿಯೂರಪ್ಪ ಅವರು ತಿಳಿಸಿದರು.

ಕರ್ನಾಟಕ ಕಾರ್ಯನಿರತ ಪತ್ರಕರ್ತರ ಸಂಘ ನಗರದಲ್ಲಿ ಶುಕ್ರವಾರ ಹಮ್ಮಿಕೊಂಡಿದ್ದ ಶಿವಾನಂದ ತಗಡೂರು ಹೇಳಿದ ಕೋವಿಡ್ ಕಥೆಗಳು ಪುಸ್ತಕ ಬಿಡುಗಡೆ ಕಾರ್ಯಕ್ರಮದಲ್ಲಿ ಮಾತನಾಡಿದರು.

ಜಯದೇವ ಹೃದ್ರೋಗ ಸಂಸ್ಥೆಯ ನಿರ್ದೇಶಕ ಡಾ.ಸಿ.ಎನ್.ಮಂಜುನಾಥ್, ‘ವಿಜಯವಾಣಿ’ ಪತ್ರಿಕೆ ಸಂಪಾದಕ ಕೆ.ಎನ್.ಚನ್ನೇಗೌಡ, ಗಾಂಧಿ ಸ್ಮಾರಕ ನಿಧಿ ಅಧ್ಯಕ್ಷ ವೂಡೇ ಪಿ.ಕೃಷ್ಣ, ವಾರ್ತಾ ಇಲಾಖೆಯ ನಿವೃತ್ತ ಜಂಟಿ ನಿರ್ದೇಶಕ ಎಚ್.ಬಿ.ದಿನೇಶ್, ಬಹುರೂಪಿ ಪ್ರಕಾಶನದ ಜಿ.ಎನ್.ಮೋಹನ್ ಇದ್ದರು.

ಬಿ.ಎಸ್.ಯಡಿಯೂರಪ್ಪ ಅವರು ಪುಸ್ತಕ ಬಿಡುಗಡೆ ಮಾಡಿದರು. (ಎಡದಿಂದ) ‘ವಿಶ್ವವಾಣಿ’ ಪತ್ರಿಕೆ ಸಂಪಾದಕ ವಿಶ್ವೇಶ್ವರ ಭಟ್, ‘ಕನ್ನಡ ಪ್ರಭ’ ಮತ್ತು ‘ಸುವರ್ಣ ನ್ಯೂಸ್’ ಸಂಪಾದಕ ರವಿ ಹೆಗಡೆ, ಕೃತಿಯ ಲೇಖಕ ಶಿವಾನಂದ ತಗಡೂರು, ಜಯದೇವ ಹೃದ್ರೋಗ ಸಂಸ್ಥೆಯ ನಿರ್ದೇಶಕ ಡಾ.ಸಿ.ಎನ್.ಮಂಜುನಾಥ್, ಕರ್ನಾಟಕ ಮಾಧ್ಯಮ ಅಕಾಡೆಮಿ ಅಧ್ಯಕ್ಷ ಸದಾಶಿವ ಶೆಣೈ ಹಾಗೂ ನಟಿ ಸೋನುಗೌಡ ಇದ್ದಾರೆ

ಕನ್ನಡಪ್ರಭ

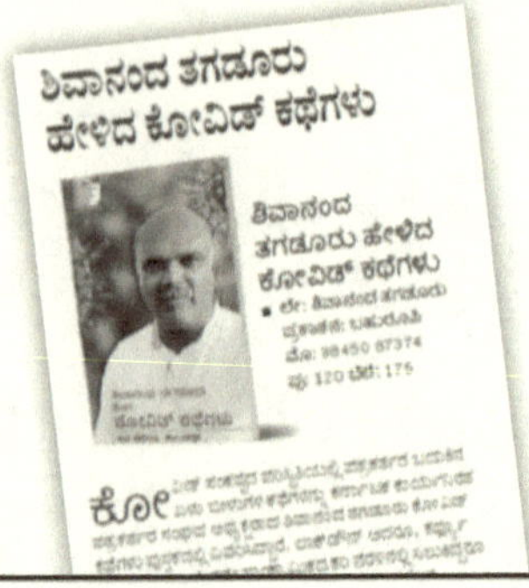
ಶಿವಾನಂದ ತಗಡೂರು
ಹೇಳಿದ ಕೋವಿಡ್ ಕಥೆಗಳು

ಶಿವಾನಂದ
ತಗಡೂರು ಹೇಳಿದ
ಕೋವಿಡ್ ಕಥೆಗಳು
- ಲೇ: ಶಿವಾನಂದ ತಗಡೂರು
ಪ್ರಕಾಶಕ: ಬಹುರೂಪಿ
ಮೊ: 98450 87374
ಪು: 120 ಬೆಲೆ: 175

ಶಿವಾನಂದ ತಗಡೂರು ಹೇಳಿದ ಕೋವಿಡ್ ಕಥೆಗಳು

ಕೋವಿಡ್ ಸಂಕಷ್ಟದ ಪರಿಸ್ಥಿತಿಯಲ್ಲಿ ಪತ್ರಕರ್ತರ ಬದುಕಿನ ಏಳು ಬೀಳುಗಳ ಕಥೆಗಳನ್ನು ಕರ್ನಾಟಕ ಕಾರ್ಯನಿರತ ಪತ್ರಕರ್ತರ ಸಂಘದ ಅಧ್ಯಕ್ಷರಾದ ಶಿವಾನಂದ ತಗಡೂರು ಕೋವಿಡ್ ಕಥೆಗಳು ಪುಸ್ತಕದಲ್ಲಿ ವಿವರಿಸಿದ್ದಾರೆ. ಲಾಕ್‌ಡೌನ್ ಆದರೂ, ಕರ್ಫ್ಯೂ ಇದ್ದರೂ, ಇಡೀ ದೇಶವೇ ಸಾಂಕ್ರಾಮಿಕದ ಕರಿ ನೆರಳಿನಲ್ಲಿ ಸಿಲುಕಿದ್ದರೂ ಮುಂಚೂಣಿ ಕಾರ್ಯಕರ್ತರಲ್ಲೊಬ್ಬರಾದ ಪತ್ರಕರ್ತರ ಕೆಲಸ ನಿಲ್ಲುವುದಿಲ್ಲ. ಸುದ್ದಿಮನೆಯಲ್ಲಿ ಸೆಣೆಸಾಡುವ ಪತ್ರಕರ್ತರ ಒತ್ತಡದ ಜೀವನ, ಕೋವಿಡ್ ಮಹಾಮಾರಿಯಿಂದಾಗಿ ರಾಜ್ಯದ ಹಲವಾರು ಪತ್ರಕರ್ತರು ಸಾವನ್ನಪ್ಪಿದ ಘಟನೆಗಳು, ಅಲ್ಲದೇ ಪತ್ರಕರ್ತರು ಅವರ ಕುಟುಂಬಕ್ಕೆ ಕಾಡಿದ ಅನಾರೋಗ್ಯ, ಅಪಘಾತ, ಮಗುವಿನ ಸಾವು ಇಂತಹ ಹೃದಯ ವಿದ್ರಾವಕ ಘಟನೆಗಳನ್ನು ಲೇಖಕರು ಎಳೆಎಳೆಯಾಗಿ ಈ ಕೃತಿಯಲ್ಲಿ ಬಿಚ್ಚಿಟ್ಟಿದ್ದಾರೆ.

ಕಷ್ಟಕಾಲದಲ್ಲಿ ಅಸಹಾಯಕರಾದ ಪತ್ರಕರ್ತರ ಕುಟುಂಬದವರಿಗೆ ರಾಜ್ಯ ಸರ್ಕಾರದಿಂದ ಪರಿಹಾರ ಕೊಡಿಸಲು ಪತ್ರಕರ್ತರ ಸಂಘ ನಡೆಸಿದ ಸಾಂಘಿಕ ಹೋರಾಟ, ಕರ್ನಾಟಕದ ಆಗಿನ ಮುಖ್ಯಮಂತ್ರಿ ಬಿ ಎಸ್ ಯಡಿಯೂರಪ್ಪ ಪತ್ರಕರ್ತರ ಕಷ್ಟಕ್ಕೆ ಸ್ಪಂದಿಸಿ ಆರ್ಥಿಕ ನೆರವು ಬಿಡುಗಡೆ ಮಾಡಿದ ಚಿತ್ರಣವೂ ಈ ಪುಸ್ತಕದಲ್ಲಿದೆ. ಪತ್ರಕರ್ತರ ಜೀವನದಲ್ಲಿ ಕೋವಿಡ್ ಮಹಾಮಾರಿ ತಂದ ಸಂಕಷ್ಟಗಳನ್ನು ತಿಳಿಯಲು ಈ ಕೃತಿಯನ್ನು ಓದಲೇಬೇಕು.

ವಿಜಯ ಕರ್ನಾಟಕ

ಕಥೆಯಾಗಿ ಹೊಮ್ಮಿದ ಕಣ್ಣೀರು

ಕಥೆಯಾಗಿ ಹೊಮ್ಮಿದ ಕಣ್ಣೀರು

ಟ್ಯಾಗ್‌ಲೈನ್ ಹೇಳುವಂತೆ ಇದು ನಿಜಕ್ಕೂ ಕಥೆಯಲ್ಲ, ಕಟುವಾಸ್ತವ. ಕೋವಿಡ್ ಕಾಲದಲ್ಲಿ ಸಂಕಷ್ಟಕ್ಕೆ ಒಳಗಾದವರಿಗೆ ಸಹಾಯಕ್ಕೆ ನಿಂತವರು ಪತ್ರಕರ್ತರ ಸಂಘದ ಅಧ್ಯಕ್ಷರಾಗಿರುವ ಶಿವಾನಂದ ತಗಡೂರು. ಯಾರೇ ತೊಂದರೆಗೆ ಒಳಗಾದೂ ತಕ್ಷಣ ಸ್ಪಂದಿಸಿದ್ದು, ಮೃತಪಟ್ಟವರ ಕುಟುಂಬಗಳಿಗೆ ಸರಕಾರದಿಂದ ಪರಿಹಾರ ಒದಗಿಸಿ ಕೊಡಲು ಅವಿರತ ಪ್ರಯತ್ನಪಟ್ಟವರು ಅವರು. ಸರಕಾರದ ಬೆನ್ನು ಬಿದ್ದು ಸಾಧಿಸಿದ್ದು ನಿಜಕ್ಕೂ ಭರವಸೆ ತುಂಬುವ ಪ್ರಯತ್ನ.

ಕೋವಿಡ್‌ನಿಂದ ಮೃತಪಟ್ಟ 40ಕ್ಕೂ ಅಧಿಕ ಪತ್ರಕರ್ತರ ಬದುಕು ಮತ್ತು ಕುಟುಂಬದ ಕಥೆಗಳನ್ನು ಇಲ್ಲಿ ತಗಡೂರು ಅವರು ಪೋಣಿಸಿದ್ದಾರೆ. ತಗಡೂರು ಅವರು ತುಂಬ ಸಂಯಮದಿಂದ ವಿವರಗಳನ್ನು ದಾಖಲಿಸಿದ್ದರೂ ಜೀವನದ ನೋವು, ಹತಾಶೆ ಸಂಕಟಗಳು ಆಗಾಗ ಕಣ್ಣನ್ನು ತೇವಗೊಳಿಸುತ್ತವೆ. ಈ ಕಥೆಗಳ ಮೂಲಕ 'ಈ ಕಥೆಗಳನ್ನೆಲ್ಲಾ ಹೇಳಿಕೊಳ್ಳಬೇಕಿತ್ತೇ ಎಂದು ನನ್ನನ್ನೇ ನಾನು ಕೇಳಿಕೊಂಡಿದ್ದೇನೆ. ಹೌದು, ನಮಗೆ ಈ ಕಟು ವಾಸ್ತವಗಳು ಗೊತ್ತಾಗದೆ ಹೋದರೆ ಪತ್ರಕರ್ತರ ಬದುಕು ಅರ್ಥವಾಗುವುದು ಸಾಧ್ಯವಿಲ್ಲ ಎನ್ನುವ ಕಾರಣಕ್ಕೆ ನನಗೆ ಗೊತ್ತಾದ ಸಂಗತಿಗಳನ್ನು ದಾಖಲಿಸಿದ್ದೇನೆ' ಎಂದು ಪುಸ್ತಕದ ಉದ್ದೇಶವನ್ನು ತಗಡೂರು ಸ್ಪಷ್ಟಪಡಿಸಿದ್ದಾರೆ.

– ಅಳದಂಗಡಿ ಕೃಷ್ಣಭಟ್

Deccan Herald

DH

Kannada book on journalists who died during the pandemic

It covers the hardships their families had to face since the pandemic broke out

ASRA MAVAD
TEAM METROLIFE

The book 'Covid Kathegalu' was launched last month.

HELP FOR JOURNOS

Kannada book on journalists who died during the pandemic

It covers the hardships their families had to face since the pandemic broke out

ASRA MAVAD
Team Metrolife

Senior journalist Shivanand Tagaduru has released 'Covid Kathegalu', a Kannada book about journalists from Karnataka who died because of Covid-19.

Published by Bahuroopi Publications in January, the book chronicles the tales of 45 journalists and their family members, and how the pandemic affected them.

"Around 98 journalists lost their lives to Covid-19," says Shivanand, who is also the president of Karnataka Union of Working Journalists (KUWJ).

Shivanand recalls how the book came along over two years: "I spoke to some families over the phone, and met some in person. From Belagavi to Chamarajanagar, the book depicts the reality of the families where journalists were the sole breadwinners."

The second wave had a devastating effect on the media fraternity, he says.

"Every day I would get news from various taluks of journalists passing away. Be it reporters or photo journalists, working from home wasn't an option for many. They could not stay at home and let the pandemic pass. As they went on reporting from the field, devastating stories emerged from across Karnataka," he adds.

He recounts incidents where the families were unable to get the bodies of their loved ones for the last rites. "There was no way the bodies could be released from the hospital without paying bills which went into lakhs," he explains. Though journalists are considered frontline workers, these incidents never made it to front page news, says G N Mohan, journalist and founder of Bahuroopi Publications. "Stories of the people in the newsroom rarely get the imelight they deserve," he says.

The publishing house is also trying to dedicate a separate section for Kannada books on the media industry at their bookstore.

"I haven't seen any bookstore doing this in the city. These books will give us an insight into the industry and the people who run it," adds Mohan.

HELP FOR JOURNOS

With the help of former chief minister BS Yediyurappa, KUWJ has organised a compensation of Rs 5 lakh each for the families of journalists who succumbed to the virus in the second wave. Now the union has reached out to the present government to arrange compensation for the families who were affected in the Outbreak in the past month, informs Shivanand.

He has also started an informal group to help journalists in Karnataka.

"Every month we raise approximately Rs 30,000 and the amount is donated to those in need," he adds.

‘ವಿಜಯ ಕರ್ನಾಟಕ’ ಅಂಕಣದ ಆಯ್ದ ಭಾಗ

ಕರುಳು ಹಿಂಡುವ ಕಣ್ಣೀರಿನ ಕಥೆಗಳು..

ರಾಜ್ಯದಲ್ಲಿ ಶಿಕ್ಷಕರ ಸಂಘ, ಕಾರ್ಮಿಕರ ಸಂಘ ಇತ್ಯಾದಿ ಅನೇಕ ಸಂಘಗಳು ಇರುವಂತೆ ರಾಜ್ಯದ ಎಲ್ಲಾ ಪತ್ರಕರ್ತರನ್ನು ಒಳಗೊಂಡ ಒಂದು ಸಂಘಟನೆ ಇದೆ. ಅದರ ಹೆಸರು ‘ಕರ್ನಾಟಕ ಕಾರ್ಯನಿರತ ಪತ್ರಕರ್ತರ ಸಂಘ’.

ಇದು ಸ್ಥಾಪನೆಯಾಗಿದ್ದು 1932 ರಲ್ಲಿ, ಇದರ ಸಂಸ್ಥಾಪಕರು ಮಹಾನ್ ದಾರ್ಶನಿಕರೂ, ಪತ್ರಕರ್ತರೂ ಆಗಿದ್ದ ಡಿ.ವಿ. ಗುಂಡಪ್ಪನವರು. ಮೈಸೂರು ಮಹಾರಾಜರಾದ ನಾಲ್ವಡಿ ಕೃಷ್ಣರಾಜ ಒಡೆಯರ್ ಅವರು ಆ ಕಾಲದಲ್ಲಿ 5 ಸಾವಿರ ರೂ. ಈ ಸಂಘಕ್ಕೆ ಕೊಡುಗೆ ನೀಡಿದ್ದರಲ್ಲದೆ ಇದರ ಪೋಷಕರೂ ಆಗಿದ್ದರು ಎಂಬ ಸಂಗತಿ ಸ್ಮರಣೀಯ. ಆಗ ಪತ್ರಕರ್ತರ ಸಂಖ್ಯೆ ಬೆರಳಣಿಕೆಯಷ್ಟು ಇದ್ದು, ಈಗ ಎಂಟು ಸಾವಿರಕ್ಕೂ ಹೆಚ್ಚು ಪತ್ರಕರ್ತ ಸದಸ್ಯರು ಈ ಸಂಘದಲ್ಲಿದ್ದಾರೆ. ಯಾವುದೇ ಪತ್ರಿಕೆಯ/ದೂರದರ್ಶನ ವರದಿಗಾರರಿರಲಿ ಈ ಸಂಘದ ಸದಸ್ಯರು.

ಪ್ರತಿಯೊಬ್ಬ ಪತ್ರಕರ್ತನಿಗೂ ವೃತ್ತಿ ಜೀವನದ ಜೊತೆಗೆ ತನ್ನದೇ ಆದ ಕೌಟುಂಬಿಕ ಜೀವನವಿರುತ್ತದೆ. ಅದರ ನಿರ್ವಹಣೆಯ ಹೊಣೆಗಾರಿಕೆ ಅವನ ಮೇಲೆ ಇರುತ್ತದೆ.

ಈ ಸಂಘದ ಅಧ್ಯಕ್ಷರಾದ ಶಿವಾನಂದ ತಗಡೂರು ಕಳೆದ ತಿಂಗಳು ನಮ್ಮನ್ನು ಭೇಟಿಯಾದಾಗ ಅವರು

ಬರೆದ ‘ಕೋವಿಡ್ ಕಥೆಗಳು’ ಎಂಬ ಪುಸ್ತಕವನ್ನು ಕೊಟ್ಟಿದ್ದರು. ಕುತೂಹಲದಿಂದ ಓದಲು ಆರಂಭಿಸಿದಾಗ ಆ ಪುಸ್ತಕ ಕಾಲ್ಪನಿಕ ಕಟ್ಟು ಕಥೆಗಳ ಸಂಕಲನವಾಗಿರಲಿಲ್ಲ. ಕೋವಿಡ್ ಕಾಲದಲ್ಲಿ ‘ನಿನ್ನೆ ಇದ್ದು ಇಂದು ಇಲ್ಲವಾಗಿ ಹೋದ’ ಹಲವಾರು ಪತ್ರಕರ್ತ ಕುಟುಂಬಗಳ ಕರಾಳ ಸತ್ಯದಿಂದ ಕೂಡಿದ ಕರುಳು ಹಿಂಡುವ ಕಣ್ಣೀರಿನ ಕಥೆಗಳು. ಸಾವಿಗೆ ಹೆದರಿ ಮನೆಯಲ್ಲಿ ಕ್ವಾರೆಂಟೈನದ ಆಗದೆ ‘ಅಭಿಮನ್ಯು ವಿನಂತೆ ನುಗ್ಗಿ ಸುದ್ದಿ ಹೆಕ್ಕಿ ತರುವ ಸವಾಲು ಮತ್ತು ಕರ್ತವ್ಯ’ ನಿರ್ವಹಿಸಿ ಕೋವಿಡ್ ಚಕ್ರವ್ಯೂಹದಿಂದ ಹೊರಬರಲಾಗದೆ ಕೊನೆಯುಸಿರೆಳೆದವರ ಸಾಹಸಗಾಥೆಗಳು. ಎಲೆಕ್ಟ್ರಾನಿಕ್ ಮೀಡಿಯಾ ಬಂದ ಮೇಲಂತೂ ‘ಸಂಜೆ ಹೊತ್ತಿಗೆ ಸುದ್ದಿ ಕೊಟ್ಟರೆ ಆಯ್ತು ಅನ್ನೋ ಕಾಲ’ ಹೋಯಿತು. ‘ಈಗಿನ ಸುದ್ದಿ ಈಗಲೇ, ನಾವೇ ಮೊದಲು ಅನ್ನೋ ಪೈಪೋಟಿಯಲ್ಲಿ’ ಅನೇಕರು ತಮ್ಮ ಆರೋಗ್ಯವನ್ನು ನಿರ್ಲಕ್ಷಿಸಿ ಸುದ್ದಿಮನೆಯ ಒತ್ತಡದಲ್ಲಿ ಸಾವಿನ ಮನೆ ಸೇರುತ್ತಿದ್ದಾರೆ.

‘ಫ್ರಂಟ್ ಲೈನ್ ವಾರಿಯರ್ಸ್’ ಎಂದು ಕರೆಸಿಕೊಂಡಿದ್ದರೂ ಯಾವುದೇ ಪರಿಹಾರವಿಲ್ಲದೆ ಪರಿತಪಿಸುತ್ತಿದ್ದಾಗ ಪತ್ರಕರ್ತರ ಸಂಘವು ಹೋರಾಡಿ ಅಂಥ ಸಂತ್ರಸ್ತ ಕುಟುಂಬಗಳಿಗೆ ಸರಕಾರದಿಂದ ಸಹಾಯಧನವನ್ನು ದೊರೆಯುವಂತೆ ಮಾಡಿದೆ.

– ಡಾ ಶಿವಮೂರ್ತಿ ಶಿವಾಚಾರ್ಯ ಸ್ವಾಮೀಜಿ

ತರಳಬಾಳು ಮಠ, ಸಿರಿಗೆರೆ